'द अदर साइड ऑफ द स्काय' – परिस्थितीवर मात करून तग धरून राहाण्याचं मोल यातून आपल्याला कळतं. या छोटीच्या नजरेतून साकारलेलं अफगाणिस्तान आपल्याला पूर्वी कधीही न अनुभवलेली एक खोल समृद्ध जाणीव देऊन जातं–

– मेरी हिगिन्स

जगभरात गाजलेल्या ३३ पुस्तकांच्या लेखिका

फराह अंत:शक्तीचा महामेरू आहे –

– हीदर मिल्स मॅक्कार्ट की

ही स्मृतिचित्रे आहेत एका चिमुरड्या मुलीची जिला आपल्या अपंगत्वाचा सामना करावा लागतो. तिच्या नशिबी येतो कुटुंबाचा आणि मातृभूमीचा चिरवियोग! दिवसेंदिवस थकत जाणाऱ्या आपल्या अम्मीची काळजी घेता घेता येथील नवी संस्कृतीही तिच्या अंगवळणी पडत जाते. ती मुलगी आहे, अवघ्या जगाला उजळून टाकणारी– प्रकाश शलाका! तिची कहाणी आपल्या अंत:करणाचा ठाव घेते!

– मेरी कार, न्यू यॉर्क टाईम्सच्या

'दि लायर्स क्लब अँड चेरी' च्या लेखिका

'द अदर साइड ऑफ द स्काय' या मूळ इंग्रजी पुस्तकाचा मराठी अनुवाद

काबूलमधील भूसुरुंगात एक पाय गमावलेल्या फराह अहमदी या मुलीनं खचून न जाता जगण्यासाठी शोधलेलं एक वेगळं आकाश

मूळ लेखक
फराह अहमदी / तामिम अन्सारी

अनुवाद
विनीता जोगळेकर

मेहता पब्लिशिंग हाऊस

All rights reserved along with e-books & layout. No part of this publication may be reproduced, stored in a retrieval system or transmitted, in any form or by any means, without the prior written consent of the Publisher and the licence holder.
Please contact us at **Mehta Publishing House,** 1941, Madiwale Colony, Sadashiv Peth, Pune 411030. ✆ +91 020-24476924 / 24460313
Email : info@mehtapublishinghouse.com
production@mehtapublishinghouse.com
sales@mehtapublishinghouse.com
Website : www.mehtapublishinghouse.com

- *या पुस्तकातील लेखकाची मते, घटना, वर्णने ही त्या लेखकाची असून त्याच्याशी प्रकाशक सहमत असतीलच असे नाही.*

THE OTHER SIDE OF THE SKY by FARAH AHMEDI
with TAMIM ANSARY
Copyright © 2005 by Nestegg Productions LLC
All Rights Reserved. Published by Arrangement with the Original Publisher, Gallery Books, a Division of Simon & Schuster, Inc.
Marathi Language Translation Copyright © 2015
by Mehta Publishing House, Pune
Translated into Marathi Language by Vinita Joglekar

क्षितिजापार... / अनुभवकथन

अनुवाद : विनीता जोगळेकर
९१७/१९ सी, हेमलता, फर्ग्युसन कॉलेज रोड, पुणे - ४११००४

मराठी अनुवादाचे व प्रकाशनाचे हक्क मेहता पब्लिशिंग हाऊस, पुणे.

प्रकाशक : सुनील अनिल मेहता, मेहता पब्लिशिंग हाऊस,
१९४१, सदाशिव पेठ, माडीवाले कॉलनी, पुणे - ४११०३०.

मुखपृष्ठ : फाल्गुन ग्राफिक्स

प्रथमावृत्ती : मार्च, २०१५

ISBN 9788184986891

पुस्तकाविषयी थोडसं

मला शाळेत जायला फार उशीर झाला होता आणि तेवढंच फक्त माझ्या डोक्यात होतं. मी भराभर वाट तुडवायला लागले.

...आणि दुसऱ्याच क्षणी माझ्या डोळ्यांसमोर काजवे चमकले, पायाखालची जमीन सरकली, मातीचा धुरळा उडाला आणि क्षणात सगळं शांत झालं.

मी जमिनीवर उठून बसायचा प्रयत्न केला. भोवती पुरुष माणसांचा, मुलांचा गराडा होता. एखादी दुसरी कोणी मुलगी असेल; पण एकही मोठी बाई नव्हती. सगळे डोळे विस्फारून माझ्याकहे बघत होते. फिके पडलेले त्यांचे चेहरे भयानक दिसत हाते. ओठ हालत होते; पण त्यांचा आवाज माझ्यापर्यंत पोचतच नव्हता. माझ्या कानात एक कर्कश्य आवाज घुमत होता.

फराहची ही विलक्षण कहाणी जेव्हा माझ्या वाचनात आली, तेव्हा ती मराठी वाचकांपुढे आणावी असं मला प्रकर्षानं वाटलं.

अफगाणिस्तानात मुजाहिदी आणि रशियन कम्युनिस्टांच्यात युद्धाचा भडका उडालेला असताना अगदी त्याचवेळी 'फराह अहमदी'चा जन्म होतो. पोटापाण्यासाठी, निवाऱ्यासाठी हजारोंच्या संख्येनं येणाऱ्या निर्वासितांमुळे तिचं काबुल दिवसेंदिवस फुगतच असतं. वाहतुकीचा गोंगाट किंवा आसपास खेळणाऱ्या मुलांचे आवाज एखाद्या शाळेत जाणाऱ्या मुलीला जितके परिचयाचे वाटतात, तितकीच बंदुकींच्या फैरी आणि डोक्यावरून घरघरत जाणारी लढाऊ विमानं यांना फराह सरावलेली असते. शाळेत लगबगीनं निघालेल्या फराहचा पाय सुरुंगावर पडतो. क्षणार्धात तिच्या हृदयातील सगळी स्वप्नं आणि आशा आकांक्षांचा चक्काचूर होता. पाठोपाठ

आपली भावंड आणि वडिलांना फराह गमावते. त्यावेळी तिचं वय असतं फक्त नऊ वर्षांचं! तिचं सगळं जगच उद्ध्वस्त होतं; पण अशावेळी सर्वसामान्य माणसं किंबहुना अज्ञान व्यक्तीही दुसऱ्याचे प्राण वाचवायला पुढे येतात, त्याच्या मनात उमेद जागवतात ह्याचा फराहला हळूहळू साक्षात्कार होतो. एक पाय कायमचा गमावलेली फराह अम्मीसह अफगाणिस्तानातून पलायन करते. पाकिस्तानात केंट्ट्याच्या निर्वासितांच्या छावणीत असह्य थंडीत दिवस काढताना अम्मीचा एकमेव आधार असतो बारा वर्षांची फराह! आणि अम्मीचा जीव वाचवण्याचं आव्हान असतं फराहपुढे! दोन वेळच्या जेवणासाठी आणि निवाऱ्यासाठी फराह एका पाकिस्तानी कुटुंबात गुलामासारखी राबत असते. त्याचवेळी काही अफगाण विधवा आणि अनाथ मुले यांना अमेरिकेला नेण्यात येणार असल्याच्या बातमीनं फराहच्या आशा पल्लवित होतात. या संधीचा फायदा घेण्यासाठी तेरा वर्षांची फराह जिवाचं रान करते आणि त्यात यशस्वी होते. फराह अम्मीला घेऊन अमेरिकेत येते.

भिंतीवर फक्त फळा टांगलेले अफगाणिस्तानातले ओके-बोके वर्ग, विद्यार्थ्यांच्या संख्येपेक्षा नेहमीच कमी असणारे बाक आणि मुलांसाठी पुस्तकेच नसलेली शाळा! रॉकेट्सचा मारा किंवा बॉंब हल्ला यामुळे काबुलमध्ये शाळेला बहुधा सुट्टीच असे. या उलट अमेरिकेतील कुमारावस्थेतील मुलांपुढे 'स्कूल प्लेज'मध्ये भाग घ्यायचा की नाही?, 'नृत्याचे धडे कोणाकडे गिरवायचे?' किंवा 'कोणत्या कॉलेजला प्रवेश घ्यायचा?' असे प्रश्न असतात. ह्या सगळ्यात अमेरिकेतील आधुनिक वातावरणात मुलीचे अफगाणी संस्कार मागे तर पडणार नाहीत ना ही भीती अम्मीला सतत छळत राहते. अफगाणिस्तानातील बालपण आणि आता अमेरिकेतील तारुण्यावस्थेतील आयुष्य ह्या सगळ्याचा प्रवास या पुस्तकात येतो.

फराह म्हणते, "ह्या सगळ्या प्रवासात माझी भूमिका एखाद्या कुटुंब प्रमुखाची असे आणि अम्मी माझं छोटं मूल."

विलक्षण परिस्थितीचा मुकाबला करताना अम्मीला आलेली विमनस्कता फराहनं अनुभवलेय. पण आता अमेरिकेत आल्यानंतर तिच्या प्रकृतीत झालेली सुधारणा, तिचा शांत समाधानी चेहरा पाहून फराहला वाटतं की, "आयुष्यात माझ्या हातून एक तरी चांगली गोष्ट घडली. मी अम्मीला वाचवू शकले."

अनेक आणीबाणीच्या प्रसंगात फराहला विलक्षण माणूसकीचं दर्शन घडतं. आपली प्रेमाची माणसं आपण गमावतो, पण प्रेम नाही याचा तिला अनुभव येतो. जखमी झाल्यावर तिला हॉस्पिटलात दाखल करणारे तिचे 'शेजारी', जर्मनीत भेटलेली 'क्रिस्तीना', अफगाणिस्तानातून पलायन करताना भेटलेला 'गुलामअली' आणि अमेरिकेतील तिची दुसरी अम्मीच होऊन राहिलेली 'ॲलिस लिट्झ' या सर्वांच्यात तिला दिसतो माणुसकीचा झरा! तिला वाटतं या सर्वांनी मला खऱ्या

अर्थानं वाचवलं.

फराह आता झपाट्यानं वाढत्येय. गतकाळातील आठवणी तिच्या मनात सतत कुठे तरी जाग्याच असतात; पण आता तिला त्यांचा जाच वाटत नाही. ती आता अफगाणही आहे आणि अमेरिकनही आहे. शिकण्याचं, काम करण्याचं, स्वत:च्या पायावर उभं राहण्याचं, इतकंच काय आपला मार्ग निवडण्याचं स्वातंत्र्य आता तिला मिळालंय. स्वत: अपंग असलेली फराह आपल्या मातृभूमीतल्या अपंगांसाठी काम करू इच्छिते.

बारा-तेरा वर्षांची अपंग मुलगी सुद्धा प्रतिकूल परिस्थितीत आपल्या कुटुंबाचा भार आपल्या शिरावर घेते आणि स्वत:ची उन्नती करून घेऊ शकते याचं फराह एक चालतं बोलतं उदाहरण आहे.

तिची गोष्ट मराठी वाचकांपर्यंत पोचवता आली ही मोठी आनंदाची गोष्ट आहे.

त्याचे सर्व श्रेय 'मेहता प्रकाशनला' आहे.

– विनीता जोगळेकर

अनुक्रम

उपोद्घात

माझे अनुभव, माझ्या आयुष्याची कहाणी मी सांगावी अशी ॲलिसची फार फार इच्छा आहे. पण ह्या सगळ्याला माझी अजून तयारी नाही. मी अजून खूप लहान आहे. फक्त एकोणीस वर्षांची. मी अजून आयुष्यात फार काही साध्य केलेलं नाही. पण माझ्यासारखीनं अशा परिस्थितीत नुसतं तग धरून राहणं, जिवंत राहणं ही सुद्धा एक मोठीच गोष्ट आहे असं ॲलिस म्हणते. तिचं म्हणणं योग्य आहे का मला माहीत नाही. मागे वळून विचार करताना अफगाणिस्तानात माझं गेलेलं लहानपण ही मला आता कोण्या एके काळचीच गोष्ट वाटते. काबूलमध्येच माझ्या एकत्र कुटुंबात, माझ्या प्रेमाच्या माणसांच्यात मी मोठी होईन, म्हातारी होईन असं मला वाटत असे. बारा पंधरा वर्षांच्या वयातच माझ्या कुटुंबाशी माझी ताटातूट होईल असं मला कधीच वाटलं नव्हतं.

लहानपणी, आमच्या घराभोवती असलेल्या उंच उंच भिंतीपलीकडे काय बरं असेल? असं मला सारखं वाटे. माझं घर असं अचानक उन्मळून पडेल, त्याच्या ठिकऱ्या ठिकऱ्या होतील आणि जगाच्या पाठीवर पार तिकडे अगदी दुसऱ्या टोकाला शिकागो नावाच्या शहरात, पुन्हा मी नव्यानं आयुष्याला सुरुवात करीन असं मला स्वप्नातसुद्धा वाटलं नसतं.

शेवटी खूप विचार केल्यावर हे सगळं मी लिहायचं ठरवलं. ही काही माझी एकटीची कहाणी नाही. माझ्यासारख्याच कित्येकांची आहे. बहुतेक वेळा आपण नुसतीच आकडेवारी वाचतो की अमुक इतके लोक सुरुंग उडून दगावले, अमुक इतके युद्धात जखमी झाले, कित्येकांना आपल्या कुटुंबालाच गमवावं लागलं, आणि कित्येक जण बेघर झाले. प्रत्येकाची विशिष्ट कथा माझ्या वाट्याला आलेले चांगले वाईट भोग खरोखरीच अनेकांच्या वाट्याला येत असतील. चांगलं वाईट असं मी म्हणते कारण कित्येक गोष्टी गमावूनसुद्धा चमत्कारानं अनेक चांगल्या गोष्टी सुद्धा माझ्या वाट्याला आल्या. अचानकपणे समोर आलेल्या अज्ञात व्यक्तींमुळे मी अनेकदा मृत्युच्या दारातून परत फिरले. आता फिरून विचार करताना जाणवतं की,

केवळ त्यांच्या चांगुलपणामुळेच मी जिवंत राहिले. एक पाय गमावल्यावर मला वाटलं आता आपल्या आयुष्यातला सगळा आनंदच नष्ट झालाय आणि नेमकं त्याचवेळेला मला जगाचं एक वेगळंच दर्शन झालं. अगदी थक्क करून टाकणाऱ्या गोष्टींचा मी अनुभव घेतला.

माझ्या स्वप्नांचा चक्काचूर होत असतानाच नव्या आशेची पालवीसुद्धा माझ्या मनात फुटु लागली. काही स्वप्ने सत्यात आलेली मी पाहिली. माझ्या सुहृदांना मी गमावलं पण त्याचवेळी प्रेमावरची माझी श्रद्धा दृढ झाली. मला वाटतं हीच खरी माझी कहाणी. ह्याच माझ्या गोष्टीत मला तुम्हाला सामील करून घ्यायचंय.

द गोंडोला

दहा वर्षं झाली त्या गोष्टीला पण अजूनही सुरुंगाचं नाव काढलं की माझ्या अंगावर काटा येतो. मला त्याचा विचारसुद्धा नकोसा वाटतो.

सध्या मी आणि अम्मी राहात असलेल्या शिकागोच्या एका उपनगरात माझ्या ॲलिस आणि जॉन या दोन नव्या अमेरिकन दोस्तांनी मला एका जत्रेला नेलं. आत्तापर्यंत माझी आयुष्याची १५/१६ वर्षं मी अफगाणिस्तानात आणि पाकिस्तानातील निर्वासितांच्या छावणीत घालवली असल्यामुळे हे जग मला वेगळंच चकचकित भासत होतं. असा प्रकाश, असे अनोखे रंग, विविध आवाज असं अनोखं दृश्य मी कधीच पाहिलं नव्हतं. मी कॉटनकँडी खाल्ली, जत्रेतल्या विविध खेळात माझं नशीब अजमावून पाहिलं आणि मग इतर राइड्सचा आनंद घ्यायला आम्ही गेलो.

एका मोठ्या आसावर लटकवलेल्या एका प्रचंड बोटीपुढे म्हणजे गोंडोला पुढे आम्ही येऊन उभे राहिलो. बोटीच्या मध्याकडे तोंड करून बसण्यासाठी दोन्ही बाजूला अनेक लांबलचक बाकं मांडली होती. आम्ही पोहोचलो तेव्हा बोट पुढे मागे झुलत होती. बोटीची जी बाजू वर जाई त्या बाजूला बसलेले लोक जमिनीपासून साधारण १०० फूट तरी वर उचलले जात. मग विरुद्ध बाजूचं बोटीचं टोक उचललं जाऊन त्या बाजूचे लोक जमिनीपासून लांब लांब जात असेच १०० फूट वर उचलले जात. हा म्हणजे जणू काही पुढे मागे न झुलता दोन्ही बाजुंना झुलणारा झोकाच वाटत होता. बोट जसजशी वेगात जाऊ लागली तसतसे आतले प्रवासी त्या विशिष्ट हालचालीची सवय नसल्याने ओरडू लागले. 'अगं अनपेक्षितपणे इतकं वर उचललं गेल्यानं पोटात येणाऱ्या गोळ्यानं ते प्रवासी सगळे ओरडतायत पण त्यांना ते आवडतंय' ॲलिसनं माझी समजूत काढली. 'मला पण त्यात बसून बघायचंय' असं मी हळूच म्हणाले. ॲलिसनं चमकून माझ्याकडे पाहिलं. मी त्यात न घाबरता बसेन अशी ॲलिसला खात्री वाटेना; पण माझ्या हट्टापुढे नाइलाजास्तव तिनं आमच्यासाठी दोन तिकिटं काढून आणली. आणि आमच्या स्वाऱ्या बोटीवर स्वार झाल्या. आम्ही अगदी टोकाच्या जागा पकडल्या. आम्हाला जास्तीतजास्त उंच

जाण्याचा अनुभव हवा होता. पोटात मोठ्ठा गोळा येऊन डोकं कसं चक्करतं याची आम्हाला मजा अनुभवायची होती. बोट झुलत असताना आम्ही पडू नये म्हणून एका माणसानं आमच्या बाकांपुढचे लोखंडी बार पक्के करून टाकले. अर्थात् मनात आलं तर तुम्ही त्या बारवरूनसुद्धा उडी मारून आपली सुटका करून घेऊ शकता. पण बोट खूप मोठ्या गतीनं झुलत असताना उडी मारण्याचं धाडस कोणीच करणार नाही ना? सुरुवातीला बोटीच्या झुलण्याची गती फार नव्हती आणि आम्हीही जमिनीपासून फार वर जात नव्हतो; पण हळूहळू गती वाढू लागली. आणि एका क्षणी बोट अगदी इतक्या वर गेली की क्षणभर ती तिथेच थांबलीय असा भास व्हावा. त्या क्षणी मला अगदी हलकं वजनरहित झाल्यासारखं वाटलं. मग विरुद्ध टोकाला ती जाऊ लागल्यावर मात्र आपण फार वेगानं खाली जातोय असं वाटू लागलं. माझे प्राण अगदी कंठाशी आले. पोटात पुन्हा गोळा आला. फार भीतिदायक आणि तितकाच मजेशीर अनुभव होता. मला ती गती हवीहवीशी वाटत होती. आणि माझ्या केसांशी खेळणारा वारासुद्धा! बोट विरुद्ध बाजूनं वर उचलली जाऊ लागली. आम्ही वेगात खाली येऊ लागलो. त्याचवेळी बोटीच्या मोटरमधून ठिणग्या पडू लागल्या. ते पाहून माझ्या डोळ्यांसमोर काजवे चमकले. माझं मन अचानक भूतकाळात गेलं आणि एका वेगळ्याच सत्यघटनेचा पट माझ्या डोळ्यांसमोर उलगडून गेला. त्या क्षणी शिकागोतल्या त्या जत्रेत अमेरिकेत मी नव्हतेच. दहा वर्षांपूर्वी घडलेली घटना मी पुन्हा अनुभवत होते. अचानक सुरुंगाचा स्फोट होऊन मी जमिनीवर पडले आणि सगळे लोक माझ्याभोवती कोंडाळं करून जमले. जणू ते पुन्हा प्रत्यक्षात घडत होतं. बोटीत बसलो आहोत हे विसरून मी जोरात ओरडायला सुरुवात केली. अगदी त्या दिवशीसारखंच. 'अरे बघताय काय? मला तुमची मदत हवीय. मला वाचवा.' अगदी त्या दिवशीसारखीच मी सर्व शक्तीनिशी उठायचा प्रयत्न करत होते. माझ्या जिवाचा थरकाप झाला. मी उठण्यासाठी धडपडत होते. मी अफगाणिस्तानात नाहीये, मी बोटीत बसलेय हे क्षणभर विसरून गेले. इलिनॉइस प्रांतातल्या व्हीटन गावी मी जत्रेला आलेय ह्याचंही मला भान राहिलं नाही. त्या ताशी शंभर मैल वेगानं पुढे मागे झोके घेणाऱ्या बोटीतून मी माझ्या जागेवरून उठण्यासाठी धडपडत होते. बापरे! माझ्याबरोबर ॲलिस होती हे माझं नशीबच म्हणायचं, गेली २/३ वर्षं ती अशी माझ्यासारखी पाठीशी होती. मी काय करतेय याची जाणीव झाल्याबरोबर ॲलिसनं हातानं मला कवळलं आणि माझ्या कानात ती म्हणाली, 'फराह, अगं जागी झालीस का?'

तिच्या शब्दांनी मी भानावर आले. बोट झुलतच होती. त्या दुःस्वप्नातून मी जागी व्हायचा प्रयत्न करत होते, असं मला अस्पष्ट आठवतंय. 'हे झुलणं थांबवा.' मी ओरडले. पण अर्थातच असं काही झालं नाही. बोट अशी मधेच थांबत नाही.

माझ्या ओरडण्याकडे कोणाचंच लक्ष नव्हतं. कारण सगळेच तर ओरडत होते. जणू हे ओरडणं गृहीतच धरलं होतं त्यांनी. मी ही काही वेगळं करत नव्हते. मी माझ्या बाकापुढे घट्ट बसवलेल्या बार वरून जर पुढे उडी मारायचा प्रयत्न केला असता तर कदाचित कोणाच्या लक्षात आलं असतं आणि बोट अगदी उंचीवर असताना जर मी त्यातून उडी मारली असती तर त्याची बातमी झाली असती की, 'एक पाय गमावलेल्या एका अफगाणमुलीनं गोंडोला बोटीतून भर जत्रेत उडी मारली.' पण असं काही झालं नाही. ॲलिस माझ्या पाठीशी होती. गेली दोन वर्षं माझ्यासाठी ती काही ना काही करतच होती वेगवेगळ्या मार्गांनी.

हळूहळू बोट थांबली. माझ्या डोक्यातली संदिग्धता नाहीशी झाली. आणि माझ्याभोवती जत्रेतली ती मजा चाखणारे माणसांचे घोळके दृश्यमान झाले. 'हे काय भलतंच? म्हणजे मी अफगाणिस्तानात नाहीये वाटतं? हा दिवसही तो नाही. मी तर अमेरिकेत आहे.' सगळं सुरळीत चालू होतं आणि बोटीच्या मोटारमधूनच त्या ठिणग्या पडत होत्या, हे माझ्या लक्षात आलं.

जत्रेत तिथे त्या ठिकाणी हा सगळा पूर्वेतिहास माझ्या डोळ्यांसमोर का बरं आला असावा? बोट जोरात वर खाली होत असताना माझं हृदय जोरात धडधडत होतं म्हणून? की त्या उडणाऱ्या ठिणग्यांनी मला 'त्या' दिवसाची आठवण करून दिली. आणि मला पुन्हा ते भयचकित झालेले माझ्या भोवती गोळा झालेल्या माणसांचे चेहरे दिसले. कदाचित अशा अचानक कलाटणी देणाऱ्या घटनांसाठी मला वाटतं आता माझ्या मनाची तयारी झाली असावी.

आताशा मला माझ्या त्या गमावलेल्या पायाची आठवण होत नाही. पाय कापल्यानंतर पहिले काही दिवस, महिने मी काबूलच्या रस्त्यावरून सायकल चालवत आहे, आमच्या घराच्या आवारात पळत्येय किंवा चालत्येय' अशी स्वप्न पडत असत. मनातल्या मनात मी म्हणत असे, 'हे काय मला सायकल चालवता येतेय, पळता पण येतंय की. मी उगीचच चिंता करतेय. माझा पाय चांगला धडधाकट आहे.' पण आता मात्र मला असलं काही वाटत नाही. रात्री तो खोटा पाय काढून ठेवला की मला वाटतं असंच तर आहे की पहिल्यापासून. पण मनात आतून कोठे तरी खरं माहीत असतं. ज्यांचे हात पाय असे कापावे लागलेत अशा माणसांना आपला तो अवयव तिथे आहेच असं वाटत असतं असं मी ऐकलंय. पण मला मात्र माझा तो पाय असल्याची, नसल्याची किंवा दुःखाची कसलीच संवेदना नाही आहे. माझ्या शरीराला त्याची आता सवय झाली आहे; पण कधी कधी माझ्या मनालाच त्याचा विसर पडतो आणि रात्री तहान लागल्यावर मी अंथरुणातून उठून आपोआप चालायला लागते. माझा तोल जातो. मग मला तो खोटा पाय आपण लावला पाहिजे याची आठवण होते.

मी आणि अम्मी सध्या इलिनॉइसमधल्या कॅरोल स्ट्रीम इथे आरामात राहातोय. आमच्या डोक्यावर छप्पर आहे, खायला, प्यायला चांगलं मिळतंय आणि आता आमची ख्यालीखुशाली विचारणारी मित्रमंडळी पण आहेत. मी मजेत असायला हवं. खरं तर प्रत्येक क्षण प्रत्येक दिवस मी मजेत घालवायला हवा. पण कित्येकदा माझं मन अस्वस्थ असतं, उदास असतं. शाळेची वेळ संपत आली की शरीर ठुसठुसू लागतं. घरी गेल्याबरोबर झोपायचं असं मी ठरवून टाकते. पण घरी गेल्यावर मला चैन पडत नाही. दिलेला होमवर्क पुरा करायची घाई होते. मग रात्रीचं जेवण, मग टी.व्ही. बघावासा वाटतो. तोपर्यंत दहा वाजतात आणि मला झोप कोसळायला लागते. मग अगदी माझ्या आवडीचा कार्यक्रम टी.व्ही. वर चालू असला तरी त्याची पर्वा न करता मी झोपायला जाते. उशीवर डोकं टेकायचा अवकाश की झोप नाहीशी होते. काळज्या डोकं कुरतडायला लागतात. दिवसभरातलं एकटेपण आता ठळकपणे जाणवायला लागतं. परीक्षा चांगली झाली नसेल तर काळजी वाटायला लागते. बाहेर प्रकाश असूनसुद्धा माझ्या मनात अंधार असतो. दिवसभरातली एखादी छोटीशी गोष्ट सुद्धा मला अस्वस्थ करते. माझा भूतकाळ पुन्हा जागा होतो. मी पुन्हा पुन्हा त्याच त्याच गोष्टींचा विचार करते, 'अरेरे! मी कुठे होते आणि कुठे येऊन पडले?' फिरून तेच विचार मनात येतात की माझे वडील जिवंत असते तर? किंवा अफगाणिस्तानात युद्धच झालं नसतं तर? मी माझ्या कुटुंबासमवेत काबूलमधेच असते तर? कदाचित माझं लग्न झालं असतं किंवा होऊ घातलं असतं. पण माझं आयुष्य शांत संथ असतं, कदाचित ही रोजची जीवघेणी धडपड करावी लागली नसती. माझ्या भावांची लग्न होऊन त्यांच्या मुलाबाळांची माझी अम्मी एव्हाना आजी (दादी) झाली असती. माझे वडील समाधानी असते. त्यांचा व्यवसायही कदाचित अधिक वाढला असता.

छे! असं व्हायला हवं होतं!

तरीही आम्ही आता ठीक आहोत. अल्लाच्या मेहेरबानीनं आम्हाला काय हवं ते मिळतंय. पैशाची चिंता करावी लागत नाही आहे. अपंग व्यक्तींसाठी असलेला भत्ता सरकारकडून मिळतो. फक्त शाळेत जाणं आणि शिकणं माझी एवढीच जबाबदारी आहे. बऱ्यापैकी अपार्टमेंटमधे आम्ही राहतोय. माझ्या अम्मीची प्रकृतीसुद्धा दिवसेंदिवस सुधारत्येय. अधूनमधून ॲलिस फोन करते. आम्ही एकमेकींना दिवसभरातल्या गमतीजमती सांगतो. मला बरं वाटतं. तरीही अधूनमधून मी अस्वस्थ का होते? खरं तर मला काहीच अधिकार नाही आणि तरीही माझ्याजवळच्या गोष्टी मला खटकतात. सुनसान रस्त्यांवरून आमच्या अपार्टमेंटमध्ये मी परत येते. तासन्तास आरामखुर्चीत बसून आपल्याच विचारात गढून गेलेली अम्मी दिसली की, मला पुन्हा एकटेपणाची जाणीव होते. अशावेळी अन्नसुद्धा बेचव लागतं. लहानपणी अफगाणिस्तानात

माझ्या एकत्र कुटुंबात कोणत्याही घटनेनं मी चटकन भावनाविवश होत असे. पण आता मात्र मी भावनाशून्य झालेय की काय? रोजचं जेवण, सणावाराच्या दिवशीचं नव्हे तर रोजचं, ते मला आठवतं. अम्मी अब्बू आम्हा सर्व भावंडांना एका मोठ्या थाळीतून जेवण देत असत. 'चला जेवायला' असं त्यांनी म्हटलं की आम्ही असू तसे धाव घेत असू. नेहमीप्रमाणे हात न धुताच. 'अरे, हात धुवून या' असं ते रागावले की पाण्याच्या भांड्यापाशी आम्ही एकमेकांशी झोंबत असू. पाणी उडवणं, पाणी सांडणं, मग खिदळणं, जेवणाच्या वेळेचा तो माहौल काही वेगळाच असे. मोठ्या थाळ्याभोवती आम्ही पाचही भावंडं एकमेकांना कोपरात ढकलत बडबड करत येऊन बसायचो. अब्बू रागे भरत, 'जेवताना तोंड बंद.' भूक लागलेली असली की आम्ही जेवणावर तुटून पडायचो. एकाच थाळ्यातून जेवताना आपल्या वाटणीचं दुसऱ्यानं खाऊ नये म्हणून आमची चढाओढ चालायची. घास भराभर तोंडात कोंबायचे, पटापट गिळून टाकायचे. तरी सगळ्यांनी एकत्र जेवण्यातली मजा काही वेगळीच असायची. किती हसत खिदळत जेवण चालायचं! त्या १०/१२ वर्षांपूर्वीच्या जेवणाची चव आजही माझ्या जिभेवर रेंगाळतेय. आताच्या जेवणात ती मजा येत नाही. आणि इथून पुढे ती कधीही पुन्हा येणार नाहीये. त्या सगळ्यांच्या सहवासातली अवीट गोडी मी चाखलीये. पण आता त्याची सर कश्याकश्यालाही येणार नाहीये हे मला कळून चुकलंय. आता आम्ही फक्त दोघीच मागे राहिलोय. मी आणि माझी अम्मी.

रात्री झोप न येण्याचे हे मुख्य कारण आहे. रात्री दिवा बंद केला की त्या आठवणी डोक्यात पिंगा घालू लागतात. एकामागोमाग येणाऱ्या आठवणी मी मनातून पुसून टाकायचा प्रयत्न करते इतका की डोकं फक्त सुन्न व्हावं. मग हळूहळू मी झोपेच्या आधीन होते. गाढ झोपेची ही अवस्था फार काळ टिकत नाही. पुन्हा चित्रविचित्र स्वप्नांनी मला जाग येते. भूतकाळ विसरू म्हणता मी विसरू शकत नाही. हृदयातली धडधड वाढते. मन शांत करण्यासाठी वेगवेगळे मार्ग शोधावे लागतात. स्वप्नात अचानक अम्मीचं काहीतरी बरं वाईट झाल्याचं दिसतं. मी ताडकन् उठून तिच्या श्वासाची चाहूल घेते, ती खोकली की मी सुटकेचा निःश्वास सोडते. अस्वस्थपणे ती ह्या कुशीवरून त्या कुशीवर होत राहिली की कुठेतरी माझा जीव भांड्यात पडतो. 'सगळं ठीक आहे' असं स्वतःला बजावत मी पुन्हा झोपेची आराधना करू लागते. रात्रंदिवस हा स्वप्नांचा खेळ चालूच असतो. माझी त्यातून सुटकाच होत नाही. आपण पुन्हा पाकिस्तानात गेलोय आणि आपला पासपोर्ट हरवलाय असं सुद्धा मला स्वप्नात वाटत असतं. स्वप्नातच सगळं सामान उलटंपालटं करून मी तो शोधत राहते. एकीकडे मन आक्रोश करत असतं. ''मी कशाला पुन्हा पाकिस्तानात परत आल्ये? मी इथे काय करतेय?'

कधी दिसतं की आम्ही पाकिस्तानात नको इतके दिवस राहिलोय. आमची फ्लाइट तर ठरलेली आहे. आम्ही वेळेवर विमान गाठलं नाही तर तिकिटं वाया जातील. प्रत्येकजण त्यात काही ना काही अडथळा आणतंय असा भास होतो. इतकंच कशाला अम्मीलासुद्धा त्याची निकड कळत नाहीये. मग मी तिच्यामागे लकडा लावत्येय 'अगं, लवकर आटप, विमानाची दारं बंद व्हायच्या आत तिथं पोहोचलं पाहिजे.' पण छे! अम्मीचा वेळकाढूपणा संपतच नाहीये.

'थांब, माझ्या डोक्याचा रुमाल कुठाय? आणि आपण मावशीचा निरोप घेतलाच नाहीये आणि तुझ्या दादी-दादाजानचा सुद्धा...'

कधी कधी दिसतं ॲलिसनं माझ्याशी अबोला धरलाय. मीच तिच्या रागाचं कारण आहे. मग मी तिच्याशी हुज्जत घालत्येय की, 'ए, तू का उगीच चिडलीयेस माझ्यावर? माझी काहीही चूक नाही. तूच वेडेपणा करत्येस.' माझ्याऐवजी ॲलिसनं आता दुसऱ्याच कोणाशी तरी मैत्री केलीये. माझ्या अगदी नजरेत भरेल अशा तऱ्हेनं ती माझ्या चुलत बहिणीशी बोलतेय आणि माझा संताप अगदी अनावर होतो. 'ही चोंबडी कशाला माझ्या ॲलिसशी बोलतेय? तुझं तोंड काळं कर इथून, ॲलिस माझी आहे.' माझ्या भावना अनावर होतात. प्रत्यक्षात माझी चुलत बहीण इथे अमेरिकेतच नाहीये. ती बिचारी तिकडे त्या भयानक खातेऱ्यातच अडकलीये आणि तरीही मी अमेरिकेत माझ्या स्वप्नात तिला शिव्याशाप देतेय.

स्वप्नात कोणीतरी अज्ञात व्यक्ती माझ्यावर हल्ला करते. मी प्रतिकार करू बघते पण जमतच नाही. मग अचानक मला जाग येते आणि बघावं तर अम्मी मला हलवून उठवत असते. झोपेतच मी अंथरुणात उठून बसत्येय आणि हातानं जोरजोरात कोणाला तरी ठोसे मारत्येय हे लक्षात येऊन अम्मी मला उठवत असते. झोपेतला माझा राग आणि कोणावर तरी जोरजोरात ओरडणं ह्या साऱ्याचं ती मजेदार वर्णन करते. मी कोणाला तरी धमकी देत असल्याची ती नक्कल करून दाखवते. आम्हाला दोघींना हसू आवरत नाही.

स्वप्नात मी कधीतरी नदीतून वाहून जात असते. नदीकाठावरची कोणीतरी एखादी स्त्री माझ्या दिशेनं रुमाल फेकते. हात लांब लांब मारून मी तो पकडायचा प्रयत्न करत असते. तो रुमाल इतका तोकडा असतो की तो माझ्या तावडीतून सुटून जातो. मी पुन्हा झडप घालते. दोन्ही हातांनी ओढायचा प्रयत्न करते पण तो इतका झिरझिरीत असतो की क्षणात फाटतो. मग मी पुन्हा तो पकडून ओढायचा प्रयत्न करते तर तो ताणला जाता. रुमालाचं टोक धरून वर चढायचा मी प्रयत्न करते पण तो फसतो. मी खोल खोल पाण्यात बुडू लागते. हळूहळू माझ्या नाकातोंडात पाणी जाऊ लागतं.

अम्मीच्या तब्येतीत चढउतार सुरू झाले की, हमखास रात्री ती मला सोडून

गेल्याचं स्वप्न पडतं. 'कुणीतरी माझ्या अम्मीला वाचवा, तिला दवाखान्यात घेऊन चला' असा माझा आकांत सुरू होतो. भोवती जमलेल्या लोकांचे डोळे मला खुनशी दिसू लागतात. त्यांची जणू काही करमणूकच होत असते. लांबून सगळे मजा बघतात पण एकाचीही पुढे होऊन मदत करण्याची हिंमत होत नाही. आम्ही संकटात सापडलोय याची त्यांना जाणीव नसते. आम्ही दु:खाचं नाटक करतोय आणि ते बघण्यातच त्यांना गंमत वाटत्येय. आमच्या अस्तित्वाची कोणी दखलच घेत नाही. मी त्यांच्याकडे मदतीची याचना करते, 'अरे आम्ही हाडामांसाची जिवंत माणसं आहोत.' मग कोणाच्याही मदतीची अपेक्षा न करता मी हॉस्पिटलमध्ये जाण्याच्या इच्छेने एकटीच अम्मीला उचलून घेते. पण अम्मी इतकी मोठी आणि जडशीळ होते की, मला दरवाज्यातून तिच्यासकट बाहेरच पडता येत नाही. मी पुन्हा एकदा सर्व सामर्थ्यानिशी तिला ओढायला बघते. कधी तिचे पाय ओढते तर कधी डोकं. मला तिला उचलताच येत नाही. मीच लहानलहान होत जाते. मोठी किंचाळी फोडून मी उठून बसते.

स्वप्नात घडणाऱ्या गोष्टी मला इतक्या खऱ्याखुऱ्या वास्तव वाटतात की, माझे डोळे झरझर वाहू लागतात. हृदयाचे ठोके इतके जोरात पडत असतात की माझी मलाच मी ओरडून सांगते, 'फराह, अगं हे स्वप्न आहे!' पण मला कशानंच चैन पडत नाही. मेलेल्या व्यक्ती मला एकसारख्या दिसत राहातात. मी जणू मजेत त्यांच्याबरोबर हिंडत असते, त्यांच्याशी गप्पा मारते, त्यांचे हात कुरवाळते. माझ्या मनात– हृदयात त्या जिवंत असतात. माझे अब्बू, त्यांचे अब्बाजान – त्यांचं अस्तित्व मला अवतीभवती जाणवतं, मला त्यांचे आवाज ऐकू येतात.

'फराह, ये आमच्याजवळ.' त्यांच्या आकृत्या मला घाबरवत नाहीत. स्वप्नातल्या त्यांच्या दर्शनानं मी आनंदित होते. माझ्या अब्बूंवर माझं फार फार प्रेम होतं. त्यांचा आवाज ऐकला की मी निश्चिंत होते. 'मृत व्यक्ती इतक्या सारख्या स्वप्नात येणं चांगलं नाही. ज्याला त्या दिसतात त्याचं आयुष्य संपत आलेलं असतं' असं लोक म्हणतात आणि मग मात्र माझा थरकाप होतो. मला कळतं की 'मनी वसे ते स्वप्नी दिसे.' मी वारंवार मनाला बजावते की, आता आपण अमेरिकेत आहोत, सुरक्षित आहोत.

खरं म्हणजे सगळीच स्वप्नं वाईट नसतात. हो, कधी कधी मला पंख फुटलेत आणि मी हवेत मजेत तरंगतेय असंसुद्धा मला वाटतं. ह्या कल्पनेवर मी अगदी बेहद्द खूश असते. कारण मला उडताना पाहून सगळे आश्चर्यचकित झालेले असतात. अशावेळी जाग येता येता मला एक वेगळीच अनुभूती येते. मी माझ्या भविष्याची स्वप्नं रंगवत असते पण तरीही माझा पूर्वेतिहास मला पूर्णपणे स्वस्थता लाभू देणार नाही. निदान काही काळ तरी, अशी जाणीव होत राहते.

माझा पूर्वेतिहास

साधारणपणे काबूलच्या नैर्ऋत्येकडे ८०/९० मैलांवर गझनी नावाचं गाव आहे. ते आमचं मूळ गाव. इण्डस नदीपासून ते कॅस्पियन समुद्रापर्यंत पसरलेल्या साम्राज्याची गझनी ही राजधानी. ही साधारण हजार वर्षांपूर्वीची गोष्ट असेल. गझनी हे कलाकार, कवी, विद्वानांचं शहर होतं. मोठमोठे रस्ते आणि नाजूक वेलबुट्टीप्रमाणे नक्षीकाम असलेल्या भव्य इमारती, मशिदी आणि राजवाड्यांनी नटलेलं होतं. पण आताच गझनी हे एक अत्यंत छोटंसं तीस चाळीस हजार वस्तीचं तटबंदी असलेलं गाव आहे. आता फक्त पडझड झालेले दोन मोठे स्तंभ आणि काही भिंतीचे राहिलेले भग्नावशेष हे त्या जुन्या गझनीच्या वैभवाचे साक्षीदार आहेत. त्या स्तंभावर तुम्हाला कदाचित अजूनही ते नक्षीकाम शिल्लक असलेलं दिसेल पण आता प्रामुख्यानं मध्य अफगाणिस्तानाच्या हाजराजात व्हॅलीचं प्रवेशद्वार म्हणूनच गझनी ओळखलं जातं. त्या हाजराजात व्हॅलीतच आम्ही हाजरा जमातीचे लोक राहतो.

अफगाणिस्तानातल्या इतर कोणत्याही खेड्यांप्रमाणेच आमच्याही गावात शेतकरी कुटुंबच आहेत आणि गायी, म्हशी, शेळ्या, मेंढ्या, कोंबड्या पाळणं हा त्यांचा जोडधंदा. त्या खोऱ्यातल्या संपूर्ण उतारावर किल्ल्यासारखी तटबंदी (त्याला काला म्हणतात) असलेली घरं विखुरलेली आहेत. माझे दादाजी म्हणजे अब्बूंचे अब्बाजान हे गावातले विद्वान, मुल्ला म्हणून ओळखले जात. आमच्या धर्मातल्या पवित्र कुराणावर, त्यातील विचारांवर ते चांगलं भाष्य करीत. मुल्लानं गावच्या मशिदींचं पावित्र्य राखण्याची जबाबदारी घ्यायची असते आणि दर शुक्रवारी किंवा इतर धार्मिक सणावारांना नमाज पढताना गावच्या लोकांचं नेतृत्व करायचं असतं. गावातल्या लहान मुलांना लिहायला वाचायला शिकवायची आणि तरुणांवर धार्मिक संस्कार करण्याची जबाबदारीही त्याचीच.

नवजात शिशुच्या कानात आमच्या धर्माच्या काही पवित्र गोष्टींचं उच्चारण पहिल्यांदा मुल्लाच करतात. मुस्लिम रिवाजानुसार शादीसारख्या समारंभात दादाजींना महत्त्व असे. ते निकाह लावून देत असत. रोज भल्या पहाटे उठून मशिदीच्या मोठ्या

स्तंभावर चढून नमाज पढण्यासाठी दादाजी बांग देत असत.

खरं तर खूप तरुणवयातच त्यांना हा मान मिळाला होता. मी म्हटलं तसं गावातल्या पोराबाळांना तरुणांना इतकंच काय पण अगदी वयस्करांनासुद्धा शिकवायचं काम ते करीत. मुलामुलींना एकत्र शिकवता येत नसे; पण मुली शिकत असत.

दादाजींचं त्यांच्या मामेबहिणीशी लग्न ठरलं होतं. मुल्ला हे इतर सर्वसामान्य नागरिकांप्रमाणे शादी करू शकतात. त्याची स्वत:ची शेतीवाडी अगर जमीन-जुमला असू शकतो. पोटापाण्यासाठी त्याला कोणताही व्यवसाय करण्याची मुभा असते. शिक्षणाव्यतिरिक्त त्यासाठी काहीही विशिष्ट नियम नाहीत. दादाजानच्या नकळत्या वयातच हा निकाह ठरलेला होता. अर्थातच हे त्यांच्या दोघांच्या अम्मीअब्बूंच्या संमतीनंच. हिच प्रथा अफगाणिस्तानात रुढ होती.

दादाजानच्या हाताखाली एक मुलगी (अफगाण) शिकत होती. डोकं संपूर्ण झाकलं जाईल अशा पद्धतीनं ती रुमाल बांधत असे. खानदानी मुस्लिम स्त्रिया आपलं डोकं अशा पद्धतीनं झाकतात पण ही मुलगी अशा तऱ्हेनं बांधत असे की अर्ध्याहून अधिक कपाळ झाकलं जावं आणि रुमाल भुवयांपर्यंत खाली यावा. खरं तर याची काही आवश्यकता नसते. तिची ही सवय पाहून एकदा दादाजानच्या मनात विचार चमकून गेला की, ह्या मुलीला बहुतेक टक्कल असावं. मग रात्रंदिवस तोच विचार त्यांच्या डोक्यात येऊ लागला. 'टक्कल असेल का नसेल?' ह्या गोष्टीनं त्यांच्या डोक्यात घर केलं. ते जाणून घ्यायची त्यांना अनिवार इच्छा झाली.

अखेर एक दिवस ती मुलगी आपले पाठ संपवून घरी जाण्यासाठी उठली. तिच्या त्या लांबच लांब रुमालाचं एक टोक जमिनीवर लोळत होतं. अगदी सहजपणे जाणूनबुजून दादाजाननी त्या रुमालाच्या टोकावर आपला पाय ठेवला. ती उठल्याबरोबर रुमाल एकदम सुटून खाली घसरला. त्या बरोबर तिचे सुंदर केस एकदम बंधमुक्त होऊन मानेवर रुळू लागले. ती इतकी सुंदर होती आणि तिच्या चेहऱ्यावरची ती केसांची सुंदर महिरप पाहून दादाजानना राहावलं नाही. ते तत्क्षणी तिच्या प्रेमातच पडले.

आपल्या अब्बाजानकडे जाऊन ते म्हणाले, 'तुम्ही माझा जो निकाह ठरवलेला आहे तो मला मोडायचा आहे. माझं प्रेम दुसऱ्याच एका मुलीवर आहे.' आणि असं म्हणून त्यांनी तिच्याविषयी त्यांना सांगितलं.

झालं, लगेच गावात या गोष्टींची चर्चा सुरू झाली. अब्बाजाननं ठरवलेला निकाह मोडून मुलगा दुसऱ्याच मुलीशी संबंध जोडू इच्छितोय, ह्याचा गावभर गवगवा झाला नसता तरच नवल! पण थोड्याच दिवसात वातावरण निवळलं आणि दादाजानच्या अब्बाजाननी मुलाचा निर्णय मान्य केला. पहिली सगाई मोडून दादाजानच्या अब्बांनी ह्या दुसऱ्या मुलीच्या अम्मी अब्बूंचं मन निकाहासाठी राजी केलं.

दादाजानना तीन मुली आणि चार मुलगे. त्यांची थोडी शेती होती पण त्या कामासाठी त्यांना पुरेसा वेळ देता येत नसे. मुल्ला म्हणून कराव्या लागणाऱ्या कामकाजातच ते व्यग्र असत. ह्याचा व्हायचा तोच परिणाम झाला. एकीकडे मुल्ला म्हणून काम करताना त्यांना योग्य तो आदर, मान मिळत असे; पण दुसरीकडे त्यांची आर्थिक स्थिती खालावू लागली. कुटुंबाच्या रोजच्या गरजा भागविण्यासाठी त्यांना उधार उसनवार करावी लागली. अनेकदा कर्ज काढावी लागली.

एखाद्यानं घेतलेल्या कर्जावर व्याज घेणं हे इस्लाम धर्मात बेकायदेशीर मानलं जातं. त्यामुळे कर्ज घेणारा आपली एखादी मौल्यवान वस्तू धनकोकडे तारण म्हणून ठेवतो. ऋणको घेतलेली रक्कम परत फेडेपर्यंत धनको त्या वस्तूचा अगर जमिनीचा वापर करू शकतो. माझ्या दादाजानना आपली जमीन अशा रीतीनं गहाण ठेवावी लागली आणि त्या जमिनीखेरीज त्यांच्यापाशी दुसरं कोणतंच उत्पन्नाचं साधन नसल्यानं ती गहाण ठेवलेली जमीन त्यांना सोडवून घेता येईना. थोडक्यात काय तर त्यांची स्थिती एखाद्या भूमीहीन शेतकऱ्यासारखी झाली.

त्यांचा मुलगा गुलाम हुसेन म्हणजे माझ्या अब्बूंनी ती जमीन परत मिळवण्यासाठी खटपट करायचा विचार केला. मोठं झाल्यावर माझे अब्बू काबूलला गेले. खरं तर त्यावेळी त्याचं वय असं काही फार मोठं नव्हतं. असलं फार फार तर बारा पंधरा वर्षांचं. काबूलमध्ये एका टेलर मास्टरकडे त्यांनी उमेदवारी केली. धंद्यातल्या खुब्या आत्मसात केल्या. रात्रंदिवस कष्ट केले. जेवणाखाणाची, विश्रांतीचीसुद्धा त्यांना शुद्ध नसे. सतत एका जागी गुडघ्यावर बसून शिवणकाम आणि कटाई करून त्यांचे कपडे अक्षरश: झिजले होते. इतके की काम संपवून उठल्यावर त्यांच्या लहग्यांचा एक पाय झिजून निखळून आला असं आमचे बुजुर्ग सांगत. पण त्यांच्या कष्टाचं चीज झालं. शेवटी घसघशीत रक्कम हातात आल्यावर अनेक वर्षांनी अब्बू घरी परत आले. त्यांच्या अब्बाजाननी काढलेलं कर्ज फेडून माझ्या अब्बूंनी आमची जमीन परत मिळवली आणि पुन्हा घराला प्रतिष्ठा मिळवून दिली. आपल्या सगळ्या कुटुंबाला दारिद्र्यातून बाहेर काढण्याच्या त्यांच्या या अचाट कृत्याचा गावात सगळीकडे बोलबाला झाला. तरुण कोवळंच वय होतं त्यांचं; पण आसपासच्या गावात ही बातमी लगेच पसरली आणि गावातल्या लोकांनी, तरुणांनी त्यांना देवत्व बहाल केलं. ज्याच्या त्याच्या तोंडी त्यांचं नाव झालं.

आपल्या कुटुंबाची एकंदर नीट सगळी व्यवस्था लावल्यावर अब्बू काबूलला पुन्हा आपल्या कामासाठी परतले. आपली उमेदवारी सोडून त्यांनी आपला स्वत:चा टेलरमास्टर म्हणून धंदा सुरू केला आणि जम बसवला. अर्थातच पहिल्यापेक्षाही अधिक जोमानं त्यांनी कामाला सुरुवात केली.

काही दिवसांनी ते आपल्या गावी परतले आणि कमावलेले सगळे पैसे त्यांनी

त्यांच्या अम्मी-अब्बूंच्या स्वाधीन केले. माझ्या दादीला– त्यांच्या अम्मीला– अगदी गहिवरून आलं. तिनं भरल्या डोळ्यानं त्यांना जवळ घेतलं. त्यांच्या कपाळावर आपले ओठ टेकवून चुंबन घेतलं आणि म्हणाली, 'पोरा, आम्हाला धन्य केलंस, पांग फेडलेस. आता शादी करून आपला संसार मांड.'

म्हातारीनं पोरासाठी आसपास चांगली मुलगी शोधायला सुरुवात केली. शेजारच्या बायाबापड्यांकडे तिनं 'गुलाम हुसेन करता एखादी चांगली मुलगी पाहण्यात आहे का?' अशी विचारणा सुरू केली. आपल्या पाहण्यात अशी एक मुलगी असल्याचं शेजारणीनं सांगितलं. माझ्या अब्बूंसाठी ती योग्य असल्याची ग्वाही तिनं दिली. शेजारच्या गावातल्या म्होरक्याची – 'मलिक'ची ती मुलगी होती. दादीला ही तिची माहिती ठीक वाटली. शेजारणीचा त्या कुटुंबाशी परिचय होता. सहज म्हणून त्यांना भेटायला जाण्याचा तिनं बेत केला आणि दादीलाही बरोबर घेतलं. 'त्या मशहूर गुलाम हुसेनची अम्मी आपल्याकडे आलीये, काय बरं कारण असेल?' मलिक कुटुंबीय गोंधळून गेले. दादीला इतरांशी काही कर्तव्य नव्हते. त्या भेटीत ती फक्त 'त्या' मुलीला शोधत होती. आणि अकस्मात ती सुंदर लाजरी-बुजरी मुलगी तिच्या नजरेस पडली. काही जमिनीसंबंधी व्यवहारासाठी हे पाहुणे आले असावेत असं समजून ती जरा दुरूनच त्यांना न्याहाळत होती. शक्यतो त्यांच्या नजरेस पडण्याचं टाळत होती. तिचं वर्तन मर्यादशील होतं. त्यांच्या व्यवहाराशी तिला काही मतलब नव्हता.

आलेल्या पाहुण्यांना खाना देण्यासाठी म्हणून ती त्यांच्यासमोर आली. त्याबरोबर दादी म्हणाली, 'फतिमाजान, मला जरा मदत करतेस? माझ्या बोटात कुसळ गेलंय ते काढून देतेस?' खरं म्हणजे दूर राहणाऱ्या फातिमाला जवळून न्याहाळण्याचा तिचा हा बहाणा होता. लांबून वाटते तितकी ती खरंच सुंदर आहे का याची दादीला खात्री करून घ्यायची होती. ती मुलगी तत्परतेनं पुढं आली आणि कर्तव्यबुद्धीनं होणाऱ्या सासूच्या बोटात कुसळ कुठं घुसलंय हे पाहू लागली. अकल्पितपणे दादीची रोखलेली नजर तिला जाणवली. वर बघताच. तिला अपादमस्तक न्याहाळणारी त्या स्त्रीची शोधक नजर पाहून ती गोंधळली आणि भीतीनं तिनं तिथून पळ काढला पण दादीचं काम झालं होतं. तिला जे हवं होतं त्याचं उत्तर मिळालं होतं.

'ही बहु व्हायला योग्य आहे.'

घरी परतताच तिनं दादाजींजवळ आणि माझ्या अब्बूंजवळ हा विषय काढला. मग फातिमाला रीतसर मागणी घालण्याच्या उद्देशानं दादी आणि इतर काही बुजुर्ग मंडळी मलिकांच्याकडे आली. माझ्या अम्मीच्या अब्बू अम्मींनी आढेवढे घेण्याचं काहीच कारण नव्हतं. 'हे सगळं अकल्पितपणे होतंय. आम्ही तर तिच्या शादीचा अजून काहीच विचार केलेला नाही, ती तशी अजून लहानच आहे. तुम्ही आम्हाला

पेचात टाकलंय, विचार करण्यासाठी थोडा अवधी हवा.' इ. असं काहीच झालं नाही. आपल्या वालिदना कर्जमुक्त करणारा 'गुलाम हुसेन' याच्याशी आपल्या मुलीचा रिश्ता पक्का होतोय याचा त्यांना विलक्षण आनंद झाला. मुल्लाचा मुलगा आणि मलिकाची मुलगी म्हणजे दोन्ही खानदानं तोलामोलाचीच होती. दोन्हीकडील रिश्तेदार खूश होते. अशा तऱ्हेनं अम्मी अब्बूची सगाई झाली.

सगाईच्या वक्ताला शिरनी-खुरनी आणि मिठाईची देवाण-घेवाण करण्यात आली. त्यावेळी माझ्या अब्बू अम्मींनी एकमेकांना प्रथम पाहिलं. अब्बूंच्या पुढ्यात अम्मी बसली होती. वर नजर करून पाहण्याचं धाडस तिच्यात नव्हतं. ती लाजेनं चूर झाली होती. हसऱ्या नजरेनं आपल्याला न्याहाळणाऱ्या आपल्या पतीची नजर चुकवून अम्मीची नजर जमिनीवर खिळून राहिली होती. होणाऱ्या पतीकडे चोरून पाहण्याची इच्छा तिला झाली असणार. हळूच मान वर करून तिनं पाहण्याचा प्रयत्न केला पण अब्बू तिच्यापासून थोडे लांब मागे बसले होते. त्यांच्यामागे लावलेल्या शामदानीच्या उजेडात त्यांची पडलेली भली मोठी सावलीच अम्मीला दिसली. ती भली थोरली सावली बघून अम्मी दचकलीच. इतक्या धिप्पाड मुलाशी आपल्या वालिदनी आपली सगाई केली की काय या विचारानं अम्मी थोडी गोंधळली. पण थोड्याच वेळात तिच्या मनावरचं भीतीचं सावट दूर झालं. जरावेळानं आपल्याला शोभेसा, उमदा आणि एक देखणा तरुणच आपला जोडीदार आहे हे लक्षात आल्यावर अम्मीच्या आनंदाला पारावार उरला नाही.

सगाईनंतर दोन वर्षांनी अब्बू अम्मीची शादी झाली. अगदी थाटामाटात. शादीचे सगळे रिवाज सात दिवस चालू होते. खेड्यापाड्यात अशाच तऱ्हेने शादी समारंभ चालत असे. पण ह्या समारंभाची शान काही वेगळीच होती. पुढेही अनेक वर्षं गावात अगदी आसपास सुद्धा चर्चा होत होती असं मी दादीच्या तोंडून अनेकदा ऐकलंय. त्यावेळी आमच्या गावात वीज नव्हती. केरोसीन दिव्यांच्या ऐवजी अतिशय महाग हरीकेनचे लावलेले दिवे आणि त्यांची केलेली रोषणाई ही नेहमीच्या प्रथेपेक्षा वेगळी होती. आठ भोयांच्या खांद्यावरच्या डोलीतून अम्मी ससुरालला आली. खास पोषाखातले रिश्तेदार त्या वरात सोहळ्यात सामील झाले होते. ढोल ताशे आणि नाचगाण्यांची नुसती धमाल होती. नवऱ्यामुलाच्या गावी वरात आल्यावर अम्मीला शादीसाठी खास सजवलेल्या शामियान्यात नेण्यात आलं. नवी दुल्हन पाहण्यासाठी सगळ्या बायकांनी एकच गर्दी केली आणि शादी समारंभात हमखास दिसणारा गोंधळ उडाला. नव्या दुल्हनचा सगळ्यांनी मोठ्या हौसेनं साजशृंगार केला. नजर लागू नये म्हणून गालावर तीट रेखली. छानश्या बुरख्यानं, दुल्हनचा चेहरा इतरांच्या नजरेस पडू नये म्हणून झाकण्यात आला. शादीच्या वेळी नवरा मुलगा नव्या दुल्हनचं मुखावलोकन करीपर्यंत ती दुल्हन आपल्या चेहऱ्यासमोर पांढरा रुमाल

धरून बसते. आमच्यातला हा एक जुना रिवाज आहे. पण अब्बू आणि अम्मीनं सगाईनंतरच्या दोन वर्षांत एकमेकांना अनेकदा पाहिलं असलं तरी हे सगळे रीतिरिवाज परंपरेप्रमाणे पार पडले. बुजुर्गमंडळी नवरा-नवरींवर एक चादर घालतात. त्याखाली एकाच आरशात ते एकमेकांना प्रथम बघतात. सर्व अफगाणी गावात अशीच प्रथा पाळली जाते. मी सांगत्येय ह्या गोष्टीला अनेक वर्षं झाली पण ही प्रथा अफगाणिस्तानात अजून चालूच आहे.

अब्बू अम्मीचं नवं आयुष्य सुरू झालं. पण थोड्याच दिवसात आमच्या गावच्या प्रमुखाचं आणि अब्बूचं भांडण झालं. माझ्या अब्बूंचं कर्तृत्व अख्ख्या गावाला माहीत होतं. काबूलला त्यांनी केलेले कष्ट आणि त्यातून मिळालेल्या पैशातून त्यांनी आपल्या वालिदचं फेडलेलं कर्ज हे तर जगजाहीरच होतं. पण नेमकं हेच त्या गावच्या प्रमुखाच्या डोळ्यात खुपत होतं. आमच्या खानदानाबद्दल त्याच्या मनात असूया होती. 'आपण इतर लोकांपेक्षा श्रेष्ठ असल्याचा त्याला गर्व आहे' अशी अब्बूंची बदनामी करायला त्यानं सुरुवात केली. हे सगळं इतक्या थराला गेलं की शेवटी अब्बूंना ते सहन होईना. 'आपण आपलं इथलं बस्तान आता हालवणं चांगलं' असं त्यांनी दादा-दादींना सांगितलं. काबूलच्या नैर्ऋत्येला एका भागात त्यांनी घर भाड्यानं घेतलं. आपली भावंडं आणि कुटुंबकबिल्यासकट १९७६ मध्ये अब्बू अम्मी काबूलमध्ये डेरेदाखल झाले. सगळ्या घराचा चरितार्थ अब्बू आपल्या शिवण कामावर चालवू लागले.

अफगाणिस्तानात तेव्हा अनेक स्थित्यंतरे होत होती. काबूलचं आधुनिकीकरण होत होतं. अम्मी प्रथम काबूलला आली तेव्हाचं काबूल आणि त्यानंतर रशियन सैन्यानं ताब्यात घेतलेलं काबूल आणि याविषयी मी अम्मीच्या तोंडून अनेकदा ऐकलं होतं. 'तेव्हा स्त्रिया नोकरीसाठी बाहेर पडत असत. पारंपरिक अफगाणी पेहेरावाची जागा पाश्चात्त्य पोषाखानं घेतली. डोकं झाकून घेणं आणि बुरखा घेण्याची पद्धत मागे पडली. टी.व्ही. वर स्त्रिया काम करताना दिसू लागल्या. बातम्या देणं अथवा नाच-गाण्याचा कार्यक्रमात स्त्रिया भाग घेताना दिसू लागल्या. हे सगळं अम्मी अनेकदा सांगत असे.

ह्या सगळ्या बदलांमुळे शहरातल्या आणि गावातल्या लोकांच्या वादाला तोंड फुटलं. गावातून शहरात स्थलांतरित झालेल्या कुटुंबांमुळे आपले सगळे रीतीरिवाज, प्रथा आणि धर्म रसातळाला जात असल्याचा दावा गावातली जनता करू लागली. शहरात भ्रष्टाचार वाढू लागला. ह्या सगळ्या घडून येणाऱ्या बदलांविषयी शहरातील जनतेचीही मतं वेगवेगळी होती. हे भराभर होणारे बदल आणि होणाऱ्या सुधारणा काही लोकांना स्वागतार्हच वाटत तर काहींना याच्याशी जुळवून घेणं नको वाटे. त्याच काळात माझ्या अब्बूंनी अम्मीसाठी पाश्चात्त्य पद्धतीचा पोषाख शिवला. ते

अम्मीला म्हणत, ‘बुरखा घेऊ नकोस. केस काप, थोडं आधुनिक व्हायचा प्रयत्न कर.’ पण माझी अम्मी अगदी जुन्या मतांची होती. ती आपल्या परंपरेला चिकटून राहू पाहत होती. अब्बूंची मतं अम्मीनं साफ धुडकावून लावली आणि ‘मला आधुनिक स्त्रियांप्रमाणे व्हायचं नाही’ असं जाहीर करून टाकलं.

मधल्या काळात देशांतर्गत राजकारणानं सगळा अफगाण ढवळून निघाला होता. आमचं कुटुंब काबूलमध्ये स्थायिक होण्यापूर्वी काही वर्षं अफगाणिस्तानच्या राजाला पदच्युत करून त्याच्याच चुलत भावानं सरदार दाऊदनं ठार मारलं होतं आणि राज्यकारभाराची सगळी सूत्रं आपल्या हातात घेतली होती. तो हुकूमशहाच होता. स्वत:ला राष्ट्राध्यक्ष म्हणवून घेत होता. वास्तविक ज्या राजघराण्यानं जवळ-जवळ २०० वर्षं अफगाणिस्तानावर राज्य केलं त्याच घराण्याचा तो वारसदार होता. आम्ही काबूलला हलल्यानंतर दोन वर्षांनी अफगाण कम्युनिस्ट पार्टीनं त्या तथाकथित राष्ट्राध्यक्षाला दूर सारून घराणेशाही खत्म केली. या अफगाण कम्युनिस्टांना राजघराण्याची प्रतिष्ठा अथवा हे अफगाण अमीर उमराव यांच्याशी काही देणं घेणं नव्हतं. एखाद्या राजघराण्याव्यतिरिक्त राजकीय पक्षानं सत्ता हातात घेण्याची अफगाणिस्तानच्या इतिहासातली ही पहिलीच वेळ असावी. अफगाणिस्तानातल्या प्रतिष्ठित मशहूर खानदानांशी ह्या पार्टीतल्या नेत्यांचे काही लागेबांधे नव्हते.

वरकरणीतरी ह्या बदलांची झळ माझ्या कुटुंबाला बसली नाही. कुटुंबातल्या कोणाचंच सरकार दरबारी वजन नव्हतं आणि ह्या असल्या उठाठेवींशी त्यांचा कसलाच संबंध नव्हता. कम्युनिस्टांच्या आपसातील गटबाजीमुळे शहरात कुठे कुठे हिंसेचा उद्रेक होत होता. आसपास होत असलेली टोळी युद्धं किंवा खून याचा खरंतर आमच्या घरात कोणालाच पत्ता नसे. खूपच चर्चा झाली तर एखादी गोष्ट कानावर येई. रोजच्या धावपळीत आसपास घडणाऱ्या या गोष्टींची सर्वसामान्यांना पर्वा नसे.

अब्बूंचा शिवणकामाच्या व्यवसायात चांगला जम बसू लागला होता. या व्यवसायात त्यांनी चांगलं नाव कमावलं होतं. धंदा चांगला वाढत होता. चांगली कमाई होत होती. पैशाची व्यवस्था ठेवण्याचं काम अब्बूंच्या बरोबरीनं अम्मी करत होती. घरखर्चासाठी दर आठवड्याला अब्बू ठरावीक रक्कम अम्मीच्या हवाली करत. चांगला सौदा करून वेगवेगळ्या गोष्टींसाठी अम्मी काही रक्कम ठेवत असे. खर्च केलेल्या पै न पै चा हिशेब ती ठेवत असे. आर्थिक नियोजन ती इतकं उत्कृष्ट करी की दर आठवड्याच्या खर्चातून अर्धी अधिक रक्कम वाचत असे. अशारीतीनं तिनं सोनं नाणं खरेदी केलं होतं. दागदागिने केले होते. ह्यात कोठेही डामडौल अथवा देखावा नव्हता. अफगाण स्त्रिया सर्वसाधारणपणे बँकेत पैसे साठवून ठेवत नाहीत. दागदागिन्यांच्या स्वरुपात स्वत:जवळ ठेवतात. आपली जन्मभराची कमाई

आपल्या अंगाखांद्यावर बाळगतात म्हणा हवं तर, 'हे सगळं माझ्या नवऱ्यानं खरेदी केलंय माझ्यासाठी' असं मोठ्या अभिमानानं अम्मी सांगे; पण ह्यामागे तिच्या आर्थिक नियोजनाचं कसब आहे हे ती चुकूनही कोणाला जाणवू देत नसे. नवऱ्याची प्रतिष्ठा उंचावण्यासाठी त्याचं सगळं श्रेय ती अब्बूंना देऊन टाकी. ह्या तिच्या स्वभावाची अब्बू फार तारिफ करत. अब्बू अम्मींचा संसार फार सुखात चालला होता.

१९७९ च्या शेवटी रशियनांनी अफगाणिस्तानात घुसखोरी सुरू केली. अब्बूंसारख्या इतर सर्वसामान्यांना ह्यात फारशी दखल घ्यावीशी वाटली नाही. त्यांचा व्यवसाय, कामधंदा चालू होता. जणू काही लुटेरे, ठग, खुनी, उठाव करणाऱ्यांपासून हे रशियन काबूलला संरक्षण पुरवत होते. तसं पाहिलं तर आमच्या आसपास सगळं सुरळीत चालू होतं. रशियन लोक अफगाणिस्तान काबीज करत असताना माझे भाऊ मला सांगत की, रशियन सैनिक आम्हाला रोजच रस्त्यातून हिंडताना दिसतात. आम्ही तर चक्क त्यांच्याकडे चॉकोलेट्स सुद्धा मागतो बिनधास्त.'

लवकर रशियन सैन्यानं अफगाणिस्तानच्या इतर भागावर हल्ले चढवायला सुरुवात केली. काबूल आणि आसपासच्या गावांवर त्यांनी हवाई हल्ले चढवले. अफगाणी उठाव करणाऱ्या मुजाहिदींना त्यांना काबूत आणायचं होतं आणि हे मुजाहिरी खेड्यापाड्यातल्या लोकांना रशियनांच्या विरोधात एकत्र आणू पाहत होते. गावागावातून मुजाहिदींची संख्या वाढतच होती. राज्यकर्त्यांनी ही बंडाळी मोडून काढण्यासाठी बाँबचं अस्त्र उगारलं. ह्या सगळ्याला घाबरून खेड्यातली जनता गावं घरं सोडून बाहेर पडली. हजारो लाखोंचा जनसमुदाय दक्षिणेकडे अथवा पश्चिमेकडे निघाला. देश सोडून निघाला. पाकिस्तान नाहीतर इराणच्या आश्रयाला.

अफगाणिस्तानची सरहद्द पार करायला अत्यंत दुर्गम भूभागावरून अनेक दिवसांचा प्रवास करावा लागे. ज्यांनी देश सोडून पळ काढला त्यांना आपलं सर्वस्व गमवावं लागलं. मायभूमी सोडून परागंदा होण्याचा निर्णय घेणं फार अवघड होतं. अर्थातच स्वेच्छेनं ती गोष्ट कुणीच करत नव्हतं. हजारो मायभूमी सोडून निघाले. पण हजारो तिथेच राहिले. मागे राहिलेल्यांनासुद्धा बाँबच्या वर्षावानं उद्ध्वस्त झालेली आपली गाव सोडून जावंच लागलं. त्यांच्यापैकी काहींनी या बाँबगोळ्यांपासून सुरक्षित राहिलेल्या जवळच्या ठिकाणांचा आश्रय घेतला. रशियनांच्या बाँब गोळ्यांपासून सुरक्षित असलेलं एकच ठिकाण होतं ते म्हणजे काबूल कारण खुद्द काबूलमध्ये रशियन सैन्याचा तळ होता. काही वर्षातच काबूलचं ते सौंदर्य नष्ट झालं. अफगाणिस्तानातलं एक प्रमुख शहर काबूल खेड्यातून आलेल्या निर्वासितांमुळे आणि दिवसेंदिवस वाढत जाणाऱ्या झोपडपट्ट्यांमुळे अधिकाधिक बकाल होऊ लागलं.

संपूर्ण अफगाणिस्तानात अशा अनेक लक्षवेधी घडामोडी चालू असताना आम्ही

मात्र आमच्या कौटुंबिक गोष्टीतच गर्क होतो. अम्मी अब्बूंचे अनेक रिश्तेदार काबूलकडे धाव घेत होते. रोज अक्षरश: एखादं तरी नवीन कुटुंब काबूलमध्ये दाखल होई आणि मग सगळे थेट अब्बूंकडे येत. कारण त्यांचं उत्तम बस्तान बसलेलं होतं. अब्बू त्यांना कामधंदा पुरवतील आणि डोक्यावर छप्परही देतील हे जणू काही त्यांनी गृहीतच धरलेलं असे.

जमेल तशी मदत अब्बू नेहमीच करत; पण त्यांच्याही करण्याला मर्यादा होत्याच की! मुळातच त्यांच्या भावंडांची आणि आईवडीलांची जिम्मेदारी त्यांच्यावरच होती. आपल्या भावांची लग्नं त्यांनीच करून दिली होती. अफगाणी शादी ही काही सोपी गोष्ट नाही. नवऱ्या मुलाला शादीचा सर्व खर्च करावाच लागतो. आणि वर हुंडाही द्यावा लागतो. ह्या पायी अनेक गरीब मुलं शादी न करता जन्मभर एकटं राहणंच पसंत करतात. नशीबानं माझ्या काकांवर ही पाळी आली नाही. अर्थातच याचं सगळं श्रेय अब्बूंचं. माझ्या दादीच्या मदतीनं अब्बूंनी आपल्या बहिणीनाही चांगली घरं पाहून दिली.

काबूलमधील आमचं घर चांगलं प्रशस्त होतं; पण तरीही गावातल्या घराइतकं ऐसपैस नव्हतं. काकांची कुटुंबं आता वाढली होती आणि अधूनमधून येणारे हे नवे पाहुणे यांची गर्दी इतकी वाढली की घर अपुरं पडू लागलं. शेवटी अब्बू त्यांच्या भावांना म्हणाले, 'बाबांनो, तुम्ही सगळे आता मोठे झालात. माझ्या हाताखाली तुम्ही काम करायला काहीच हरकत नाही. दुसऱ्या कोणाला ठेवण्यापेक्षा तुम्हालाच मी रोजंदारीवर ठेवीन. पण आता तुम्ही आपापली स्वतंत्र घरं शोधा हे कधीना कधी तरी करावंच लागेल तेव्हा हीच योग्य वेळ आहे.'

मग काय विचारता जुनेच वाद पुन्हा नव्यानं सुरू झाले. दुसऱ्याविषयीची तुच्छता, फाजील आत्मविश्वास सगळ्याच गोष्टींनी पुन्हा डोकं वर काढलं. आपल्याच भावांना अशी परकेपणाची वागणूक दिल्याबद्दल अब्बूंवर सगळ्यांनी ठपका ठेवला. हा मतभेद नव्याजुन्या विचारातील होता. अब्बूंचा कल नेहमी नवीन गोष्टी स्वीकारण्याकडे असे. अफगाणिस्तानातल्या नवीन प्रगत सामाजिक व्यवस्थेचा आपण स्वीकार करावा असं त्यांना वाटे. एकमेकांशी चांगले संबंध ठेवून आपण स्वतंत्र घरं थाटू या विचारांशी चचाजान आणि त्यांची कुटुंबं सहमत नव्हती. रागाच्याभरात सगळे भाऊ घराबाहेर पडले. खरी गोष्ट अशी होती की त्यांच्या बायका त्यांना वाकवत होत्या. त्या सगळ्यांनाही आपलं स्वातंत्र्य अबाधित ठेवणारी स्वत:ची घरं हवीच होती.

नाही म्हटलं तरी काही काळ शमलेल्या आपसातल्या तंट्यानं उग्र रूप धारण केलं आणि त्याचा भडका उडलाय. एकदा घर सोडल्यावर चचाजान पुन्हा कधीही अब्बूंच्या हाताखाली काम केलं नाही. दुसरे काही उद्योग केले. एकजण सैन्यात

गेला, एकानं स्वत:चं शिंप्याचं दुकान थाटलं. त्यात अपयश आल्यावर चक्क गवंडी काम केलं. पण त्यांना कुठेच स्थैर्य मिळालं नाही. अब्बूंशी त्यांना कधीच बरोबर करता आली नाही. ह्याचा व्हायचा तोच परिणाम झाला. वादाचे मूळ बाजूलाच राहिलं आणि अब्बूंना दोषी ठरवून त्यांनी कधी क्षमा केली नाही.

हे सगळं घडत असताना अम्मी स्वत:च्या दु:खात चूर होती. लग्न होऊन चार वर्षं उलटली होती; पण अजूनही अल्लाची मेहेरनजर अम्मीवर नव्हती. तिच्या पदरात मूल नव्हतं. डॉक्टरांचे सल्ले घेऊन काहीच फायदा झाला नाही. 'तिच्यात दोष काहीच नाही' तरीही तिला मूल का होत नाही हे डॉक्टरना कळत नव्हतं. अम्मीनं दर्ग्यांची दारं ठोठावली, मुल्लांना शरण गेली. 'बेटी तू अल्लालाच शरण जा. तोच काही करू शकेल.' अशी त्यांनी समजूत काढली. अम्मीचं मन आतल्या आत रडत होतं. अंगारे, धुपारे झाले, गंडे, ताईत झाले. सगळे उपाय थकले. ह्या काळात अम्मीला कफ झाला. ह्या खोकल्यानं तिची मग जन्मभर पाठ सोडली नाही. रिश्तेदारांच्यात कुजबुज सुरू झाली. 'तुझी बायको निस्तेज आणि अशक्त दिसते. तिच्या नशीबी मूल आहे की नाही कोण जाणे? मूल होण्यासाठी तू दुसरी शादी कर' असे सल्ले अब्बूंना द्यायलाही त्यांनी कमी केलं नाही. ह्या सल्ल्यांनी अम्मीला घायाळ केलं.

रशियन सैन्यानं काबूलमध्ये हात पाय पसरायला सुरुवात केली होती आणि इतक्यात ती अनपेक्षित घटना पडली. अम्मीला मातृत्वाची चाहूल लागली. अख्ख्या अफगाणिस्तानात अनामिक भीतीचं वातावरण पसरलं होतं आणि नेमकी त्याच वेळी अम्मी एक खुशीची लहर अनुभवत होती. तिच्या छोट्याश्या कुटुंबात उत्साहाचं, उत्सवाचं वातावरण होतं.

पुढच्याच वर्षी माझा भाऊ महमूद जन्मला आणि नेमका त्याच वेळी रशियनांनी अफगाण खेड्यातून संहार सुरू केला. अम्मी आई झाली इतकंच नाही तर तिनं एका मुलाला जन्म दिला. जणू काही तिनं आमच्या समाजात एक लढाईचं जिंकली होती. रिश्तेदारांची तोंड बंद होती. काही वर्षांनी (२/३ वर्षांनी) माझी मोठी बहीण निलोफरचा जन्म झाला. मग ८७ साली माझा. अगदी नेमका त्याच वेळी मुजाहिदी आणि रशियन यांच्यातला संघर्ष अधिक तीव्र होत होता.

माझं लहानपण

तसं म्हटलं तर माझं लहानपण खूप सुखात गेलं. देशात चालू असलेल्या युद्धाबद्दल मी अनभिज्ञ होते. आमच्याच शहरात इतर ठिकाणी कम्युनिस्टांच्या छोट्या मोठ्या गटात चालणाऱ्या लढायांची मला कल्पनाच नव्हती. कधीमधी होणाऱ्या स्फोटांबद्दल आम्ही मुले ऐकत असू; पण रॉकेट्स आसपास पडण्याचा प्रसंग आम्ही कधीच अनुभवला नव्हता. दूरवर होणाऱ्या स्फोटांच्या आवाजातच आम्ही वाढत होतो. बाजारातला गलका, वाहनांचे आवाज तसेच जे स्फोटांचे आवाज, त्यात वेगळं काही वाटतच नव्हतं. कधी कधी डोक्यावरून विमानं घरघरत जात पण ती कुठे आणि कशासाठी जाताहेत हे आम्हाला कधीच कुणी सांगितलं नाही. आपल्या शेपटीतून ती पांढरा धूर सोडत आणि त्यांचे झालेले वेगवेगळे आकार पाहून आम्ही आनंदानं टाळ्या पिटत असू. आमच्या दृष्टीनं महत्त्वाचं तेव्हढंच होतं.

खरंतर मी काबूलमध्ये नव्हतेच. मी माझ्या सुरक्षित घरट्यात माझ्या कुटुंबात होते. अब्बू, अम्मी आणि माझी भावंडं याखेरीज माझं दुसरं जग नव्हतंच. आम्ही आता पाचजण होतो. मोठा भाऊ आणि निलोफर यांच्या जोडीला धाकटा गाऊस आणि छोटी रोया असे चौघे आणि मी. भूक कधी लागते आणि आपल्याला काय आवडतं खायला मिळतं एव्हढ्याचीच मी वाट पहात असे. घरातले लांबलचक व्हरांडे आणि कानेकापरे मला ठाऊक होते. घर आणि घराभोवतालच्या आवारातल्या इतर गोष्टी एवढंच माझं जग होतं.

लहान असतानासुद्धा कधी कधी घराचं कुंपण ओलांडून जायची वेळ येत असे. 'नान् बायी' म्हणजेच ब्रेड बनवणाऱ्या बेकरीत आपला भिजवलेला कणकेचा गोळा घेऊन जायचा आणि थोड्या पैशांच्या बदल्यात पाव बनवून आणायचा अशी काबूलमध्ये बहुतेक सर्व कुटुंबात पद्धत असे. काही वेळा तो बनवून आणण्याची जबाबदारी माझी असे. 'नान् बायी' अगदी हाकेच्या अंतरावर होतं. आमच्या घरापासून जवळपास राहणाऱ्या रिश्तेदारांकडे मी एकटी जात असे. मी एकटीच

गेलेय असं खूप लांबचं एक ठिकाण म्हणजे माझ्या मावशीचं घर. छोट्या गल्लीबोळातून गेलं तर अर्धातास लागत असे जायला. तिला खूप मुलंबाळं होती. सगळ्यात धाकट्या बाळाला सांभाळायला ती कधी कधी मला बोलावत असे. माझं वय असेल तेव्हा साधारण पाच सहा वर्षांचं. पण बाळ रडायला लागलं तर ती मलाच लक्ष ठेवायला सांगत असे. तेवढं मी करू शकत असे. बाळ सांभाळण्यासाठी सुरुवातीला ३/४ वेळा मावशी स्वत: मला तिच्या घरी घेऊन गेली. मग एकदा रस्ता लक्षात आल्यावर घरातल्यांनी मला एकटीला जायला परवानगी दिली.

पण एव्हढं मात्र नक्की की आसपास काय आहे याचा शोध घेण्यासाठी मी कधीही घराचं आवार सोडून गेले नाही. आसपासच्या छोट्या गल्ल्यातून अम्मी मला कधीच जाऊ देत नसे. मोठ्या भावाला मात्र शेजारीपाजारी गोट्या खेळायला, पतंग उडवायला किंवा फालतू गप्पा मारायला जायला कोणी आडकाठी करत नसे. एक तर तो मुलगा होता आणि माझ्याहून मोठा होता. पण मी जर कधी चुकून अशा कारणासाठी बाहेर पाऊल टाकलं तर मला मात्र मोठ्या भावाची बोलणी खावी लागत. 'आपण हिचे पालक आहोत' अशा थाटात तो अम्मीची गादी चालवू पाहत असे. भावंडात मोठा त्यातून मुलगा मग काय तो जणू काही आमचा पालकच होता. 'तो प्रमुख आणि सगळ्यांनी त्याचं ऐकायचं.' सर्वसाधारण अफगाण कुटुंबात मोठ्या मुलाची भूमिका हीच असे.

त्या माझ्या वयात मला काबूलची काहीही जास्त माहिती नव्हती. अगदी आत्तासुद्धा शेजार-पाजारची किंवा आसपासच्या काही ठिकाणांची फक्त नावं मला माहीत आहेत. ती ठिकाणं नेमकी कुठे आहेत किंवा काबूल कुठून कुठपर्यंत पसरलेलं आहे याची मला आत्तासुद्धा जराही माहिती नाही. क्वचित अब्बू अम्मींबरोबर टॅक्सीतून जाताना थोडंफार काबूल शहर पाहिल्याचं मला आठवतंय. दोन तलवारी धारण केलेल्या राजाचं थडगं मी कधीतरी पाहिल्याचं स्मरतंय. पण ते ही बाहेरूनच. आतून नाही. काबूलमधला सर्वांत जुना दगडी पूल मला आठवतोय काबूल नदीवरचा झुलता पूल मला आठवतोय. अम्मीबरोबर अनेकदा तो पूल ओलांडून मी गेले असेन पण प्रत्येक वेळी तिचं बोट गच्च धरून तिच्या स्कर्टचं टोक घट्ट धरून कारण त्या झुलणाऱ्या पुलाची मला फार भीती वाटत असे.

अब्बूंच्या दुकानात आम्ही मुलं अनेकदा जात असू. अब्बूंचं आता किरकोळ काम नव्हतं. त्यांचा व्यवसाय चांगला वाढला होता. सेकंडहॅण्ड कपडे खूप मोठ्या प्रमाणात ते जर्मनीहून आणत आणि मग अफगाणी लोक घेतील असे किंवा त्यांना हवे असतील असे त्याचे कपडे अब्बू बनवून देत. ह्या आयात केलेल्या सामानाच्या बॅग्ज घरी असत. त्यावर लेबले लावलेली असत. '१०० ओव्हरकोट्स' इ. प्रकारची; पण ते प्रत्यक्षात उघडून पाहिल्याखेरीज आत काय काय कपडे आहेत

याचा पत्ता लागत नसे. आत काय आहे ते गुपचूप बघता येत नसे. आतला माल न पारखता त्या बॅग्ज तशाच विकत घ्याव्या लागत. मग आपल्या नशिबानं त्यात काय असेल. 'कोट' म्हणता येतील अशा तऱ्हेचे बऱ्यापैकी स्थितीतले समजा पन्नास कोट त्यात असले तर त्यातल्या चाळीसना तरी दुरुस्ती लागायची. उरलेले दहा कदाचित लहान मोठे न करता वापरता येतील असे असत.

हा असा जहाजातून आलेला माल अब्बू जेव्हा बाहेर काढीत तेव्हा आम्ही सगळी पोरं गोळा होत असू. कपड्यांच्या मोठमोठ्या राशींवर आम्ही लोळत असू. कपड्यांच्या खिशात काही सापडतंय का असं बघत असू. हातरुमाल, सुटी नाणी काहीबाही मिळे. आमच्या दृष्टीनं तो मौल्यवान खजिनाच असे. कधीतरी जर्मन चलनी नाणी मिळत पण त्यांचा काहीच उपयोग नसे; पण बाहेरच्या जगातून मिळणाऱ्या अशा गोष्टी आमचं कुतूहल चाळवत आणि काहीतरी अद्भुत धाडसी कृत्य केल्यासारखं वाटे.

एकदा का हे सगळं सामान बाहेर काढलं की अब्बू आम्हा सगळ्यांना कामाला लावत. प्रत्येकाला कात्री नाहीतर ब्लेड देत आणि काही ओव्हरकोट्स. छोट्यांना एखाद-दुसरा तर मोठ्यांना चार पाच कोट्स मिळत. मग शिवणी उसवून बटणं, झिप्स, हुक्स, लेबल्स आणि इतर छोट्या मोठ्या गोष्टी बाजूला काढायच्या. नेमून दिलेलं उसवायचं काम पुरं झालं की छोटी मुलं खेळायला मोकळी. मग अब्बूंचं काम सुरू होई. वापरता येण्याजोग्या वस्तूंचा ढीग वेगळा आणि न वापरता येण्याजोग्या वेगळ्या, झिप्स वेगळ्या. मग अम्मी आणि मोठी मुलं त्या वापरता येण्यासारख्या तुकड्यांना इस्त्री करत. विजेवरची इस्त्री आमच्याकडे नव्हती कारण आमच्या भागात किंवा आसपास दिवसा वीजच नसे. वीज फक्त रात्री वापरता येई पण ती सुद्धा रस्त्याच्या दोन्ही भागात आळीपाळीनं. आज रात्री रस्त्याच्या ह्या भागातले दिवे लागले तर उद्या रात्री समोरच्या भागातले लागणार. असंच रोज चाले. त्यामुळे एका स्टोव्हवर एक बिडाचं लोखंडी झाकण आम्ही गरम करत असू. त्यावर ती इस्त्री ठेवून, तापवून घ्यायची आणि मग गार होईपर्यंत कपड्यावरून फिरवायची. गार झाली की पुन्हा त्या झाकणावर ठेवून तापवून घ्यायची. नको असलेले उरलेले तुकडे स्टोव्ह पेटवण्यासाठी जाळायचे. वाया काही जाऊ द्यायचं नाही ना! ते नायलॉन, रेयॉन असले कृत्रिम धागे किंवा प्लॅस्टिक जळत नाही हे कोणाला माहीत होतं? मग त्यातून येणाऱ्या धुरामुळे अम्मीचा अस्थमा मात्र वाढत असे.

इस्त्री केलेल्या तुकड्यांपासून अब्बू नीट मापाचे जंपर्स, जॅकेट्स आणि इतर कपडे शिवत. गावातल्या मोठमोठ्या दुकानात ते विक्रीस ठेवत. त्या उत्तम जर्मन कापडापासून बनविलेले कोट्स, जॅकेट्स यांना मागणी असे. त्यामुळे काबूलचा कडक हिवाळा सुसह्य होई.

लहानपणीच्या ह्या गोष्टींकडे पुन्हा वळून पाहताना माझ्या असं लक्षात आलं की, मी एक खोडकर व्रात्य मुलगी होती. मी काही ना काही उद्योग करून ठेवत असे. एक गंमत मला आठवत्येय. मी बेकरीत भाजायला कणकेचे गोळे घेऊन चालले होते. माझ्या हातून ट्रे खाली पडला. त्याबरोबर ते सगळे गोळे खाली पडले. म्हणजे अक्षरश: जमिनीवरच्या धुळीत आणि काही कचऱ्यात. मी मख्खपणे ते सगळे गोळा करून पुन्हा ट्रे मध्ये ठेवले आणि 'नान् बायी' बेकरीत गेले. बनवून आणलेला ब्रेड सगळ्यांनी काही वेगळा न वाटता खाल्ला. मला मात्र त्या काड्या आणि वाळूचे कण त्यात स्पष्ट दिसत होते!

असंच एकदा माझ्या भावानं कोंबडीची पिल्लं विकत आणली. आमच्या इथल्या बाजारात काही दुकानदारांकडे अंडी उबवण्याची यंत्रं असत. त्यात ते अंडी उबवत. त्यापासून एकदम अनेक पिल्लं मिळत. ती पिल्लं इतकी गोजिरवाणी दिसत की लोकांना ती विकत घेण्याचा मोह होई. काबूलमध्ये हे एक खूळच होतं. एक दिवस भावानं अशी डझनभर पिल्लं आणली. दुसऱ्या दिवशी शाळेत जाताना ती माझ्या स्वाधीन करून 'त्यांच्याकडे लक्ष दे' असं बजावून तो गेला. मी ही 'नीट काळजी घेईन' असं आश्वासन दिलं. एका मोठ्या खोक्यात त्यानं ही पिल्लं ठेवली होती. त्याची पाठ वळताच ती गोजिरवाणी पिल्लं काय करताहेत ते बघायला मी खोक्यात डोकावले. पिल्लांना पाणी पिण्यासाठी ठेवलेला छोटा वाडगा हिंदकळून सांडलेल्या पाण्यात त्यांचे पाय भिजलेले मला दिसले. मोठं भांडं ठेवलं तर ते हलून पाणी सांडणार नाही असं स्वत:चं डोकं लढवून मी एक मोठ्ठं पाण्यानं भरलेलं शिशाचं भांडं खोक्यात सरकवलं. मग मी खेळायला निघून गेले आणि त्या नादात सगळं विसरूनसुद्धा गेले. भाऊ शाळेतन परत आला आणि पिल्लांची खबर घ्यायला खोक्यात डोकावला, बघतो तर काय? सगळी पिल्लं पाय वर करून तरंगताहेत. पाणी प्यायला बिचारी भांड्यावर चढली त्यांना बाहेर येता येईना आणि बिचारी बुडून मेली. ते पाहून भाऊ इतका संतापला की ते पाण्याचं सगळं भांडं त्यानं माझ्या डोक्यावर ओतलं.

असंच एकदा त्यानं मला त्याच्यासाठी दूध गरम करून आणायला सांगितलं. दुधाचा कप टेबलावर ठेवून मी साखर आणायला गेले. मी परत येऊन बघते तर काय? एक मांजर वर चढून कपातलं दूध चाटत होतं. अफगाणिस्तानात मांजरं सहसा कोणी पाळत नाही; पण ही अशी डझनावारी भटकी मांजरं काही खायला मिळतंय का अशा आशेनं घोटाळत असत. मी त्या मांजराला हाकलून लावलं. कप जवळजवळ भरलेलाच होता. चला म्हणजे मांजरानं फारसं गट्टं केलेलं नव्हतं! मी विचार केला. मांजरानं कपात तोंड घातलं होतं, हे जर भावाला कळलं तर तो दूधही पिणार नाही आणि वर मला ओरडेलही. बरं हे दूध फेकून पुन्हा ताजं त्याच्यासाठी

आणलं तरी ही ते वाया गेलं म्हणून अम्मीची बोलणी खावी लागतील. मी चक्क तशीच त्यात साखर घालून ते ढवळून मांजराचा काहीही उल्लेख न करता भावाला दिलं. त्याला अर्थातच काहीही कळलं नाही; पण आजतागायत मला मात्र अपराधी वाटतंय.

अशीच एक दिवस मी एक कुकी चोरली. अफगाणिस्तानात सणासुदीला अशा खास कुकीज बनवतात. त्यांना 'रोट' म्हणतात. आमच्या ईदच्या एका खास दिवशी अम्मीनं कुकीज केल्या होत्या. त्या होत्या फक्त आलेल्या मेहमान लोकांसाठी. मी गुपचूप बॉक्समधील एक कुकी चोरली. खाण्यासाठी तुकडा तोडला; पण माझी मलाच लाज वाटली. तो तुकडाही माझ्या घशाखाली जाईना. मी तो कसाबसा गिळून टाकला. आता उरलेल्या कुकीचं काय करणार? ती मला बॉक्समध्येही टाकता येईना कारण अर्धवट खाल्लेली इतरांच्या लक्षात येईल ही भीती मनातून; पण ती इतकी छान झालेली कुकी टाकून द्यायलाही मन तयार होईना. मी विचित्र पेचात सापडले. मी ती चक्क अंथरुणात दोन गाद्यांच्या मध्ये लपवली. जवळजवळ वर्षभर ती तशीच होती. मी जर्मनीला गेल्यानंतर एक दिवस अम्मीला ती अंथरुणात सापडली. गादीवर त्याचा तेलकट डाग पडला होता. ती कुकी अंथरुणात सापडल्यावर अम्मीला रडू कोसळलं. मी ती चोरल्याचं तिच्या लक्षात आलं होतं. खरंतर तिनं माझ्यावर रागवायला हवं होतं; पण उलटं चोरलेल्या कुकीच्या आपल्या लाडक्या लेकीला आस्वाद घेता आला नाही याच विचारानं ती व्यथित झाली. अम्मीचं मन माझ्या विचारानं विरघळलं.

अशीच आणखी एक लहानपणी केलेली चोरी मला स्पष्टपणे आठवतेय. मी भावाबरोबर बाजारात 'चका' नावाचं 'योगर्ट चीज' आणायला गेले होते. दहा अफगाण त्याची किंमत होती. आम्ही दुकानदाराच्या वजन काट्यावर पैसे ठेवलेले दुकानदारानं पाहिले होते. तो 'चका' आणायला आत गेल्यावर माझ्या मनात एकदम काय आलं कोणास ठाऊक? मी ते पैसे चोरून माझ्या खिशात टाकले.

'चका' घेऊन दुकानदार परत आला. त्यानं विचारलं, 'तुम्ही पैसे दिलेत ना?'

भाऊ उत्तरला, 'हो, ते काय तुमच्या वजन काट्यावरच ठेवले होते. विसरलात का?'

'हो, खरंच की. मीच ते उचलून आत ड्रॉवरमध्ये टाकले असतील.' माझ्या चोरीचा त्या दोघांना पत्ताच लागला नाही. असेच काही दिवस गेले. हिवाळ्यात दुलई पांघरुन आम्ही सगळे एका रात्री लोळत असताना अम्मीनं आम्हाला एक गोष्ट सांगितली.

'एकदा एका मुलानं एक अंडं चोरलं. खरंतर त्यानं केलेली चोरी त्याच्या अम्मीच्या लक्षात आली होती; पण ती त्याला काहीच बोलली नाही. नंतर काही

दिवसांनी त्या मुलानं एक कोंबडी चोरली. तरीही अम्मी त्याला रागावली नाही. जेवणासाठी ती कोंबडी तिनं शिजवली. हळूहळू त्या मुलाला चोरीची सवयच लागली आणि तो गुन्हेगार बनला. शेवटी एक दिवस एका भयंकर गुन्ह्यात तो पकडला गेला. त्याला कोर्टापुढे हजर करण्यात आलं. त्याच्यावर गुन्हा शाबित झाला आणि त्याला फाशीची शिक्षा सुनावली गेली. फासावर लटकण्यापूर्वी त्याला शेवटची इच्छा विचारण्यात आली. तो म्हणाला, 'मला माझ्या अम्मीची भेट घ्यायचीय.' झालं. त्याच्या अम्मीला तातडीनं बोलावण्यात आलं. शोक करत रडत अम्मी आपल्या पोरापाशी गेली. 'जीभ बाहेर काढ' पोरगा म्हणाला. तिनं तसं केलं. त्याबरोबर मुलानं आपल्या अम्मीची जीभ बाहेर खेचून कापून टाकली. 'माझ्या पापात तुझा पण वाटा आहे. मी अपराध करत असताना मला योग्य वेळी शिक्षा केली असतीस तर आज माझ्यावर फाशी जाण्याची वेळ आली नसती.'

माझ्या अम्मीनं सांगितलेली ही गोष्ट ऐकून मला अतिशय दुःख झालं. मी माझ्याशी निश्चय केला की, 'मी इथून पुढे कधीही खोटं बोलणार नाही, चोरी करणार नाही.'

दरम्यान बाहेरच्या जगात माझ्या अवतीभवती, युद्धानं उद्ध्वस्त झालेल्या अफगाणिस्तानात निरपराध लोकांचा, माझ्यासारख्या मुलांचाही संहार होत होता. अगदी त्याच वेळी माझ्या चिमुकल्या विश्वात भयानक उलथापालथ करणारा सुरुंग कोणीतरी पेरून ठेवला होता.

शाळा

मी तेव्हा सहा वर्षांची असेन. एक दिवस अतिशय आश्चर्यकारक गोष्ट झाली. मी शाळेत जाऊ लागले. पहिले काही दिवस अम्मी मला पोहोचवायला शाळेत येत असे. घरापासून गल्लीच्या टोकापर्यंत जाण्यास १५/२० मिनिटे लागत. त्यापुढे खूप मोठी शेतजमीन होती. ते ओलांडल्यावर मग मोठा रस्ता लागत असे. त्या भागाचं काय नाव होतं मला आठवत नाही. नावांच्या बाबतीत माझा जरा घोटाळाच होतो; पण शाळेचं आवार मोठं होतं. आत गोलाकार शाळेचे वर्ग होते. त्याबाहेर मोठी मातीची भिंत होती. अशा तऱ्हेनं ते अगदी बंदिस्त आवार होतं.

इथे अमेरिकेत पहिल्या आणि दुसऱ्या इयत्तेतल्या मुलांसाठी खूप उठावदार रंगांनी रंगवलेल्या खोल्या असतात. अनेक प्रकारची पुस्तकं असतात. कलाकुसर शिकवण्यासाठी विशिष्ट साधनं असतात. खूप छान छान चित्रं मुलांसाठी भिंतीवर रंगवलेली असतात. अफगाणिस्तानातल्या आमच्या शाळेचे वर्ग नुसतेच रिकामे असत. फार तर फार एखादा फळा भिंतीवर टांगलेला असे.

माझ्या वर्गात एकूण मिळून ३० मुलं होती. त्यातल्या निम्म्या मुली आणि निम्मी मुलं. मुली एका बाजूला बसत तर मुलं दुसऱ्या बाजूला. आम्हाला बसायला बाक होते. एका बाकावर चार मुलं बसत पण सगळी मुलं बसू शकतील इतके बाकच वर्गात नसत. मग काय बाक मिळवण्यासाठी आमच्यात रोज भांडणं होत. ज्यांना बाकावर जागा मिळत नसे त्यांना खाली जमिनीवर बसावं लागे.

बाक मिळवणं ही गोष्ट इतकी महत्त्वाची होती की त्यासाठी काही मुलं शाळेत लवकर येत आणि शेजारच्या वर्गातले बाक पळवून आणत. मग काय दुसऱ्या दिवशी त्या दुसऱ्या वर्गातली मुलं लवकर सकाळी येऊन आपले बाक पुन्हा आपल्या वर्गात घेऊन जात. मग एखाद्या दिवशी दोन्ही वर्गातली मुलं लवकर येत आणि बाकांसाठी मारामाऱ्या करत. अशा तऱ्हेनं शाळा सुरू होण्यापूर्वी रोज इतरांना ही बाकांसाठी चाललेली झोंबाझोंबी पाहायला मिळे. हे सगळं अगदी मजेत चाले. त्यात फार काही कुणाला इजा होत नसे. अगदी खेळीमेळीनं सगळ्या गोष्टी चालत.

शाळेत जाणं हा अफगाणिस्तानात एक उपचाराचाच भाग होता. म्हणजे कसं त्यात काही मोठा शिस्तीचा भाग नव्हता. अमेरिकेत कसं मुलं एकदा सकाळी शाळेत आली की, ती चार वाजेपर्यंत घरी जाऊ शकत नाहीत असा नियमच असतो. असलं काही आमच्या इथे नव्हतं. कदाचित ६/७ वी तील मुलं इतका वेळ शाळेत जात असतील, आमच्या इकडची मला आता नक्की आठवत नाही. वरच्या वर्गातली मुलं नक्की काय करतात हे मला त्यावेळी काहीही कळत नव्हतं. आमची शाळा फक्त पाचवीपर्यंतच होती. त्याहीपेक्षा कुणाला अधिक शिकायचं असलं तर दुसऱ्या लांबच्या मोठ्या शाळेत जावं लागे. आम्ही छोटी मुलं सकाळी ८ ते १०.३० शाळेत जात असू.

त्या दोन अडीच तासातच आमची मधली सुट्टी होत असे. मधल्या मोठ्या पटांगणात त्यावेळी आम्ही खेळत असू. मुलगे सगळे धावणे, चेंडूची फेकाफेकी, बॉक्सिंग असे शक्ती प्रदर्शन करणारे खेळ खेळत. आम्हा मुलींचा एक गरगर फिरण्याचा खेळ असे. त्याला आम्ही 'बोबो जान' म्हणत असू. दोन मुली हात धरून गोल गोल फिरायच्या. फिरून फिरून चक्कर येऊ लागे. मग थांबायचं आणि तसंच चालायचा प्रयत्न करायचा. ह्या खेळाला 'मॉमी डिअर' असं पण आम्ही नाव दिलं होतं. खरंतर खेळाचा आणि नावाचा काहीही संबंध नव्हता. कधीतरी लपाछपीचा पण खेळ असे; पण मुलं मुली एकत्र कधीच खेळत नसत. म्हणजे सबंध शाळेतच मुलं मुली कधीच एकत्र खेळत नसत.

बहुतेक वेळा सुट्टीत आम्ही मुली उन्हात बसून गप्पा मारता मारता ब्रेड खात असू. सगळीजणंच असा ताजा ब्रेड घेऊन येत. सुट्टीत तो खाताना इतकी मजा येत असे कारण सगळ्यांनाच खूप भूक लागलेली असे. म्हणजे त्या ब्रेडला एक वेगळाच स्वाद असल्यानं तो कधीही खायला आम्हाला आवडत असे. अमेरिकन ब्रेड अगदी बारीक दळलेल्या कणकेचा करतात. तो खूप हलका आणि सच्छिद्र असतो; पण अफगाणिस्तानात गव्हाचा खूप पौष्टिक पण जरा चावून चावून खावा लागेल असा ब्रेड बनवला जातो; पण तो ताजा 'नान बायी' त भाजलेला ब्रेड मला फार आवडत असे. अगदी मटण, कबाब या कशाही पेक्षा मला तो आवडे. तो इतका छान लागत असे की आम्हाला सुट्टीत खायला तोच लागत असे. काही फार थोडी श्रीमंत घरातली मुलं शाळेत होती. त्यांच्या खिशात पैसे खुळखुळत असत. ती मुलं व्हिनेगर मधले खारे चणे किंवा मसालेदार प्रेटझल्स कॅन्टीनमधून विकत घेऊन खात. कॅंटिनमध्ये थंड पेय मात्र मिळत नसत. आम्ही मुलं पाण्याच्या बाटल्या घरून आणत असू. शाळेच्या पटांगणात विहीर होती त्यातलं ताजं पाणी प्यायला फार मजा येई.

मी शाळेत जाऊ लागले त्याच वेळी एक महत्त्वाची घडामोड झाली. अर्थात्

मला त्यावेळी काहीच कळत नव्हतं. अफगाणिस्तानातलं कम्युनिस्टांचं सरकार पडलं आणि मुजाहिदी बंडखोरांनी शहरावर कब्जा मिळवला. हे मुजाहिदी पुष्कळ म्हणजे चांगली १२/१३ वर्षं रशियन लोकांबरोबर लढाया करत होते. त्यानंतर अफगाण कम्युनिस्टांविरुद्ध त्यांनी युद्ध पुकारलं. १९८९ मध्ये अफगाणिस्तानातून रशियनांनी माघार घेतली. मुजाहिदींच्या अनेक छोट्या मोठ्या टोळ्या होत्या. रशियनांनी माघार घेतल्यावर या मुजाहिदींच्या आपापसातच लढाया सुरू झाल्या. काबूलचा डोंगराळ भाग या मुजाहिदींनी काबीज केला. तेथून शत्रूवर खाली त्यांनी गोळीबाराला सुरुवात केली. मुजाहिदींच्या एका गटानं काबूल शहराबाहेर तळ ठोकला आणि रात्रीच्या वेळी रॉकेट्सचा मारा करायला सुरुवात केली. आमच्या आसपास कुठेतरी ही रॉकेट्स पडत; पण आम्ही त्याची फारशी चिंता करत नसू. त्या गोष्टी काय रोजच घडत होत्या. कधी कधी ही रॉकेट्स इतक्या प्रमाणात उडत आणि ती आपटल्याचा आवाज आणखी आणखी जवळ येतोय असं वाटू लागे. मग माय शिक्षक आम्हाला घरी पिटाळत आणि सगळीकडे शांत स्थिरस्थावर झाल्याशिवाय शाळा पुन्हा उघडणार नाही असं बजावत. आज शाळा चालू तर उद्या बंद. थोडक्यात काय शाळेत जाण्याचा प्रसंग क्वचितच यायचा.

काय असेल ते असो पण पहिली दुसरीत असताना या सगळ्याची मला कधीच भीती वाटली नाही. यालाही अपवाद असेच. एके दिवशी एका शाळेवरच रॉकेट पडून काही मुलं मृत्युमुखी पडल्याची बातमी कानी आली. अर्थात आमच्या जवळपास नाही पण काबूलच्या दुसऱ्या टोकाला 'शार-ए-नौ' नावाच्या भागात. त्या दिवशी इतकी भीती वाटली की शिक्षकांनी शाळा सोडल्याबरोबर आम्ही घर गाठलं.

पण दुसऱ्या दिवशी त्या शार-ए-नौ भागातल्या शाळेवर बॉंब पडल्याचं आम्ही विसरूनही गेलो. एकत्र येऊन ओळी करून शिक्षक काय सांगताहेत ते ऐकायचं, बाकांसाठी मारामारी करायची हे सगळं आमचं पूर्ववत चालूसुद्धा झालं. तसं पाहिलं तर मला शाळा खूप आवडे कारण बरोबरीच्या मुलांबरोबर खेळायला मिळे. ही मुलं शाळेव्यतिरिक्त कधी भेटत नसत आणि ती तशी नात्यागोत्याचीही नसत. अफगाणिस्तानात ही अशीच परिस्थिती आहे. सर्वसाधारणपणे तुमचा वेळ तुमचं कुटुंब आणि नातेवाईक यांच्यातच जातो.

आता विचार केला की असं वाटतं की, माझं कुटुंब आणि घर याखेरीज बाहेरच्या जगाची झलक मला केवळ शाळेमुळेच पाहायला मिळाली. त्यामुळेच मला शाळा फार आवडत असे. पहिलीत आम्ही फक्त मुळाक्षरं आणि आकडे शिकलो. खूप मजा येत असे ते शिकताना. दुसरीत गेल्यावर शाळेबद्दल विशेषच काही वाटू लागलं. शाळा हे एक अजबच जग आहे असं वाटू लागलं. जगातल्या इतर गोष्टींचा परिचय व्हायला सुरुवात झाली. आमच्याकडे पुस्तकं नव्हती, होती

फक्त एक शिक्षिका; पण आमची शिक्षिका म्हणजे एक अजबच रसायन होतं. तिच्या कपड्यांची रंगसंगती फार छान असे. हातानं कशिदा काढलेला रुमाल ती डोक्याला बांधत असे. एरव्ही तिच्या डोक्याला मोठा पांढरा रुमाल असे. त्याला 'चादर-नमाज' म्हणत. ती खूप उंच आणि शेलाटी होती. आम्हाला तिच्या उंचीचं फार कौतुक वाटे. तिच्या उंचीमुळे तिचं व्यक्तिमत्त्व काही वेगळंच वाटे. फळ्याजवळ आम्ही तिच्या शेजारी उभं राहिलो की अगदी चिल्लीपिल्लीच दिसत असू. पण आम्हाला ते आवडत असे.

ती खरंच खूप छान आणि गोड स्वभावाची होती. ती लहान असतानाच्या तिच्या शाळेतल्या गमतीजमती आम्हाला सांगे. परदेशी जाऊन शिकण्याचं स्वप्न तिनं लहानपणापासून पाहिलं होतं. 'मी आणि माझ्या शाळेतल्या मैत्रिणी बुरखे न घेताच शाळेत जात असू. इतकंच काय पण चार लोकांत वावरतानाही बुरखा घेत नसू' असं ती आम्हांला सांगे; पण मुजाहिदींनी सत्ता काबीज केल्यापासून स्त्रियांना चारचौघांत डोकं झाकावंच लागे. तिच्या सगळ्या महत्त्वाकांक्षा तिची सावत्र अम्मी गाडून टाकायला बघत असे. तिची प्रगती अम्मीला सहन होत नसे. शाळेचं प्रगती-पुस्तक बघून ती म्हणे, 'शाळेत पहिली आलीस म्हणजे काय हात आभाळाला लागले असं वाटतं की काय तुला?' उत्तम यशाबद्दल अम्मीनं तिचं कधीच कौतुक केलं नाही. पण मीच मला शाबासकी दिली आणि माझं काय चालूच ठेवावं. मुलींनो, तुम्हीही तुमचा स्वाभिमान सोडू नका आणि कोणीही कितीही तुम्हाला तुच्छ लेखलं, उपहास केला तरी त्याला बळी पडू नका.' हे तिनं आम्हाला शिकवलं. त्या आमच्या उमद्या शिक्षिकेचं नावसुद्धा मला आठवत नाहीये. आम्ही तिला 'मालिम साहेब' असं म्हणत असू. आम्हाला थक्क करून सोडणारी माहिती ती आम्हाला सांगे. लहान मुलं गोष्टी खूप उत्सुकतेनं ऐकतात, त्यात त्यांना मजा वाटते हे तिला पक्कं ठाऊक होतं म्हणून सगळी माहिती ती गोष्टींच्या स्वरुपात सांगत असे. तिचं सांगणं इतकं रसाळ असे की, आम्ही अगदी स्तब्ध बसून कान देऊन ऐकत असू. आमच्या खोडकरपणाचाही आम्हाला विसर पडे.

आपल्या अनुभवाच्या पलीकडेही काही वेगळं जग असल्याचं आता मला हळूहळू समजू लागलं होतं. जगाबद्दल, उंच आकाशाबद्दल, विश्वाबद्दल निरनिराळे प्रश्न मला पडू लागले होते. एकदिवस 'आपण राहतो ते जग सपाट नाही, ते चेंडसारखं आहे.' असं सांगून आमच्या शिक्षिकेनं आम्हाला अगदी चकित करून टाकलं, हे फारच गम्मतशीर होतं. आपल्या देशासारखेच दुसरे अनेक देश; पण आपल्याहून वेगळे ह्या जगात आहेत असं आम्हाला तिच्याकडून कळलं. दुसऱ्या देशात आपल्यापेक्षा वेगळा पोषाख घालणारे, वेगळ्या तऱ्हेच्या घरात राहणारे, वेगळी भाषा बोलणारे लोक आहेत या गोष्टींनी मी चक्रावूनच गेले. वाळवंटात

तहानलेल्याला पाणी मिळून त्यानं तृप्त व्हावं, तसं तिनं सांगितलेल्या गोष्टी ऐकून मला झालं.

कधी कधी 'आकाश म्हणजे काय आहे?' असा मला प्रश्न पडत असे. लांबच लांब शिडीवरून चढून आकाशाला स्पर्श करण्याचा प्रयत्न मी कल्पनेत केला होता. ते कसं असेल? मऊ, कडक, गुळगुळीत, चकचकित की आणखी कसं? आकाशाच्या कवचाचा तुकडा तोडता आला तर? त्यातून बाहेर डोकावून पाहिलं तर काय दिसेल? त्याच्या दुसऱ्या बाजूला काय असेल? एक ना दोन, वेगवेगळ्या प्रश्नांनी माझं डोकं भरून गेलं.

मी शाळेत गेल्याबरोबर हे सगळं माझ्या शिक्षिकेला विचारायचं ठरवलं.

'अगं तुला वाटतंय तसं आकाश नसतं. ते काही आपल्यावरचं आच्छादन, छत नाही आहे. ती एक पोकळी आहे. आपण त्याच्या जवळ जायचा प्रयत्न केला तर ते आणखीनच लांब लांब जातंय असं वाटू लागतं. आपण कधीच त्याच्याजवळ पोहोचू शकत नाही.' अशा विश्वाची कल्पना माझ्या मनाला पटेचना आणि माझ्या कल्पनेतलं चित्र जणू एका फटकाऱ्यात पुसलं गेलं.

आकाशातल्या ताऱ्यांविषयी बरंच काही तिनं आम्हाला सांगितलं, 'हे तारे आपल्याला अगदी छोटे दिसतात पण प्रत्यक्षात ते आपल्या पृथ्वीपेक्षाही मोठे असतात. ते खूप खूप लांब असल्यानं छोटे वाटतात.' किती मजा! हे सगळं समजल्यापासून मी रात्री अनेकदा आकाशाकडे टक लावून बघत असे. ह्या सगळ्या चांदण्या पृथ्वीपेक्षाही मोठ्या असून लहान दिसतात म्हणजे त्या किती बरं लांब असतील आपल्यापासून? मला कल्पनाच करता येत नसे. इतकी लांब अंतरं म्हणजे हे सगळं विश्व आहे तरी कसं नक्की? इतकं अंतर तोडून आपण त्या चांदण्यांना गाठलंय तर तिथून पलीकडे आणखी काय दिसेल? हे विश्व पसरलंय तरी किती लांबवर? त्याच्या दुसऱ्या टोकाला काय आहे? आणि त्याचा शेवट नक्की कुठे होतो?

रोज मी शाळेत जायला फार उत्सुक असे. शिक्षिका काय सांगताहेत हे ऐकण्यासाठी माझे कान आसुसलेले असत. ही माझी भूकच मला नडली. त्यामुळेच निष्काळजीपणा झाला माझ्या हातून. त्या काही क्षणांच्या घाईमुळे माझा घात झाला.

जवळचा मार्ग

ती माझ्या आयुष्यातली दुर्दैवी सकाळ! सूर्य चांगलाच वर आल्यावर मला जाग आली.

काबूलमधे उन्हाळ्यात स्वच्छ सूर्यप्रकाश असतो. आम्हाला उन्हाळ्याची सुट्टी नसते. आम्हाला हिवाळ्यात सुट्टी असते.

खरं म्हणजे मला रोज सकाळी खूप लवकर जाग येई. डोंगराआडून वर येऊन आमच्या घराच्या कंपाऊंडवर पडलेली सूर्याची किरणं चांगली प्रखर वाटायची. त्या दिवशी कंपाऊंडवरची उन्हं बघून माझ्या लक्षात आलं की, 'अरे आज आपल्याला उठायला उशीर झालाय.' मी अंथरुणात उठून बसले आणि कानोसा घेऊ लागले. पण कुठेच कसलीच चाहूल लागेना. आज घरात बहुतेक कुणालाच लवकर जाग आली नव्हती असं वाटलं. आठ वाजून गेले होते. 'बाप रे! म्हणजे शाळा सुरुसुद्धा झाली होती तर!' शिक्षकांच्या तोंडची एकसुद्धा बहुमोल गोष्ट मला गमवायची नव्हती.

मी अंथरुणातून उठले. काबूलमध्ये मुलींचा शाळेचा गणवेष म्हणजे काळा ड्रेस, पांढरे मोजे आणि डोक्याला पांढरा रुमाल असा असतो. सगळा ड्रेस मी अगदी कमीतकमी वेळात अंगावर चढवला. मोजेबिजे नीट वर चढवण्याइतका वेळच नव्हता म्हणून मी पटकन घोळदार लहंगा चढवला. तोंड धुतलं की नाही ते मला आठवतच नाहीये. बहुतेक फक्त तोंडावर पाणी मारून मी मनात म्हटलं, 'आज यावरच भागवायचं.' माझे केस लांब होते पण ते विंचरण्याइतका वेळच नव्हता. नुकतीच झोपून उठल्यामुळे ते अस्ताव्यस्त झाले होते. केस न विंचरताच पटकन शाळेची बॅग ओढून मी दरवाजाकडे धाव घेतली. रोज सकाळचा चहा नाश्तासुद्धा मी विसरून गेले. मला क्षणाचासुद्धा वेळ नव्हता.

बाहेर रस्त्यावर शाळेत जाणारं कोणीसुद्धा मूल दिसत नव्हतं. सगळे शाळेत कधीच पोहोचले होते.

क्षणभर विचार केला की आता जवळच्या रस्त्यानं जावं.

नेहमीचा पायाखालचा रस्ता टाळून शेतातल्या वाटेनं गेलं आणि मुख्य रस्त्याला लागलं तर दोन पाच मिनिटं वाचतील. उंच गवत वाढलेल्या त्या शेतातल्या वाटेनं जाण्याचं सगळीच लोकं टाळत असत. मलासुद्धा तिकडून न जाण्याबद्दल अब्बू अम्मीनं सांगितलं असेल. कोण जाणे? पण मला त्या क्षणी त्याचा विसर पडला. खरंतर त्या वाटेवर 'हा रस्ता धोकादायक आहे' अशा पाट्याही कुठे लावलेल्या नव्हत्या. तिकडे माझं लक्षही नव्हतं आणि हा सगळा विचार करण्याइतकी मी भानावर नव्हते. मला फार उशीर झाला होता आणि तेवढंच फक्त माझ्या डोक्यात होतं. मी भराभर वाट तुडवायला लागले.

आणि दुसऱ्याच क्षणी माझ्या डोळ्यांसमोर काजवे चमकले, पायाखालची जमीन सरकली, मातीचा धुरळा उडाला आणि क्षणात सगळं शांत झालं.

मी जमिनीवर उठून बसायचा प्रयत्न केला. भोवती पुरुष माणसांचा, मुलांचा गराडा होता. एखादी दुसरी कोणी मुलगी असेल; पण एकही मोठी बाई नव्हती. सगळे डोळे विस्फारून माझ्याकडे बघत होते. फिके पडलेले त्यांचे चेहरे भयानक दिसत होते. ओठ हलत होते; पण आवाज माझ्यापर्यंत पोहोचतच नव्हता. माझ्या कानात एक कर्कश्य आवाज घुमत होता. सूर्य आकाशात तळपत होता आणि भोवती गर्दी केलेल्या बघ्यांची सावली माझ्या अंगावर पडली होती. अर्धा तास जवळजवळ मी तशीच पडलेली होते हे मला नंतर कळलं. बाकीच्यांना काय करावं तेच कळेना. मी कोण, कुठली हे कोणालाच ठाऊक नव्हतं आणि माझी मलाही शुद्ध नव्हती; पण आतल्या आत मला कसली तरी वेगळीच काळजी कुरतडत होती. मला शाळेला उशीर होतोय मला उठलं पाहिजे; पण त्यांचे ते भेसूर चेहरे पाहून माझ्या मनातल्या काळजीची जागा भीतीनं घेतली. मी पुरती गोंधळून घाबरून गेले होते. पायाच्या दिशेनं पहायचा मी प्रयत्न केला; पण बघताच येईना. विचित्र परिस्थिती होती. मला उठता का येत नाही तेच कळेना. ना वेदना होत होत्या ना स्पर्शाची जाणीव. जणू बधीर झालं होतं सगळं शरीर. डोक्यात भयंकर गुंता झाला होता आणि भयंकर भीती वाटत होती. गोळा झालेले लोक आपसात चर्चा करत असावेत. 'मी जिवंत आहे की नाही?' तातडीनं काहीतरी करायला हवं. हिला उचलायला हवं; पण कसं? यावरच त्यांचा वाद चालू होता. कानातल्या कर्कश्य आवाजातून त्यांची बडबड आता माझ्यापर्यंत येऊ लागली. माझ्यावर झेपावलेल्या त्यांच्या विचित्र हलणाऱ्या सावल्यातून चकाकणारी सूर्यकिरणं अधूनमधून दिसू लागली.

अगदी अचानक मला कंठ फुटला, 'अरे काय झालंय काय? नुसतं बघताय का? मला उचला ना कृपा करून.'

कोणीही मदतीसाठी धावलं नाही. भोवतालच्या गर्दीत रेटारेटी करून एकमेकांच्या

डोक्यावरून, फटीतून माझ्याकडे डोकावून बघणे याखेरीज लोकांनी दुसरं काही केलं नाही. गर्दी सगळी माझ्या अंगावर येतेय असं वाटून मी जीव खाऊन ओरडले. मला अतिशय संताप आला होता. आत्ता अजूनही तो माझ्या अंगात घुमसणारा राग, संताप मला जाणवतोय. अजूनही माझा राग शमलेला नाहीये. त्याचं कोणतंच स्पष्टीकरण माझ्याकडे नाही. गर्दी आणखी आणखी वाढतच चालली होती. अचानक मला आठवलं की माझ्या पायात मोजे नव्हते, मोजे चढवायला फार वेळ लागत असे. त्यामुळे मी ते टाळून पटकन लहंगा चढवला होता. त्या लहंग्याची कधीच वाट लागली होती. त्याचं इलॅस्टिक फक्त माझ्या कमरेभोवती शिल्लक होतं. लोक माझ्याकडे आश्चर्यानं बघत होती. मी त्यावेळी वयानं खूप लहान होते; पण त्याही अवस्थेत मला शरमेनं मेल्यासारखं झालं. त्या सगळ्या विचारांच्या भाऊगर्दीत माझा लहंगा पार नाहीस झालाय या गोष्टीची मला फार फार लाज वाटली.

तितक्यात त्या गर्दीतून एक गृहस्थ पुढे आले. ते आमचे शेजारी होते. त्यांनी मला ओळखलं. सहज जाता जाता वाटेत इतकी गर्दी दिसली त्या बरोबर काय झालं असावं? असा विचार करून ते गर्दीत डोकावले. मला पाहतच ते पुढे झाले. त्यांच्या अंगावर अफगाण लोक पांघरतात तशी शाल 'पाटू' होती. मला धक्कासुद्धा न लावता त्यांनी झटकन् ती माझ्या अंगावर पांघरली. मी थंडीनं अगदी गारठून गेले होते. त्यांनीच माझ्या घरच्यांना निरोप पाठवला. अब्बू घरी नव्हते. ही बातमी कळताच दुःखाने वेडीपिशी झालेली अम्मी धावत आली. तिच्या आक्रोशाने मी अधिकच घाबरले. तिच्या दुःखानं माझ्या काळजाचा ठाव घेतला.

तेवढ्यात आमच्या शेजारच्या त्या भल्या गृहस्थांनी टॅक्सी आणली. अंगावरच्या शालीची झोळी करून ड्रायव्हरच्या मदतीनं त्यांनी मला गाडीत ठेवलं. त्या भल्या माणसाच्या नजरेस मी पडलेच नसते तर काय झालं असतं याची मी कल्पनाच करू शकत नाही. त्या गर्दीत मी तशीच किती वेळ पडून राहिले असते कोणास ठाऊक? आजपर्यंतच्या आयुष्यात वेळोवेळी ज्यांनी माझे प्राण वाचवले त्यांच्यापैकीच हा एक देवमाणूस!

अम्मी आणि ते गृहस्थ गाडीत चढले. आणि ड्रायव्हरनं गाडी सुरू केली. मला माझ्या पायांकडे पाहायचं होतं. मी डोकं उचलू शकत होते. माझ्या अंगात तेवढं त्राण होतं; पण धाडस होत नव्हतं. अम्मीचा आक्रोश चालूच होता. 'या अल्ला माझं घर धुळीला मिळालं. मी काय करत होते? मी हिला एकटीला कसं जाऊ दिलं? या खुदा, मला कशाची भूल पडली होती?' अम्मी स्वतःलाच दोष देत होती. तिच्या आक्रोशानं काहीतरी भयानक गोष्ट घडल्याची जाणीव पुन्हा पुन्हा होत होती. काय झालंय नक्की ते पाहायचा मी प्रयत्न करत होते. पण धाडस होत नव्हतं. शेवटी खूप धीर एकवटून मी तिकडे एक नजर टाकली, 'बापरे!' हे काय भलतंच झालंय?

माझा पाय? माझा पाय दिसतच नव्हता कुठे. नुसतं सगळं लोंबणारं मांस आणि लालाभडक रक्त, या अल्ला! मला काहीच वेदना जाणवत नव्हत्या. मला त्यांनी टॅक्सीतून बाहेर काढलं. मी जोरात किंचाळले; पण दुखलं म्हणून नव्हे, तर मला आता वस्तुस्थितीचं खरं भान आलं होतं म्हणून. त्या वास्तवाच्या जाणीवेनं आपोआपच मला हुंदके येत होते. हॉस्पिटलमध्ये पोहोचताच त्यांनी मला एका ट्रॉलीवर ठेवलं आणि घाईघाईनं आत टेबलवर नेऊन ठेवलं रक्ताची भयंकर दुर्गंधी सुटली होती. त्या भपकाऱ्यानं मी गुदमरले. मला श्वास घेता येईना. 'मला डोळ्यासमोर साक्षात मृत्यु दिसू लागला. माझा शेवट जवळ आला होता. डोळ्यांसमोर अंधार पसरला. जणू मी जगाचा निरोप घेत होते. मला काही कळेनासं झालं आणि मी बेशुद्ध झाले. बराच वेळ गेला. हो, खूप वेळ गेला असावा. मी तशीच बेशुद्ध होते. मेहमूद, माझा मोठा भाऊ, आम्हा भावंडांचा बॉस, त्याला हॉस्पिटलमध्ये बोलावून त्याचं रक्त मला देण्यात आलं. माझे प्राण वाचवणारी त्याच एका दिवसातली ही दुसरी व्यक्ती!

शुद्धीवर आल्यावर एकदम जाणवलं की, आपल्या पायावर जडशीळ वजन ठेवलंय. ही खरी वेदनेची जाणीव होती; पण वाटत होतं पायावर कोणीतरी जड ओझं ठेवलंय.

'अम्मी, माझ्या पायावर काय ठेवलंय? किती जड वाटतंय, ते बाजूला उचल की' मी जोरात ओरडले.

अम्मीनं बिचारीनं पायावरचं ब्लँकेट दूर केलं. छे! काहीच फरक नाही पडला. पायावरचं ओझं तसंच होतं. ते ब्लँकेटमुळे नव्हतंच. पांघरुण पायावर नव्हतं; पण ती जडपणाची भावना जात नव्हती. हळूहळू त्या जडपणाची जागा ठुसठुसणाऱ्या वेदनेनं घेतली.

माझं सगळं घरदार माझ्याभोवती गोळा झालं, आमच्या कुटुंबांशी हाडवैर असलेली माझी एक आत्या– अगदी ती सुद्धा आली होती. हे असले दोन कुटुंबातले वाद अगदी विकोपाला गेले की त्यांच्यातले संबंध संपून जातात. बोलणं तर दूरच पण अफगाणिस्तानात ते एकमेकांची तोंडही बघत नाहीत. मग एखाद्या ईदसारख्या समारंभात तिसऱ्याच घरी एकमेकांना भेटल्यावर ते मतभेद विसरण्याचा प्रयत्न केला जातो. जमलेल्या लोकांच्यात त्या आत्याला पाहून मला वाटलं, 'आज ईद आहे की काय?' का अब्बूंशी तिनं समेट केला? ही ईद नाही तर मग असं विशेष काय घडलं असेल? त्या अतिशय काळजीच्या आणि गोंधळाच्या अवस्थेतसुद्धा त्या विशेष गोष्टींचा संबंध मी अंतर्ज्ञानानं माझ्या पायाशी जोडला.

दुसऱ्याच दिवशी पुन्हा त्या ट्रॉलीवरून मला पायाचं बँडेज बदलायला नेण्यात आलं. त्यावेळी मी सगळा धीर एकवटून माझ्या पायांकडे नीटपणे पाहिलं. ते

छिन्नविछिन्न झाले होते. बँडेज बदलायला जाता जाता मला घरच्यांनी सगळी हकिकत सांगितली. मी त्या दिवशी सुरुंगावरच पाच ठेवला होता. डॉक्टरांनी त्यातले बारकावे आणखी स्पष्ट केले. एकूण काय संपूर्ण सत्य आता माझ्यासमोर होतं. काबूलच्या लहान मुलांच्या हॉस्पिटलमध्ये मला दाखल केलं होतं. शहराच्या कोणत्या भागात ते होतं काहीच पत्ता नव्हता. खूप मोठी इमारत होती, इतकंच मला ठाऊक आहे. एका मोठ्या खोलीत माझा बेड होता. खोलीच्या दोन्ही बाजूला खून बेड्स होते. मधोमध खूप लांबलचक मोकळी जागा. जवळजवळ सगळ्याच बेड्सवर ही अशी जखमी झालेली छोटी मुलं होती. स्वतंत्र खोल्या नव्हत्या. त्या मजल्यावर फक्त मुलंच होती. कदाचित सगळ्या हॉस्पिटलमध्ये फक्त अशी जखमी मुलंच होती का काय ते आता मला स्पष्ट आठवत नाही.

त्या दिवशी मला झोपेनं घेरून टाकलं होतं. झोप होती की औषधाची गुंगी की त्या घटनेच्या धक्क्यानं माझी जाणीव नष्ट झाली होती? एवढं खरं की त्या काही तासातलं मला काहीच आठवत नाही. दुसऱ्या दिवशी मला जाग आली आणि मग मात्र सतत ठणकणाऱ्या पायांनी कधी झोपूच दिलं नाही. रोज सकाळी हॉस्पिटलचा वॉर्ड बॉय ट्रॉलीवरून मला बॅंडेज बदलायला नेत असे. सर्वांत प्रथम ते बदलण्याचा कार्यक्रम पार पडल्यावर दुसऱ्यांदा जेव्हा सकाळी त्यांनी मला नेलं ते बदलायला तेव्हा मला कशासाठी जायचंय ते माहीत होतं. कत्तल करण्यासाठी एखाद्या प्राण्याला ओढत न्यावं तशीच माझी भावना होती. कारण ते ड्रेसिंग बदलणं म्हणजे एक भयंकर दिव्यच असायचं. माझे पाय सरळ सरळ विस्तवावर ठेवले असते ना तरी सुद्धा इतक्या वेदना झाल्या नसत्या असं मला वाटे. जखमांना ते सगळं ड्रेसिंग चिकटलेलं असे. ते जखमेपासून काढायला त्या नर्सेस माझे पाय अल्कोहोलमध्ये बुडवत. माझ्या अंगाची अगदी लाही-लाही होत असे. नंतर जणूकाही ते बँडेज त्या सोलून काढत. त्यांना मुळीच दयामाया नव्हती. त्यांनी दयामाया दाखवायचा प्रश्नच नव्हता. त्यांच्याजवळ दुसरा काहीच मार्ग नव्हता. मला वाटतं त्यांनासुद्धा ते लवकरच उरकून टाकलेलं बरं असं वाटत असावं. त्यातून काय निष्पन्न व्हायचं मला कळत नसे. मला ते सहन करावंच लागे. ती एक सत्त्वपरीक्षाच असे. ते फाडून काढताना मला खाली दाबून ठेवत. मी इतकी छोटी होते आणि कमरेखालचा भाग मला हलवताच येत नसे. त्यामुळे एखाद्या जखमी मोठ्या माणसाला धरून ठेवण्यापेक्षा मला धरणं सोपं जात असेल. माझं धड खाली दाबून ठेवायचं आणि हात पकडायचे हे करायला फक्त दोन भक्कम माणसं पुरायची. माझी गरीब बिचारी, दीनवाणी, गोंधळलेली, घाबरलेली, स्वतःला दोषी समजून क्लेश करून घेणारी अम्मी, ते बँडेज फाडत त्यावेळी तिचा हात मला चावण्यासाठी पुढे करीत असे आणि मीही खरोखरच तिचा हात चावत असे. काही प्रमाणात तरी त्यामुळे मला

माझ्या किंकाळ्या दाबून टाकता येत असत. अम्मीच्या हातावर जखमा होत. ती इतकी बारीक होती की तिचे हात चावायचे म्हणजे हाड चघळल्यासारखं वाटायचं. तिला किती त्रास झाला असेल या विचारानं मी आता जखमी होते. पण त्यावेळी मी माझ्या दु:खातच इतकी चूर होते की माझ्या लेखी दुसऱ्या कोणत्याच गोष्टी अस्तित्वात नव्हत्या. 'अम्मी मी तुला काय काय करायला लावलं? मला क्षमा करशील ना?' कोणाच्याही अम्मी इतकीच माझी अम्मी चांगली आहे. अम्मी तू माझ्यासाठी जे काही केलंस त्याला तोडच नाही!

चाळीस दिवस मी त्या हॉस्पिटलमध्ये होते. माझ्यावर उपचार करणारे डॉक्टर खूप प्रेमळ होते; पण ते चांगले निष्णात डॉक्टर होते का नाही हे समजायला काही मार्ग नाही. योग्य ती औषधं, वैद्यकिय उपकरणं आणि उपचारासाठी वापरायच्या कोणत्याच गोष्टी त्यांच्यापाशी नव्हत्या. जखमेवर बांधायला बँडेज पण हॉस्पिटलमध्ये नव्हती. ही अफगाणिस्तानातली सत्य परिस्थिती होती. त्यावेळी देशात कोणतीच उत्पादनं नव्हती. वर्षानुवर्षं चाललेल्या युद्धातून वैद्यकीय साहित्य सगळं कामी आलं होतं. परदेशातून आयात करण्यासाठी सरकारी खजिन्यात पैसाच नव्हता. वैद्यकीय गोष्टींचा साठाच काय पण निकामी उपकरणं दुरुस्त करण्यासाठीसुद्धा हॉस्पिटलकडे अन्य मार्ग नव्हता.

माझ्या कुटुंबासारख्या दुसऱ्या अनेक कुटुंबांनासुद्धा दुसऱ्या दिवशी लागणाऱ्या बँडेजेस्साठी बाजारात वणवण करावी लागत होती. योग्य ते बँडेज न मिळाल्यास डॉक्टर्स आणि नर्सेस जे हाताला येईल ते कापड माझ्या छिन्नविछिन्न झालेल्या पायांभोवती गुंडाळत. जखम बांधण्यापूर्वी त्यावर लावावी लागणारी जंतुनाशकं त्यांच्यापाशी नव्हती. जखमेला बँडेज चिकटू नये म्हणून डॉक्टर जवळ असलेलं व्हॅसलिनच अनेकदा माझ्या पायाच्या मांसावर चोपडलं जाई. त्याचा काहीच उपयोग होत नसे. बँडेज हमखास चिकटत असे.

अशा स्थितीत, हॉस्पिटलमधल्या माझ्या चाळीस दिवसांच्या मुक्कामात माझ्या उजव्या पायाला जंतुसंसर्ग झाला नसता तरच नवल! एका पेशंटचं ड्रेसिंग झालं की सगळी उपकरणं निर्जंतुक करण्याची पद्धतच नव्हती. एकाच टेबलावर त्याच त्याच उपकरणांनी सर्व पेशंट्सचं ड्रेसिंग केलं जाई. आधीच्या पेशंटच्या जखमेतून वाहिलेल्या रक्तावर मला ठेवलं जाई आणि माझं ड्रेसिंग झालं की माझ्या जखमेतून वाहिलेलं, टेबलवर सांडलेलं रक्त स्वच्छ न करताच पुढच्या पेशंटला त्यावर ड्रेसिंगसाठी झोपवलं जाई. हॉस्पिटल म्हटल्यावर तुमच्या डोळ्यासमोर अमेरिकेत जे चित्र उभं राहत असेल ना तसल्या प्रकारचं हे हॉस्पिटल नव्हतंच मुळी. अगदी त्याच्या जवळपाससुद्धा जाणारं हे हॉस्पिटल नव्हतंच!

माझे पाय बरे करण्याच्या दृष्टीने त्यांनी कोणतेही प्रयत्न केले नाहीत. वैद्यकीय

कौशल्याचा त्यांच्याजवळ अभावच होता. जखम अल्कोहोलनी धुवायची नि बांधायची इतकंच त्यांना ठाऊक होतं. कसंही करून मी जिवंत राहावं इतकेच त्यांचे प्रयत्न चालू होते. याचं एकमेव कारण म्हणजे दर तीन महिन्यांनी एक जर्मन गट काबूलला येत असे आणि काही ठरावीक जखमी अफगाणी मुलांना उपचारासाठी जर्मनीला नेत असे. ते जर्मन येईपर्यंत मी जिवंत राहावं म्हणून डॉक्टर्स प्रयत्नांची शर्थ करत होते. ते जर्मन हाच एकमेव आशेचा किरण होता. जर त्या जर्मनांनी उपचारासाठी माझी निवड केली नसती, तर हॉस्पिटलनं उपचार थांबवून माझी घरी खाजगी केली असती. उपचारासाठी जर्मनीला जाण्याची एक संधी मला मिळावी म्हणून डॉक्टर मला जिवंत ठेवण्याचा आटोकाट प्रयत्न करत होते.

जर्मनीला जाण्याचा शक्यतेविषयी माझ्या अब्बू अम्मीला सांगण्यात आलं होतं.

'फराहला आम्ही बरं करू शकत नाही. इतके उपचार इथे होऊ शकणार नाहीत आणि तितका निष्णात डॉक्टर इथे कोणीही नाही. तिची अवस्था गंभीर आहे. जर्मनीत ती बरी होण्याची खूप शक्यता आहे.' अशी कबुली त्यांनी अब्बूंजवळ दिली.

ही सगळी हकिकत समजल्यावर माझ्या तोंडचं पाणीच पळालं. मी फक्त सात वर्षांची होते. 'मी एकटी कशी जाऊ? अम्मीनं माझ्याबरोबर यायलाच हवं.' असा मी हट्ट धरला.

'असं करून चालणार नाही. अम्मीला नाही नेऊ शकणार ते. तुला एकटीलाच जायला हवं. फक्त तुलाच ते नेतील.'

डॉक्टरांनी माझी समजूत काढायचा प्रयत्न केला. 'बेटी घाबरू नकोस. जर्मनीत जा. ते लोक चांगले आहे. त्यांच्याबद्दल भीती बाळगायचं कारण काहीच नाही. तेथे उत्तम डॉक्टर आहेत. तुझे पाय ते नक्कीच बरे करतील. तू परत येशील तेव्हा तुला नक्कीच चालता यायला लागलेलं असेल. उंच टाचांचे बूट घालूनसुद्धा तू चालू शकशील! आहेस कुठे? तुला बरं करता येईल अशी उपकरणं, सुविधा आणि कौशल्य आमच्यापाशी नाही बेटी. ते लोक तज्ज्ञ आहेत. तुझा पाय बरा झाला की तुझ्या मित्रमंडळींना पण तुझ्या हेवा वाटेल. उंच टाचांचे बूट घालून हिंडायला लागलीस की गावात सगळीकडे तुझ्याविषयीच चर्चा होईल. जा बेटी, तिकडे जाऊन बरी होऊन ये.'

त्यांच्यावर माझा विश्वास होता. काबूलमधल्या हॉस्पिटलमध्ये शेवटच्या काही दिवसात त्यांनी माझ्या मनातली भीती दूर करण्याचा प्रयत्न केला. मला चुचकारून, पाठीवरून, डोक्यावरून हात फिरवून शांत करायचा, त्यांनी खूप मनापासून प्रयत्न केला. ते डॉक्टर फार सहृदय होते.

अखेर ते जर्मन आले. 'ह्या मुलीची स्थिती फार गंभीर आहे. तिला तुम्ही कसंही करून न्या.' अशी माझी त्या डॉक्टरांनी त्यांच्यापाशी शिफारस केली.

जर्मन्स अर्थातच खूप गंभीररित्या जखमी झालेल्यांनाच नेत असत. एखाद्याचा एखादा हात फक्त तुटलेला असेल पण जखम स्वच्छ असेल, त्यात जंतुसंसर्ग नसेल आणि ती बरी होण्याच्या मार्गावर असेल तर अशांना जायला मिळण्याची शक्यता फार कमी असे. त्या दृष्टीनं मी सुदैवी होते. माझी स्थिती ठीक नव्हती. त्यांनी माझी तपासणी केली तेव्हा मी जागी होते. जर्मनीला जाणाऱ्या जखमींच्यात त्यांनी माझी निवड केल्याचं डॉक्टरना सांगितलं तेव्हाही मी पूर्ण जागी होते. त्या बातमीनं मला खूप आनंद झाला. माझा पाय बरा होणार होता आणि उंच टाचांचे बूटही मला घालायला मिळणार होते तर!

जर्मनीतलं एकाकीपण

एकूण तीस जणांची जर्मन लोकांनी निवड केली. त्या सगळ्यात माझीच मरणोन्मुख अवस्था होती. हॉस्पिटल ते विमानतळ या प्रवासातलं मला काहीच आठवत नाहीये. प्रत्येक वेळी माझ्या पायांना धक्का लागत असे आणि मी जोरात किंचाळत असे. हॉस्पिटलमधून विमानात चढेपर्यंत प्रत्येक वेळी माझ्या पायाला थोडा तरी धक्का लागतच असे.

विमानात एकाला एक जोडून असलेल्या तीन खुर्च्यांवर मला ठेवण्यात आलं. त्यामुळे मला झोपणं शक्य झालं. पट्ट्यांनी मला सीटला बांधून टाकण्यात आलं. प्रवासात धक्के बसू नयेत आणि आराम मिळावा म्हणून आजूबाजूला उश्या लावण्यात आल्या. शिरेतून मॉर्फिनचं इंजेक्शन देण्यात आलं आणि थोड्याच वेळात दाट झोपेनं मला वेढून टाकलं. मला आराम वाटावा म्हणून त्यांनी शक्य ते सर्व उपाय केले. विमान आकाशात झेपावलं तेव्हा मी अर्धवट गुंगीत शरीराचं गाठोडं करून पडले होते. तेवढ्यात एका सहप्रवाशाचा सहज अगदी चुकून माझ्या पायाला धक्का लागला; पण तेवढ्याने माझ्या टाचेपासून मस्तकापर्यंत कळ आली. मी जोरात किंचाळले. तो बिचारा सहप्रवासी आपण काहीतरी भयंकर अपराध केल्यासारखा चेहरा करून मागे फिरला. खरंतर सहज जाता जाता असा कुणाचाही चुकून धक्का लागू शकतो. बिचारा! त्याचा काहीच अपराध नव्हता.

मग विमानात इतरांपासून मला लांब ठेवण्यासाठी डॉक्टरांनी एक कापडी पट्टी अडकवून थोडासा अडथळा तयार केला. आपण एखाद्या द्रवात बुडतोय अशा तऱ्हेच्या त्या प्रवासातल्या माझ्या आठवणी आहेत. विमानतळावर जर्मनीत उतरलो तेव्हा मला थोडी जाग होती; पण तरीही अर्धवट गुंगी, अर्धवट जाग अशा काहीतरी स्वप्नवत अवस्थेत मी होते. विमानातून मला हेलिकॉप्टरमध्ये ठेवल्याची अंधूक आठवण आहे. औषधांमुळे आलेल्या गुंगीतून हेलिकॉप्टरची घरघर माझ्या कानावर आली. इतका प्रचंड मोठा आवाज मी जणू पहिल्यांदाच ऐकत होते. मला तो सहन होईना. काही कारणामुळे शिरेतून सलाईनमधून जाणारा मॉर्फिनचा डोस त्यांनी

थांबवला होता. त्यानं की काय कोण जाणे पण प्रत्येक मिनिटाला ती घरघर भयंकर वाढत्येत असं मला वाटत होतं. जर्मनीतल्या त्या हॉस्पिटलमध्ये पोहोचेपर्यंत मी बऱ्यापैकी भानावर आले होते.

रात्रीची वेळ असल्यामुळे सगळीकडे शांत होतं. हॉस्पिटलचं सुंदर वातावरण, शांतता आणि स्वच्छता हे सगळं जाणवण्याइतकी मी भानावर होते. त्या दृश्यामुळे जणू काही माझ्या मनाची कवाडं सताड उघडली. जाणवणाऱ्या वेदना, गोंधळलेली मन:स्थिती, थोडा आराम, कदाचित सुटकेचा नि:श्वास आणि मनाची उभारी अशा संमिश्र भावना मी अनुभवल्या.

एका स्वतंत्र खोलीत माझ्यासाठी जय्यत तयारी केली होती. मऊ गाद्या, गुबगुबीत उश्या आणि खूपशी खेळणी दोन नर्सेसनी मला पलंगावर उचलून ठेवलं. पुन्हा शिरेतून सलाइन सुरू झालं. ग्लुकोज आणि मॉर्फिन होतं की काय कोण जाणे पण मला पुन्हा झोपेनं घेरलं.

किती तास किती दिवस झोपले कुणास ठाऊक पण जाग आली तेव्हा भोवती डॉक्टर आणि नर्सेसचं मोठं कोंडाळं होतं. जर्मन भाषेत त्यांची बडबड चालू होती– ब्ला-ब्ला-ब्ला. मी एकदम सावध झाले. हे कोण लोक आहेत? माझे फोटोही काढत होते आणि शिवाय सुया टोचून माझं रक्तही घेत होते आणि कुणी माझ्या शरीरावर दाबून इकडे तिकडे कसल्यातरी तपासण्या करत होते. माझ्या अंगभर नळ्यांचं जाळं होतं. हे सगळं बहुधा मी झोपलेली असताना केलं असणार; पण त्यांनी मला जराही हलवलं नव्हतं. थोड्याच वेळात मी पुन्हा झोपेच्या आधीन झाले. जाग आली त्यावेळी सगळे गेलेले होते मला एकटीला टाकून!

जर्मनीत आले तेव्हा माझी सगळी बँडेज रक्त वाळून कडक झाली होती नि मांसाला चिकटून बसली होती. अखेर पुन्हा ती बँडेज बदलायची वेळ आली. मी जागी होते. आता काय होणार? या विचारानं मला पुन्हा धडकी भरली. मला ट्रॉलीवर ठेवल्यावर भीतीनं माझं शरीर ताठरलं. काबूलमध्ये नर्सेस बँडेज फाडून काढत. त्याऐवजी आयोडिन टाकलेल्या गरम पाण्याच्या टबमध्ये त्यांनी मला ठेवलं. सगळं ड्रेसिंग पुरेसं भिजून मऊ झाल्यावर माझ्या हातावर अगदी पातळ रबरी मोजे चढवण्यात आले. बँडेज माझं मला काढायला सांगण्यात आलं. मीच ते नीट काढू शकेन हे जसं काही त्यांना माहीत होतं. बरोबर आहे कारण ते काढताना होणाऱ्या वेदना माझ्याइतक्या चांगल्या कोणालाच कळल्या नसत्या. भाषेच्या पलीकडच्या या त्यांच्या भावना मला कळल्या. जर्मन डॉक्टर्स हुशार आणि तरतरीत होते. माझ्या मनात आलं ही इतकी चांगली युक्ती अफगाणी डॉक्टरांना का बरं कळली नाही? कितीतरी वेळ त्या गरम पाण्यात मी बँडेज काढत बसले होते. एकेक पापुद्रा काही वेळा एकेक धागासुद्धा. ते काढत असताना माझं ते लांबणारं

मांस पहायची माझी जरासुद्धा इच्छा नव्हती. हे माझं मलाच करायला लावणाऱ्या डॉक्टरना मी मनापासून धन्यवाद दिले. त्यांनी दाखवलेल्या करुणेनं माझ्या मनाचा बांध फुटला. मी अल्लाला शरण गेले.

सगळं पाहिलं जुनं ड्रेसिंग निघून आल्यावर मला खूप बरं वाटलं. जखमांना अँटिसेप्टीक मलम लावून स्वच्छ निर्जंतुक गॉज लावून त्या बांधण्यात आल्या. रात्री मी स्वस्थ झोपू शकले. आपल्या मनात नसताना डोक्यावर पांघरुण घेऊन अंधारात स्वत:ला बुडवून टाकायचं, असली ही झोप नव्हती. ह्या सगळ्या लोकांनी माझ्यावर फार माया केली. उत्तम देखभाल केली. माझ्यासाठी अगदी खेळणीसुद्धा आणली. हळूहळू छोट्या छोट्या गोष्टीतसुद्धा आपल्याला आनंद घेता येतो याचा मला शोध लागला.

मला वाटतं अफगाणिस्तानातले डॉक्टर्स थोडे उद्धट, शिष्ट होते. पेशंटपेक्षा आपण जरा वरच्या पातळीवर आहोत. पेशंट म्हणजे क्षुद्र असा त्यांचा आविर्भाव असे. आणि नर्सेस तर काय विचारूच नका! त्यांच्याशी तर बोलणं अशक्यच असायचं. त्या तर स्वत:ला अगदी इतक्या उच्च समजत की, त्यांना लक्ष देण्याची विनंती केली तर तो त्यांना त्यांचा अपमान वाटे. एक दिवस मी इंजेक्शन नको म्हणून खूप रडारड केली, तेव्हा ती नर्स मोठ्या गुर्मीनं म्हणाली, 'तुला जर अशी दंगामस्ती करायची असेल, तर तुझ्या त्या इनफेक्शनचं काय करायचं ते तुझं तूच निस्तर.'

अम्मी अक्षरश: तिच्या पाया पडली, 'कृपा करून तिच्याकडे लक्ष देऊ नका. ती काय म्हणत्येय ते तिचं तिलाच कळत नाहीये. ती खूप लहान आहे. तिला इंजेक्शन द्या.' बऱ्याच विनवण्या केल्यावर तिचा पारा थोडा खाली आला. ती परत आली आणि अगदी तुच्छतेनं तिनं इंजेक्शन दिलं.

पण जर्मनीतल्या नर्सेस काही वेगळ्याच होत्या. रात्री त्या माझ्यापाशी थांबत, माझे केस विंचरत, माझ्या चेहऱ्यावर क्रीम लावून देत. त्यांनी मला लाडावून ठेवलं होतं. सकाळी खोलीत येऊन पडदे बाजूला सारून 'गुटेन टाग' म्हणजे जर्मन भाषेतलं 'गुड मॉर्निंग' म्हणत. तिथे असताना मी थोडं थोडं जर्मन शिकले होते, पण आता त्यातलं पुष्कळसं विसरायला झालंय. दुसरंही पुष्कळ बोलत, 'कसं वाटतंय बाळा तुला? आज जरा बरंय का?' असंच काहीबाही. ह्याचा काही वेगळाच परिणाम होई. कोणीतरी तुमच्याकडे लक्ष देतंय, बरं वाटतंय की नाही याची कोणीतरी प्रेमानं विचारपूस करतंय ह्याचा, फार फार वेगळा परिणाम होतो. अफगाणिस्तानातून इथे आल्यावर मला अगदी नरकातून स्वर्गात आल्यासारखं वाटलं.

तरीही सुरुवातीचे काही महिने मी भ्रमातच होते. म्हणजे तशी पूर्ण भानावर नव्हते. जाग आल्यावर दर दोन तीन दिवसांनी मला दिसायची. माझ्या भोवतालची

अपरिचित माणसांची गर्दी. पांढऱ्या गणवेषातील ती माणसं माझ्या तब्येतीविषयी आपापसात बडबड करत असायची.

माझ्या उजव्या पायाचं हाड पार झिजून गेलं होतं. रक्त साकळून राहिलं होतं. ह्याची ते लोक चर्चा करत. अनेक तपासण्या आणि निरीक्षणांनंतर माझ्या पायाच्या हाडात जिथे जंतुसंसर्ग होता तो भाग काढून टाकण्याचा निर्णय डॉक्टरांनी घेतला. तो संसर्ग पायात इतर भागात पसरेल इतकंच नव्हे तर शरीरातही दुसरीकडे पसरू शकेल अशी भीती डॉक्टरांना वाटत असावी. खरंतर जंतुसंसर्ग मोठ्या प्रमाणात होता आणि त्याला बरेच दिवस लोटले होते. ही सगळी स्थिती चिंताजनकच होती. आता त्यावर जास्त वेळ घालवण्यात अर्थ नव्हता.

उजवा पाय त्यामानाने कमी दुखावलेला असूनसुद्धा दुर्दैवानं तिथेच जंतुसंसर्ग फार प्रमाणात झाला होता. ह्या कारणासाठी उजव्या गुडघ्याच्या वरचा थोडा हाडाचा भाग, उजवा गुडघा काढून टाकावा लागला. मांडीच्या हाडाचं टोक पोटरीच्या हाडाला जोडून टाकून त्यात धातूची ६" / ७" ची धातूची पट्टी घातली गेली. ती पट्टी दोन्ही हाडांना स्क्रूनं जोडून टाकण्यात आली. याचा परिणाम म्हणजे मला उजवा पाय वाकवता येईनासा झाला. घोट्याचं हाड ठीक असल्यामुळे मी पाय घोट्यापाशी वाकवू शकते; पण गुडघाच नसल्यामुळे पाय आता तिथे वाकवता येत नाही. मला सतत वेगवेगळ्या खोलीत तपासणीसाठी नेत असत; पण तिथे माझ्यावर शस्त्रक्रिया केलेली मला कधीच जाणवत नसे. कारण मी औषधांच्या अंमलाखाली असे.

पहिल्या शस्त्रक्रियेनंतर मी खोलीत परतले तेव्हा इतकी गुंगी होती की रात्र आहे की दिवस हेही मला समजत नसे आणि अशा किती रात्री मी घालवल्यात ह्याचं मला भानच नव्हतं. कित्येक डॉक्टर येऊन माझ्या पलंगापाशी उभं राहून आपसात चर्चा करत; पण मला त्याची पुसटशीच जाणीव होई. मी जवळजवळ शुद्धीवर नसल्यासारखीच असे. पायाची बारकाईनं तपासणी केली जाई आणि त्यावर चर्चा पण होई. ब्लँकेटमुळे सगळा भाग झाकला जाई. मला माझे पाय दिसतच नसत, त्यामुळे ते काय बघतात ते कळतच नसे. शिवाय बोलत ते सगळं जर्मनमध्येच कितीही लक्ष्यपूर्वक ऐकलं तरी मला काहीच कळत नसे. शिवाय औषधांची गुंगी इतकी विलक्षण असे की सर्व स्वप्नवत वाटे. निरर्थक गुणगुण फक्त माझ्या कानापाशी चालू असल्यासारखी वाटे.

आता चर्चा माझ्या डाव्या पायाची आहे हे मला समजत नसे. डावा पाय गंभीररीत्या जखमी झाला होता. सुरुंगामुळे पावलांची हाडं आणि पोटरीची हाडं निकामी झाली होती. हाच पाय मी प्रथम सुरुंगावर ठेवला होता. तो वाचण्याची शक्यता जवळजवळ नव्हतीच. काही दिवसांनी मला पुन्हा शस्त्रक्रियेसाठी नेण्यात

आलं. प्रत्यक्षात ते नेत तेव्हा मला तेवढंच समजत असे. तिथं पोहोचलं की गुंगीची औषधं दिली जात. मग जाग येई त्यावेळी पुन्हा मी माझ्या खोलीत परतलेली असे. औषधामुळे पापण्यासुद्धा इतक्या जड होत की, उघडूच नयेत असं वाटे. मेंदूसुद्धा बधीर असे. काही काळाने मी पूर्ण शुद्धीवर येई; पण डॉक्टरांनी काय केलंय याचा पत्ताच नसे.

पण आता आपल्याला पहिल्यापेक्षा थोडं बरं वाटतंय. वेदनांचं प्रमाणही कमी होतंय हे लक्षात येई. तसं म्हटलं तर कमरेखालच्या भागाला वेदना होत नव्हती. वेदना पूर्णपणे थांबल्यावर माझी विचारशक्ती जागृत झाली. कदाचित सुरुंगावर पाय पडल्या दिवसापासून आत्तापर्यंत पहिल्यांदाच मी कशाचा तरी विचार सुसंगतपणे करू शकण्याइतकी भानावर आले होते. कुटुंबाचा विचार प्रथम माझ्या मनात आला. पडल्या पडल्या मी अफगाणिस्तानात घरी परतल्याची स्वप्न रंगवत असे. मी विमानातून उतरून धावपट्टीवरून पळतपळत अब्बू अम्मी आणि सगळ्यांना भेटायला जात्येय, ते टाळ्या पिटून, मी जर्मनीतून बरी होऊन परतल्याचा आनंद व्यक्त करताहेत. माझ्यासाठी त्यांनी उंच टाचांचे बूट आणलेत ते चढवून मी चालायला उत्सुक आहे. बूट मला लाल हवेत की काळेच बरे? कोणत्या पद्धतीचे असावेत? तऱ्हेतऱ्हेचे विचार माझ्या मनात येत.

माझ्या डाव्या पायावर डॉक्टरांनी एक पिंजरा ठेवला होता आणि त्यावर ब्लँकेट. हेतू एवढाच की ब्लँकेटचा पायाला स्पर्श होऊ नये. एकदा मी डोकं उचलून पायाच्या दिशेनं पहायचा प्रयत्न केल्यावर मला तो पांघरुणाचा भला मोठा तंबू दिसला होता. त्या हॉस्पिटलमध्ये असताना मी खूप काळ – आता खूप म्हणजे किती हे सांगणं कठीण आहे – कारण मला काळाचं भानच नव्हत– ब्लँकेटखाली माझ्या पायांकडे पहायचं धाडसच केलं नव्हतं. त्यापेक्षा अफगाणिस्तानात आपण परतलोय अशी चित्रं रंगवण्यात वेळ घालवलेला मला आवडत असे.

एक दिवस माझ्या मनानं पक्कं ठरवलं की, 'आता बघायचं त्यांनी डाव्या पायाचं काय केलंय ते!'

मी हळूच ब्लँकेट बाजूला केलं आणि खाली नजर टाकली आणि बघते तो काय 'जिथे माझा पाय असायला हवा होता तिथे काहीच नव्हतं. नुसती रिकामी जागा! पाय अस्तित्वातच नव्हता. इतका मोठा धक्का होता तो. भूकंपाच्या धक्क्यानं इमारत हादरावी तशी मी मुळापासून हादरले.

जर्मनीत येऊन तीन महिने होऊन गेले होते; पण नेमका कधी त्यांनी माझा पाय कापला, ते मला कधीच कसं कोणी बोललं नाही? मला खोलीतून तिकडे नेलं, भूल दिली, परत आणलं, मग मी शुद्धीवर आले, पुन्हा नेलं, पुन्हा ती भूल, मग परत आणलं, मी शुद्धीवर आले...

मी खूप काळ अज्ञानात होते, माझ्याच स्वप्नात दंग होते. 'जर्मनीत आलोय म्हणजे आता सगळं चांगलंच होणार आहे.' मनात फक्त इतकेच विचार होते. माझ्या पायांवर आता उपचार होऊन मी पूर्ववत् होईन. अफगाणी डॉक्टरांनी रंगवलेलं उंच टाचांच्या बुटांचं चित्र मनात घर करून होतं. मी पूर्ववत् होईन ह्या एकाच विश्वासानं माझं पुढचं सगळं आयुष्य, मला सगळ्यांचं मिळणारं प्रेम ह्याचीच चित्रं मी मनात रंगवत होते. त्या विचारानं माझं हृदय उचंबळून येत असे; पण गुडघ्याखालचा पायच आता नाही? जणू काही सुरुंगाच्या स्फोटाची दाहकता मी पुन्हा एकदा अनुभवली. 'या अल्ला, हे जर्मनीतलं हॉस्पिटल खूप चांगलं आहे. इथले डॉक्टर्स सुद्धा तज्ज्ञ आहेत.'

पण मग त्यांनी माझं असं का केलं?

हॉस्पिटलमधल्या माझ्या खोलीत मी आतल्या आत रडत होते. स्वत:पाशीच. हुंदक्यांवर हुंदके देऊन. पण माझे डोळे कोरडेच होते. जणू माझे अश्रू आटून गेले होते. मनात पुन्हा पुन्हा एकच विचार येत होता, 'मी जर्मनीत आहे. पायाची जखम बरी कशी होईल हे जर्मन डॉक्टरांना पक्कं ठाऊक आहे. मग तरी त्यांनी असं का केलं? पाय बरा करण्याचं तंत्र त्यांना माहीत असूनसुद्धा त्यांनी फक्त माझाच पाय का बरं बरा केला नाही?'

माझं दु:ख कोणालाच कळलं नाही. जरासुद्धा आवाज न करता, आरडाओरडा न करता मी स्वत:शीच रडत होते. सगळं दु:ख मी मनाच्या कप्प्यात बंद करून टाकलं होतं. मी कुणाजवळ माझं दु:ख वाटून घेणार होते? तिथं होतंच कोण? ह्या निर्णयाचं स्पष्टीकरण मी डॉक्टरांजवळ मागू शकत नव्हते. ते जर्मन बोलत. माझी भाषा फारसी, आमच्यात संवादच होऊ शकत नव्हता. मला पूर्ववत् चालता येईल, माझं सगळं आयुष्य पहिल्यासारखं सुरळीत सुरू होईल हे जणू मी गृहीतच धरून चालले होते. 'मी अफगाणिस्तानात परत गेलेय, माझे सगळे कुटुंबीय आश्चर्यचकित झालेत. धावपट्टीवरून मी पळत जात असताना त्यांचे चेहरे आनंदानं उजळून गेलेत. मी पहिल्यासारखीच अगदी ठणठणीत झाले आहे.' किती किती चित्रं मी रंगवली होती.

एका क्षणात माझं स्वप्न विरून गेलं. आता नुकतंच मी पिकासोनं रंगवलेलं एक चित्र पाहिलं. शिकागोच्या आर्ट इन्स्टिट्यूटमध्ये एका छिन्नविछिन्न झालेल्या स्त्रीचे तुकडे त्या चित्रात पुन्हा एकत्र जुळवले होते. पण कसे? तर ओठ एकीकडे, तोंड एकीकडे, नाक उलटं आणि डोळेसुद्धा चेहऱ्यावर योग्य जागी नव्हते. पिकासोचा अनुभव बहुधा माझ्यासारखाच होता. माझा पाय आता अस्तित्वातच नाहीये हे कळल्यावर माझी जी अवस्था झाली होती तीच बरोबर त्याला कशी काय चित्रात रेखाटता आली? पण मी म्हटलं तसं माझ्या तोंडून आवाजच फुटला नाही.

मी दु:खाचे कढ आतल्या आत रिचवून टाकले. ह्या नव्या शोधानं मला पार वेड लागायचीच पाळी आली.

त्यांनी मला सांगितलं का नाही? 'असं कसं झालं?' हा प्रश्न मला पुन्हा पुन्हा सतावत होता. आधी मला स्वप्नं दाखवली आणि आता सगळ्याचा पार चक्काचूर करून टाकला. माझ्यात काहीतरी उणीव असल्याची जाणीव मला सारखी टोचत होती. मी भावनाविवश झाले होते. गोंधळले होते आणि अगदी एकटी पडले होते. मग मला कशातच रस वाटेना.

नकळत पुन्हा माझे डोळे अचानक वाहू लागले. अनेक रात्री मी मुक्तपणे अश्रूपात करत होते. अचानक एका रात्री त्या आसवांनी एका व्यक्तीचं लक्ष वेधून घेतलं. माझ्या खोलीला लागूनच दुसरी खोली होती. दोन्ही खोल्यांमध्ये एक काचेचं पार्टिशन पडदा ओढून ठेवत असत. त्यामुळे दोन्ही खोल्यातल्या व्यक्तींना एकांत मिळत असे; पण त्या रात्री नर्सेसनी मुद्दामच पडदा ओढून घेतला नाही. त्यांनी विचार केला असावा की शेजारच्या खोलीतला पेशंट आणि इतर माणसांचा वावर पाहून मला कदाचित एकटं वाटणार नाही. सगळ्यांपासून एकटं पडल्याची भावना कमी होईल.

आणि अगदी खरं सांगायचं तर 'त्या' रात्री मला फार फार एकटं वाटत होतं. माझं रडू आवरत नव्हतं. शेजारच्या खोलीतल्या छोट्या मुलाचं नुकतंच ॲपेंडिक्सचं ऑपरेशन झालं होतं. त्याची अम्मी सारखी त्याच्या जवळच होती. मुलाच्या काळजीनं ती अस्वस्थ होती. अचानक तिनं वर नजर केली आणि मी तिच्या दृष्टीस पडले. ती स्वत: फार काळजीत असूनसुद्धा माझे क्लेश जाणवून तिला माझी दया आली असावी. अगदी त्या क्षणीसुद्धा आपल्या स्वत:च्या मुलाच्या काळजीइतकीच माझीही काळजी वाटून तिनं तिच्या मनाचा मोठेपणाच दाखवला. जगात असंही घडू शकतं तर! मी कोण? कुठली? या विचाराला जराही महत्त्व न देता तिनं मला तिच्या विश्वात सामावून घेतलं. जगात ठायी ठायी आढळणारी बेपर्वाई, औदासिन्य आणि क्रौर्य ह्यातून सुद्धा अशा एखाद्या निर्णायक क्षणी कित्येक सज्जन, सहृदय व्यक्तींनी मला मदतीचा हात तर दिलाच आणि माझी दखल घेण्याचेही कष्ट घेतले.

तिचं नाव 'क्रिस्तीना.' 'कोण बरं असावी ही मुलगी? का रडत असावी? ती एकटीच कशी?' तिच्या मनात आलं असावं.

तिनं नर्सला गाठून सांगितलं की, 'माझ्या मुलाच्या शेजारच्या खोलीतली ती मुलगी आहे ना तिला काहीतरी त्रास होत असावा. तिला मदतीची गरज आहे. तुम्ही जरा बघता का?'

'नाही. नाही. काही काळजीचं कारण नाही. ती बऱ्याचदा रडत असते आणि ते साहजिकच आहे. ती एकटी आहे. अफगाणिस्तानातून आलीये इथं आणि तिच्या

घरचं कोणीही नाही तिच्याबरोबर.' नर्स म्हणाली.

माझं भाग्य म्हणून त्याच रात्री क्रिस्तीना माझ्या खोलीत आली. माझ्या पाठीवरून हात फिरवून तिनं मला दिलासा दिला, पण 'आपला पाय आता आपण कायमचा गमावला असल्याच्या' दु:खातच मी मग्न होते. मी तिच्याकडे बघितलंही नाही. मी ब्लँकेट चटकन डोक्यावरून ओढून घेतलं. ते बाजूला करायची आणि माझं तोंड तिला दाखवायची माझी मुळीच इच्छा नव्हती. तिच्याकडे इतकं दुर्लक्ष्य मी का केलं हे मी तिला कधीच बोलले नाही. तिनंही कधीच विचारलं नाही. त्यावेळी माझं डोकंच फिरलं होतं. मला सगळ्याच गोष्टींचा राग आला होता. मी वेडीपिशी झाले होते.

ती घरी गेली. दुसऱ्या दिवशी रात्री पुन्हा ती आपल्या मुलाला भेटायला आली. माझी विचारपूस करायला माझ्या खोलीत डोकावली. मग प्रत्येक रात्री येत राहिली. हळूहळू माझं हृदय विरघळू लागलं क्रिस्तीनासाठी. मग मी सगळ्यांशी चांगली वागू लागले.

एक आठवड्यानंतर तिच्या मुलाला घरी पाठवण्यात आलं. रोज नाही तरी आठवड्यातून एकदा क्रिस्तीना मला भेटायला येत असे. फुलं, चॉकोलेट्स, कार्ड, खेळणी काही ना काहीतरी माझ्यासाठी ती आणत असे. कलाकुसर करण्यासाठी काही वस्तू ती बरोबर घेऊन येई. मग आम्ही तासन्तास त्या करण्यात वेळ घालवत असू. कित्येकदा दोघी मिळून चित्रं काढत असू. तासन्तास एकमेकींच्या संगतीत घालवत असू. नवनिर्मितीतला आनंद तिनं मला शिकवला. तिनं माझ्यासाठी बाहुल्या आणल्या. बाहुल्यांचे कपडे शिवायला तिनं मला शिकवलं. एकत्र खेळण्यातला आनंद आम्ही लुटला.

क्रिस्तीनाच्या भेटीनं माझ्या आयुष्याला वेगळंच वळण मिळालं. माझं असं आता कोणीतरी होतं. ह्याचा वेगळाच परिणाम तुमच्यावर होतो. तुम्ही तब्येतीनं कितीही ठणठणीत असलात तरीही कधी कधी मनानं खचता. तुमच्या अस्तित्वाची कोणीच दखल घेतली नाही तर तुम्हाला त्याचा त्रास होतो. ह्या देवदूताची, क्रिस्तीनाची मी अगदी मनापासून वाट बघत असे. माझी नजर सतत दरवाज्यावर खिळलेली असे.

'ती आज भेटेल का? आत्ता लगेच येईल का?' हा माझ्या मनाचा एक खेळच होऊन बसला होता.

भेटीच्या अपेक्षेनं मी किती अस्वस्थ होते, तिची किती आतुरतेनं वाट पाहत असते हे क्रिस्तीना ओळखून होती. तिनं माझ्यासाठी कॅलेंडर आणलं. ती कोणत्या दिवशी मला भेटायला येईल त्याच्या खुणा तिने मला कॅलेंडरवर करून दिल्या. घड्याळाचे काटे कसे फिरतात ते दाखवलं. त्यावरून आम्ही किती वाजता भेटणार

हे कसं पहायचं ते शिकवलं. ह्या सगळ्याचा खूपच उपयोग झाला; पण तिच्या भेटीचा दिवस जसजसा जवळ येऊ लागे तसतसा वेळ फार हळूहळू जातोय असं वाटू लागे. उद्याच जर आम्ही भेटणार असलो तर आजचा दिवस संपतच नाहीये असं मला होऊन जाई. तो दिवस येऊन ठेपला की मी घड्याळच पाहायचं टाळत असे. आपलं लक्ष खोलीतल्या इतर कोणत्याही वस्तूवर केंद्रित करायचं पण घड्याळावर नाही आणि वाट पाहायचा प्रयत्न करायचा. आता घड्याळ नक्कीच खूप दोन तीन तास पुढे पळालं असेल असं म्हणून मी चोरून त्याच्याकडे नजर टाकत असे. मग माझ्यावर आश्चर्य करायची वेळ येत असे. कारण घड्याळ फक्त चार पाच मिनिटेच पुढे गेलेलं असे. हे वाट पाहणं म्हणजे एक वैतागच असायचा; पण त्याला एक आनंदाची झालर असायची. शेवटी जेव्हा ती (क्रिस्तीना) प्रत्यक्ष येऊन उभी राहायची तेव्हा अत्यानंदानं माझ्या मनाचा बांध फुटून जाईल असं वाटायचं.

क्रिस्तीना कपडे उत्तम शिवत असे. माझ्यासाठीही तिनं शिवले. मला अगदी गरजच होती कारण जर्मनीत आल्यापासून मी झपाट्यानं वाढले होते. माझे अफगाण पद्धतीचे कपडे कधीच लहान होऊ लागले होते. शिवाय माझ्या आजूबाजूला असलेल्या लोकांप्रमाणे कपडे घालणंच मला जास्त पसंत होतं. आपणही ह्याच जगातले आहोत, अशी एक जाणीव त्यातून होई.

आता माझी प्रकृती आणखी सुधारली होती आणि मी व्हीलचेअरमध्ये बसू लागले होते. हॉस्पिटलच्या परवानगीनं क्रिस्तीना मला आवारात चक्कर मारायला नेई. सुरुवातीला आम्ही आवारातच फिरत असू. मग हवाही थोडी बदलू लागली. उबदार हवेत मग हॉस्पिटलच्या बाहेर ताजी हवा खायला मला एक दिवस तिनं नेलं. माझ्या तब्येतीत आणखी सुधारणा झाल्यावर तिनं मला आईस्क्रिम खाऊ घातलं. त्या शहरातही आम्ही एक छोटासा फेरफटका मारून आलो. मी पूर्णपणे बरी झाल्यावर आपल्या कुटुंबियांसमवेत जेवण करायला क्रिस्तीना मला तिच्या घरी घेऊन गेली. बघता बघता जर्मनीत येऊन मला दोन वर्षं होऊन गेली.

एक दिवस कृत्रिम पाय बनवण्यासाठी एक माणूस माझ्या पायाचं माप घ्यावयास आला. मी चक्क त्याला विरोध केला. मला खोट्या पायाची कल्पना कशीशीच वाटत होती. मला खोटा पाय मुळीच नको होता. कृत्रिम पायांचं एक मॉडेल त्यानं मला दाखवलं. मी ते दूर सारलं. 'मी नाही तो वापरणार' मी त्याला झिडकारलं.

काही दिवस गेले आणि तो पुन्हा उगवला. 'हे बघ, एक दिवस तू तो वापरून बघ. फक्त एक दिवस' त्यानं सांगितलं.

मी नकारार्थी मान हलवली. त्यानं माझं मन वळवायचा पुन्हा एकदा प्रयत्न केला. पण माझा ठाम नकार होता.

शेवटी नर्स संतापून मला म्हणाली, 'तुला तुझं सगळं आयुष्य त्या व्हीलचेअरवरच बसून काढायचंय का? अगदी जगाच्या अंतापर्यंत तू असणार आहेस का? फराह, अगं असं चालत नाही. बाळा, तुला ह्या जगात राहायचंय. व्हीलचेअरमधून ऊठ आणि मुकाट्यानं तो पाय लावून बघ.'

तिनं मला धाक दाखवला. केवळ तिचा आरडाओरडा थांबवायला म्हणून मी तो पाय लावला. त्या दिवशी मी तो तासभर लावला होता. पण मी उठून चालायचा प्रयत्न केला नाही आणि मला नीट चालताही आलं नसतं. कारण दुसरा धातुची पट्टी घातलेला पाय अजून तितकासा बरा झालेला नव्हता. त्या पायावर जोर द्यायला अजून डॉक्टरांनी परवानगी दिली नव्हती, त्यामुळेही असेल. पण तरीही केवळ 'तो पाय लावून बघ' असा नर्सनं हुकूम सोडला म्हणून मी तो लावायला तयार झाले. त्याची जरा सवय करावी आणि कसा दिसतोय ते पहावं एवढ्याच इच्छेनं मी ते केलं. हे एक मोठंच पाऊल होतं. खरंतर व्हीलचेअरची मदत आता घ्यायची नाही हे माझ्या अंतर्मनानं ठरवलंच होतं. कधी तरी त्याला सुरुवात करायला हवीच होती. त्या नर्सच्या ओरडण्यानंच त्याची सुरुवात झाली. माझ्यावर तिचे हे मोठे उपकारच आहेत. माझ्या भावना तिच्यापर्यंत पोहोचाव्यात अशी आता माझी फार इच्छा आहे.

जर्मनीत पहिले पाच सहा महिने घन आहार मला काहीच नव्हता. एक तर टॉयलेटपर्यंत जा ये करणे मला झेपलंच नसतं आणि दुसरं म्हणजे त्या जखमामुळे माझ्या पचनसंस्थेवरही परिणाम झाला होता. डायपर्स लावणं हाच पर्याय होता. आणि शक्ती टिकवण्यासाठी द्रव आहार देत रहाणचं भाग होतं. फळांचे रस, पाणी, चहा या व्यतिरिक्त मला लागणाऱ्या कॅलरीजची उणीव सलाइनमधून भरून काढली जाई. त्यामुळेच मी केवळ जिवंत राहिले. थोड्या सुधारणेनंतर तोंडानं अन्न घ्यावं अशी इच्छा होऊ लागली. कधी एकदा नेहमीचं जेवण घेतो असं वाटू लागलं. इतर पेशंटसाठी नर्सेस जेव्हा जेवण, खाद्यपदार्थ घेऊन जात तेव्हा मी त्यांना हाका मारून 'मला पण काहीतरी द्या' अशी विनंती करत असे.

अजूनही जर्मन भाषा मला तितकी चांगली, अस्खलितपणे बोलता येत नव्हती. पण डोक्यात बसलेले काही जर्मन शब्द, वाक्प्रचार सहजपणे तोंडून येऊ लागले होते. 'हॉल्ट' असं मी ओरडत असे. पण तरीही मला हवे असलेले पदार्थ नर्सेस देत नसत. दुपारी जेवणाची वेळ झाली की खाद्यपदार्थांचा घमघमाट येऊ लागे. मग मला वेड्यासारखं होई आणि मग अगदी सहजपणे मी फारसीत त्यांना विनंती करत असे, 'खुदा के वास्ते, प्लीऽऽज मला काहीतरी खायला द्या. इतरांना तुम्ही देता आणि मलाच मात्र वगळता. तुम्हाला माझी दया येत नाही का?'

मग एखादी नर्स माझ्या खोलीत डोकावून म्हणे, 'नो, नो. अजून डॉक्टरांनी तुला हे खायला परवानगी दिलेली नाही. अजून द्रव पदार्थच घ्यायला सांगितलेत

ना.' थोडा धीर धरण्याचा त्या उपदेश करीत, 'कधी ना कधी तुला ते परवानगी देणारच आहेत; पण अजून काही दिवसांनी.'

बराच काळ वाट पाहिल्यानंतर अखेर एक दिवस डॉक्टरांनी घन पदार्थ घ्यायची परवानगी दिली. 'उद्यापासून खा बरं का' हे ऐकून मला अतिशय आनंद झाला. दुसऱ्या दिवशी सकाळी नर्स क्रॉइसन्टसची बास्केट घेऊन आली.

'तुला एक देऊ की दोन?'

मी लगेच ओरडले, 'मला पाच.'

पण मला फक्त दोन रोल्स मिळाले. बरोबर लोणी आणि जेलीसुद्धा. त्याचा तुकडा तोडताना मला किती आनंद झाला म्हणून सांगू! पण हे माझे नेहमीच्या खाण्यातले पदार्थ नव्हते. त्या अनोळखी नवीन पदार्थांचा मला फारसा आस्वाद घेता आला नाही. माझा अपेक्षाभंग झाला.

दुपारच्या जेवणात फळांचा स्वाद असलेलं दही होतं. पण 'या अल्ला' मला ते अजिबात आवडलं नाही. म्हणजे अगदी पहिल्यांदाच खाल्लं तेव्हा ते अफगाणी दह्यासारखं अजिबात नव्हतं, पण आता मात्र मला त्याची चव आवडते. कॉफीच्या स्वादाची चॉकोलेट्ससुद्धा होती. ती ही मला आवडली नाहीत. सुरुवातीला मी कित्येक वेळा चॉकोलेट्स फेकून देत असे. कॉफीचा स्वाद त्या गोड चॉकोलेट्सना ही कल्पनासुद्धा मला आवडत नसे. आता तर मला मोचा कॉफीसुद्धा चालते. हळूहळू माझं वजन वाढू लागलं. अंगावर मांस चढलं. शंभर पौंड तरी झालं असेल वजन. उठून बसण्याइतकी शक्ती आली. डॉक्टर येत तेव्हा त्यांच्याही चेहऱ्यावर प्रसन्न हसू असे. माझी प्रगती पाहून ते समाधान व्यक्त करत आणि एकमेकांना शाबासकी देत. केस-पेपरमध्ये माझ्या प्रगतीची नोंद केली जाई. सगळ्या गोष्टी समाधानकारक होत्या. मी सुद्धा अगदी बेहद्द खूश होते.

मी जर्मनीत आल्यानंतर साधारण १॥ ते १॥। वर्षांनी अफगाणिस्तानात परत जाण्याइतकी माझी प्रगती झाली होती. पायांच्या जखमा पूर्ण बऱ्या झाल्या होत्या. कोठेही वेदना नव्हत्या. मी उठून उभी राहू शकत होते. कृत्रिम पाय कसा लावायचा ते मी शिकून घेतलं होतं. मला चालता येत होतं. पण उड्या मारता येत नव्हत्या. मी नृत्य करू शकत नव्हते आणि उंच टाचांचे बूट घालू शकत नव्हते. वस्तुस्थितीचं भान आता मला पूर्ण आलं होतं. मी आता तो कृत्रिम पाय लावून अगदी सहजपणे वावरू शकत होते. मला खरोखरीच छान वाटत होतं.

इतकं सगळं असूनसुद्धा जर्मन डॉक्टर मला परत पाठवणार नव्हते कारण काबूलमध्ये युद्धानं अधिकच जोर पकडला होता. मुजाहिदींच्या सहा सात टोळ्यांनी रशियन सैन्याला अफगाणिस्तानाबाहेर हाकलून लावलं होतं आणि तेच आता काबूलवर ताबा मिळवण्यासाठी आपसात लढत होते. खरोखरीच या मुजाहिदींनी

अफगाणिस्तानात धुमाकूळ घातला होता. आता तर काय दक्षिणेकडे कंदाहार शहरात 'तालिबान्यांचा' नव्यानं उदय झाला होता. पण सगळ्यात संहारक लढाया काबूलमध्येच चालू होत्या. गावाबाहेर डोंगराळ भागात लपलेले सैनिक काबूल शहरातल्या सैनिकांना टिपत होते. काबूलमधील विमानसेवा विस्कळीत झाली होती. सुरक्षेच्या कारणावरून विमान उड्डाणं रद्द केली जात होती. जर्मन लोकांना मला तिथेच ठेवून घेण्यावाचून गत्यंतरच नव्हतं. हॉस्पिटलमधून डिस्चार्ज दिल्यावर मला एका हॉस्टेलमध्ये पाठवण्यात आलं. माझ्यासारखीच घरी जाण्यास उत्सुक असलेली कित्येक मुलं तिथे होती. एकेका खोलीत अनेक बेड्स होते आणि वेगवेगळ्या देशातली खूप मुलं.

हॉस्टेलमध्ये असताना जर्मनीत जर कायम राहायची वेळ आली तर आपलं आयुष्य कसं असेल याची मी थोडी झलक अनुभवली. म्हणजे पेशंट म्हणून नाही तर या देशाचा एक नागरिक, या समाजाचाच एक घटक बनून राहायला, इथेच शिक्षण घेताना, याच शहरात वावरताना मोठेपणी काम करताना कसं वाटेल याचा थोडा अनुभव मी घेतला.

क्रिस्तीनाकडेही मी अनेकदा जात असे. तिच्याविषयीही जास्त जाणून घ्यायची संधी मिळाली. जर्मनही मला आता बऱ्यापैकी बोलता येऊ लागलं होतं. आमच्या गप्पात अनेक विषय येत. आपण हळूहळू फारसी विसरतोय हे ही माझ्या लक्षात आलं नाही. म्हणजे फारसी बोलायची संधीच मिळत नव्हती. कोणाशी बोलणार ना? काही काही शब्द काळाच्या ओघात कायमचे विसरून जातोय हे ही कधी लक्षात आलं नाही.

जर्मनीतल्या ह्या शेवटच्या काही महिन्यांच्या वास्तव्यात मी स्वत:शीच अनेक गोष्टींचा विचार करत असे. मी राहात असलेलं जर्मनीतलं ते शहर अगदी अत्याधुनिक होतं. तिथल्या स्त्रियांचं वागणं मोकळेपणाचं होतं. त्या शाळेत जात, शिकत. सर्व तऱ्हेची कामं करत. त्या डॉक्टरी शिकत. काहीजणी ड्रायव्हर्स होत्या. काही टी. व्ही. वर रिपोर्टर म्हणून काम करत. सगळे लोक चांगले होते. एकमेकांशी त्यांचे सलोख्याचे संबंध होते. अफगाणिस्तानातली जीवनपद्धती, वातावरण याची मी कुठेतरी नकळत जर्मनीत अनुभवलेल्या गोष्टींशी तुलना करत होते. मी मनाशी कबुली देऊन टाकली, 'हो, इथलं वातावरण जास्त चांगलं आहे. शिक्षण घ्यावं, नोकरी करावी, आपल्या पायावर उभं राहावं, आपले आपण निर्णय घ्यावेत. मलाही अशाच तऱ्हेचे आयुष्य जगायला आवडेल.'

मला अफगाणिस्तानात परत जावसंचं वाटेना. पण मला घरच्यांशिवायही चैन पडेना. त्यांचा विरह हे माझं मोठं दुःख होतं आणि त्यावर दुसरं कुठलंच औषध नव्हतं. त्यांच्यासाठीच मला अफगाणिस्तानात परत जायचं होतं. माझं मन फार

हळवं झालं होतं.

ह्याच पार्श्वभूमीवर 'ती' बातमी आली. काबूलवर होणारा रॉकेट्सचा मारा आता थंडावला होता. एक प्रकारची युद्ध बंदीच कोणीतरी जाहीर केली होती. काही काळापुरती तरी. आंतरराष्ट्रीय विमानसेवेत सुधारणा झाली होती. विमानतळ खुला झाला होता. ही वादळापूर्वीची शांतता तर नव्हती ना?

मला सामान बांधण्याविषयी सांगण्यात आलं. आता मी घरी जाणार होते.

घरी

अफगाणिस्तानाबाहेर मी पाऊल ठेवलं तेव्हा भयंकर वेदना आणि औषधांची गुंगी अशी माझी स्थिती होती. एखाद्या दु:स्वप्नाच्या आठवणीसारखी मला सभोवतालची परिस्थिती वाटत होती. जर्मनीच्या दिशेनं विमानानं जेव्हा उड्डाण केलं तेव्हा मला खिडकीतून बाहेर बघण्याची ओढ नव्हती. जेव्हा मी परत आले तेव्हा माझी तब्येत चांगली होती. मी मजेत खुर्चीत बसले होते. माझ्या संवेदना जागृत होत्या. भोवतालच्या परिस्थितीची मला पूर्ण जाणीव होती. विमानात पुष्कळ सहप्रवासी होते. प्रवासाचं प्रत्येकाचं कारण वेगळं होतं. मी ही त्यातलीच एक होते. आपल्याच विचारात पार बुडालेली! माझ्या भावना संमिश्र होत्या. जर्मनी सोडण्याची हुरहूर आणि घरच्यांना भेटण्याची आतुरता. बालपणातलं चिरपरिचित वातावरण पुन्हा एकदा अनुभवण्याच्या नुसत्या विचारानंसुद्धा अंगावर रोमांच येत होते.

अचानक बॉर्डर ओलांडून आपण आता अफगाणिस्तानाच्या हद्दीवरून चाललोय असं पायलटनं जाहीर केलं. मी उत्सुकतेनं खाली पाहिलं. निळ्या काळ्या किरमिजी दगडांच्या झालरी ल्यालेले डोंगरांचे सुळके नजरेत भरले. उन्हाळ्याचे दिवस होते. बऱ्याचशा सुळक्यांवरून बर्फ वितळलेलं होतं. तर काहींवर ती बर्फाची चादर तशीच पसरलेली होती. ते दृश्य फारच सुरेख होतं. त्यांनी माझं मन मोहून टाकलं. मी श्वास रोखून बघत राहिले. अगदी त्याचवेळी त्या दृश्यानं मला विचलितही केलं. माझ्या अफगाणिस्तानातली ती शहरं कुठे गेली? छोटी गावं, खेडी, तीही नाहीशी झाली? माझ्या देशात शेतं नाहीतच की काय? नजर पोहोचणार नाही इतक्या लांबवर पसरलेले, मशागत केलेले, एकमेकांशेजारी पहुडलेले ते हिरवेगार चौकोन इथेच तर होते मी जर्मनीत गेले तेव्हा! सापाच्या वेटोळ्याप्रमाणे अख्ख्या भूभागाला कवेत घेणारे ते अफगाणिस्तानातले महामार्ग त्यांचाही कुठे पत्ता नव्हता! त्या रस्त्यांवरून धावणाऱ्या इवल्याश्या मोटारी मी डोळे फाडून विमानातून पाहिल्याचं मला आठवत होतं. लोकांनी निर्माण केलेलं काहीच कुठे नव्हतं. उद्ध्वस्त, उजाड होता माझा देश. त्या भकासपणानं मला सावध केलं. तिकडे बघायचं मी टाळलं. हात एकात

एक अडकवून मी स्वत:ला आक्रसून घेतलं. अस्वस्थता शिगेला पोहोचली. पोटात गोळा आला.

विमान अनपेक्षितपणे कललं आणि एकाएकी वेगात खाली जाऊ लागलं. अचानक होणाऱ्या रॉकेट्सच्या माऱ्यापासून बचाव करण्यासाठी काबूल विमानतळावर उतरणाऱ्या विमानांना अशातऱ्हेचे डावपेच करावे लागतात. विमानतळाच्या बरोबर डोक्यावर येईपर्यंत विमान जास्तीतजास्त उंचीवरून उडत असत. रॉकेट्सचा धोका टाळण्यासाठी मग विमान एकदम भिरभिरत (चक्राकार फिरत) डोंगर रांगातून खाली येऊ लागलं. आम्ही खाली निघाल्याबरोबर काबूल एकदम दिसेनासं झालं. ते बरोबर आमच्या विमानाच्या खाली होतं ना! विशिष्ट उंचीवर येईपर्यंत काबूलच्या खाणाखुणा नाहीशा झाल्या होत्या. मग एकाएकी डोंगर भोवती गोळा झाले, लहानपणी घराच्या कंपाऊंडवरून रोज दिसणारे ते डोंगर आता ओळखीचे वाटू लागले. काही क्षणातच जोराचा धक्का बसला. आम्ही धावपट्टीवर उतरलो होतो तर!

स्वच्छ सूर्यप्रकाश होता. मी विमानातून बाहेर आले. काबूल विमानतळावर एकच धावपट्टी होती. या उलट जर्मनीतल्या त्या विमानतळावर कित्येक होत्या. धावपट्टीवर कॉंक्रिटच्या भेगातून अधूनमधून उगवलेल्या गवतामुळे ती मळलेली छोटीशी धावपट्टी अगदी केविलवाणी दिसत होती. एका बाजूला मोठ्या यंत्राचा एक वेडावाकडा झालेला तुकडा पडला होता. एके काळचं कदाचित ते हेलिकॉप्टर असावं. दूरवर तिकडे निकामी झालेले रणगाडे दिसत होते.

कठड्याला धरून मी जिन्यावरून खाली आले. एक छोटीशी इमारत – मोडकळीला आलेली – ते टर्मिनल होतं. इमारतीत काय होतं? तर एक मोठी रिकामी खोली आणि नासधूस झालेल्या भिंती, तावदानं नसलेल्या खिडक्यांमुळे खोलीत भरून राहिलेला भगभगीत प्रकाश, फारश्या किंवा कार्पेट्स नसलेली उघडी बोडकी जमीन, घुमणारे आवाज, तुरळक, लागलेले दिवे, खोलीतला फिकट उजेड, 'बाप रे!' माझ्या मनात विचार आला, 'हे असं कसं? हा विमानतळ वाटतच नाहीये. माझ्या देशाची ही अशी स्थिती का?'

जर्मनीहून परतलेल्या आम्हा सर्व मुलांना मोठ्या व्हॅनमध्ये एकत्र बसवलं. जर्मनीतल्या ज्या संस्थेनं आम्हाला नेलं होतं त्यांनीच आम्हाला काबूलमधल्या त्या हॉस्पिटलमध्ये परत आणून सोडलं. ते हॉस्पिटल दिसताच मी एक पाऊल मागे घेतलं. भीतीनं पोटात खड्डा पडला.

मुलं परतत असल्याचा निरोप सगळ्यांच्या कुटुंबियांना पोहोचला होता. व्हॅनमधून आम्ही धडपडत उतरलो आणि समोर पार्किंगच्या जागेत दुसऱ्या टोकाला वाट पाहणारे पालकांचे घोळके दिसले. जोरात गलबला सुरू झाला. आनंदाचे चित्कार ऐकू येऊ लागले. आपल्या कुटुंबियांना, घरच्यांना ओळखून मुलं आरडाओरडा

करून प्रतिसाद देत होती आणि गर्दीतून धडपडत ठेचकाळत त्यांच्याकडे धावत होती. हळूहळू सगळी मुलं दिसेनाशी झाली. गर्दी पांगली. फक्त दोन मुली मागे राहिल्या. मी आणि आणखी एक. 'मी इथे नसताना माझ्या कुटुंबावर काही आघात तर नाही झाला?' माझ्या मनात आलं. दुसरीच्याही मनात हेच विचार आले असावेत बहुधा. दोघी वाट पाहत होतो. जसजसा वेळ जात होता तसतसे आमचे चेहरे लांब होत होते. मनावर भीतीचं दडपण येत होतं.

तेवढ्यात दोन टॅक्सीज् पार्किंगमध्ये आल्या. 'अरे हे कोण?' अब्बू आणि अम्मी एकातून उतरताना दिसले. माझी आत्या, माझ्या बहिणी, माझे भाऊ सगळे दुसऱ्यातून बाहेर आले. त्यांच्या हातात फुलांचे गुच्छ होते. मला अत्यानंदानं रडू फुटलं. मी त्यांच्या कुशीत शिरले. झाडून सगळे माझ्या स्वागताला आले होते. टॅक्सीत इतकी गर्दी झाली होती की उशीत ठासून भरलेल्या कापसासारखे सगळे दाटीवाटीनं बसलो होतो. माझ्या बरोबरच्या त्या दुसऱ्या मुलीचा मी निरोपसुद्धा घेतला नाही. तिला न्यावयास कोणी आलंय की नाही हे ही मी मागे वळून पाहिलं नाही. तिच्या घरचेही तिला लवकरच भेटले असतील.

केवळ रस्त्यातल्या वाहतुकीमुळे माझ्या घरच्यांना उशीर झाला होता. 'दुसरं काही काळजी करण्यासारखं कारण नव्हतं. घरी सगळं काही एकदम ठीक आहे.' असं सगळ्यांनी मला एकमुखानं सांगितलं. माझ्या अनुपस्थितीत काय काय झालं ते मला सांगण्यासाठी त्यांची एकच गडबड उडाली. मी जर्मनीला गेल्यानंतर माझ्या आत्याला आणखी एक बाळ झालं पण ते बाळ फार लहान असल्यानं त्याला घरीच ठेवून सगळे आले होते. त्याच्याबरोबर घरी आत्तेबहीण थांबली हाती. पण ही सगळी बडबड मी एका कानानं ऐकून दुसऱ्या कानानं सोडून देत होते. माझा याच्याशी काहीच संबंध नसल्यासारखी मी वागत होते. माझं मन अजूनही जर्मनीतच होतं आणि त्या झगमगत्या दुनियेविषयी मला त्यांच्याशी बोलावंसं वाटत होतं. सुरुवात कशी करावी तेच कळत नव्हतं.

त्या खेरीज आणखीही काही अस्वस्थ करणाऱ्या गोष्टी होत्या. मला फारसी नीट बोलता येत नव्हतं. त्यांचं बोलणं मला कळत होतं; पण माझ्या भावना व्यक्त करताना माझी जीभ अडखळत होती. ऐनवेळी एखादा योग्य तो शब्द न आठवून मी गोंधळत होते. त्यांच्याशी माझा संवादच होऊ शकला नाही तर त्यांच्या सहवासाचं सुख मी कसं उपभोगणार होते?

घराच्या वाटेवर टॅक्सीतून दिसणारं काबूल मी डोळे विस्फारून पाहत होते. एकामागून एक पडझड झालेली आसपासची घरं, पडक्या भिंती, छपरं उखडलेल्या इमारती, खिडक्या नसलेले सांगाडे आणि उदास भकास घरं.

अखेर आम्ही आमच्या आवारात येऊन पोहोचलो. कंपाऊंड सुस्थितीत होतं.

मग वेगळंच का भासत होतं? कंपाऊंड तेच होतं बदलली होती माझी नजर. माझ्या कुटुंबियांनी प्रयत्नपूर्वक उभं केलेलं घर मी माझ्या जर्मन नजेरनं बघत होते. दारातून आत शिरताना मी अडखळले. त्या माती विटांच्या भिंतींकडे पाहताना माझं मलाच आश्चर्य वाटत होतं. सगळी जागा किती छोटी, किती बंदिस्त आणि किती दुर्लक्षित! अम्मी आणि माझ्या बहिणींना या भिंतींच्या आत किती सुरक्षित वाटतंय. मलाही एके काळी तसंच वाटत असे, त्याच भिंती आज मला तुरुंगाप्रमाणे वाटताहेत. छे! मी इथे मोकळा श्वास घेऊच शकणार नाही. एकाएकी मला मुक्ततेची, स्वातंत्र्याची अनिवार इच्छा झाली.

आम्ही आत गेलो. माझ्या केसाची जाड बट ठेवलेलं खोकं अम्मीनं बाहेर काढलं. माझे सुंदर लांब केस हॉस्पिटलमध्ये कापून टाकण्यात आले होते. अम्मीनं त्यातली एक बट जपून ठेवली होती. नंतर मी जर्मनीला गेले. माझ्या आठवणीनं हळवी झालेली अम्मी ती बट वारंवार काढून बघत असे. अम्मीनं हजार वेळा उघडून बंद करून ठेवलेलं ते खोकं जीर्ण झालं होतं. चोरलेली कुकी गादीखाली लपवल्यावर पडलेला तेलकट डाग – गेली दोन वर्षं अम्मीसाठी ती माझी एक बहुमोल आठवण होती. चोरलेल्या कुकीच्या आठवणीनं सगळेच खूप हसलो आणि अगदी नकळत सगळ्यांचे डोळे पाणावलेसुद्धा!

आम्ही गप्पा मारत असताना, हसत असताना, रडत असताना मी अत्यंत अस्वस्थ होऊन स्वत:ला न्याहाळत होते. अफगाण प्रथेप्रमाणे आमचं घर भडक रंगात रंगवलेलं होतं. आम्ही बसलो होतो त्या खोलीचा भडक गुलाबी रंग, दुसरीचा निळा, तिसरीचा भडक लाल. अफगाण प्रथेप्रमाणे सगळी रंगसंगती अगदी उत्तम होती; पण जर्मनीत राहून आल्यामुळे मला मात्र ते फार हलक्या अभिरुचीचं, भडक वाटत होतं. मला घर एकदम कसंतरीच वाटू लागलं. मला ते सौम्य फिके जर्मन रंगच हवेहवेसे वाटू लागले.

जर्मनीत घराची सर्वसाधारण रचना अतिशय साधी, हलकीफुलकी असते. मला अजूनही तशीच आवडते. इतकंच काय आता इथे अमेरिकेतसुद्धा काही सजावट करायची झाली तर मला त्यात साधेपणाच आवडतो. त्या उलट अम्मीचं. ती काहीतरी भडक रचना, भडक रंगसंगतीच पसंत करते. केवळ तिच्यासाठी आता आमच्या घरात आम्ही भडक रंगाची कार्पेट्स आणि बटबटीत फर्निचर आणलंय. अगदी तसंच आमचं काबूलमधलं घर होतं. आम्ही बसलो होतो ते कार्पेट भडक लाल होतं. त्यावर होते भडक अफगाणी रग. अगदी गुंतागुंतीचं डिझाईन असलेले तुर्कोमान पद्धतीचे.

केवळ ती रचना, डिझाईन आणि रंगच मला खटकत होते असं नाही तर आमच्याकडे आरामशीर खुर्च्या, कोच नव्हते. आम्ही जमिनीवरच बसलो होतो.

घरात टेबल्सही नव्हती. माझ्या बहिणीनं थोड्याच वेळात, एक मोठी पांढरी चादर जमिनीवरच पसरली. जेवणाची वेळ झाली होती. जमिनीवरच्या चादरीवरच आम्ही जेवणार होतो.

अम्मीनं गोडाचं जेवण बनवलं होतं. अफगाण मेजवानीतले उत्तमोत्तम पदार्थ – सुकामेवा गाजर घालून केलेला भात, काही तळलेले पदार्थ, पिस्ते, गुलाबपाणी, वेलची घातलेलं पुडिंग; पण ह्या अफगाणी पदार्थांचा स्वाद मी कधीच विसरून गेले होते. अम्मीनं केलेले ते सुग्रास अन्न मला मुळीच जाईना. रोस्टेड मीट, डिनर रोल्स, उकडलेल्या भाज्या हे जर्मन पदार्थच मला हवे होते.

जमिनीवर बसून हातानं सगळ्या भावंडांनी एकाच थाळीतून खायचं? छे! मला खायची इच्छाच होईना. स्वतंत्र थाळी, काटे-चमचे मला तेच हवे होते. अफगाणिस्तानातली कोणतीच गोष्ट माझ्या मनास येईना. मला परकेपणा वाटू लागला. हेच माझं खरं घर आहे का? मला प्रश्न पडला.

ह्या दोन वर्षांत मी कित्ती कित्ती बदलले होते. फक्त नऊ वर्षांची होते मी; पण ती दोन वर्षं म्हणजे माझ्या आयुष्याचा १/४ हिस्सा झाला ना! आणि त्या दोन वर्षांनी माझ्या आयुष्यात प्रचंड उलथापालथ घडवून आपली होती. माझ्या आवडीनिवडी बदलून टाकल्या होत्या. माझ्या माणसांच्या राहाण्याच्या, जेवणाखाण्याच्या पद्धती मला जुनाट वाटू लागल्या होत्या.

बापरे! त्यांचे ते कपडे! ते सैल लंहगे, लांब कमीज, डोक्यांचे रुमाल, बुरखे अगदी पारंपरिक अफगाणी. माझ्या अंगावर जर्मन पद्धतीचे कपडे होते. अर्थात काबूल सोडतानाचे ते कपडे घालूनच परत येणं शक्य नव्हतं. गेल्या दोन वर्षांत मी झपाट्यानं वाढले होते. नवव्या वर्षीच माझी वाढ पूर्ण वाटत होती. तेव्हाही जवळजवळ मी आता इतकीच मोठी दिसत होते. ते जुने कपडे मला झालेच नसते नीट.

मला ते जर्मन पद्धतीचे कपडेच आवडत. मी तेच घालत असे. 'जोपर्यंत मी ते घालतेय तोपर्यंत मला जर्मनीत परकं वाटणार नाही.' हा माझा विचार होता. म्हणजे ते प्रतिकात्मक होते म्हणा हवं तर. कदाचित 'आपण अफगाणी नाही आहोत.' हे सुचवण्याचा तो माझा एक छुपा मार्ग होता. अर्थातच आपण अफगाणी नाही हे सिद्ध करण्याच्या नादात मी माझ्या घरच्यांपासून मात्र दुरावले होते.

हे माझे परकेपणाचे वागणे त्यांना कदाचित मिजासखोर वाटले असेल; पण त्यांनी मला विरोध कधीच केला नाही. उलट मुक्तहस्तानं माझ्यावर प्रेमाचा वर्षाव केला. मला अमर्याद प्रेम दिलं. जमिनीवर गाद्या पसरून घरातले सर्व झोपत; पण मला मात्र आता कॉट असे. मला हातानं जेवायला आवडत नाही पाहिल्यावर माझ्यासाठी चांदीचे काटे-चमचे आणण्यात आले. माझ्याखेरीज सगळे एकाच

स्वतंत्र प्लेटमधून काट्या-चमच्यांनी खात असे. इतकंच नव्हे तर अनेकदा मी वर खुर्चीवर बसून खात असे.

रोज सकाळी कॉटशेजारीच तोंड धुवायला मला परवानगी असे. तेवढ्यासाठी मला गरम पाणी मिळे. या उलट बाकी सर्वजण पहाटेच उठून घराबाहेर आपले स्नान उरकत तेही गार पाण्यानंच. माझी खाण्यापिण्याची छोटीशी आवडसुद्धा पुरवली जाई. मी जशी काही कोणी अतिमहत्त्वाची व्यक्ती होते. अपघात होण्यापूर्वी मला घरात असं कोणी लाडावून ठेवलेलं नव्हतं. इतकं लक्ष कोणीच दिलं नसेल माझ्याकडे. घरात खूप लहान मुलं होती त्यातलीच मी एक आणि आताही नाजुक आहे, नीट काळजी घेतली पाहिजे' असं समजून सगळे माझा सांभाळ करत होते. मी परत आल्याचा त्यांना फार फार आनंद झाला होता. माझ्याविना त्यांना चुकल्याचुकल्यासारखं वाटत होतं; पण ह्या सगळ्या काळजीबरोबर मला काही दुसरीच गोष्ट जाणवली. माझी कीव!

ते मला आवडलं नाही. मला कोणाची दया नको होती. माझ्याकडून फारशा कसल्या अपेक्षा नव्हत्या, माझा फारसा विचारही केला जात नव्हता. मी जशी होते किंवा जशी झाले असते, त्यापेक्षा काही वेगळी झालेय ती केवळ सुरुंगावर पाय पडण्यानं हे मला मान्य करावंसं वाटत नव्हतं. माझ्या इच्छाआकांक्षाला मी मुरड घालावी आणि स्वत:बद्दल फार अपेक्षाही करू नये हे मला पटत नव्हतं. असं जगणं मला नको होतं. मला तिथे राहाणं नको वाटू लागलं. परत जर्मनीला जाण्याचेच विचार मनात येऊ लागले; पण मात्र माझ्या घरच्यांच्या सकट!

अर्थात शारीरिक स्वास्थ्य नसणं किंवा अफगाण संस्कृतीविषयी माझ्या मनात निर्माण झालेला परकेपणा एवढीच कारणं नव्हती. माझ्या मनातल्या अफगाणिस्तानाबद्दलच्या नाराजीची माझी अशी प्रतिक्रिया होत होती ती माझ्या मनानं मी सतत बाळगून असलेल्या भीतीपायी. बंदुकींच्या फैरींचे आवाज मी लहानपणी सततच ऐकत होते; पण तेव्हा ती एक नेहमीची गोष्ट वाटत असे. असल्या आवाजांची सवय जर्मनीत गेल्यावर मोडली होती. त्या उलट काबूलमध्ये मात्र युद्धाचा भडका उडाला होता. मी इथून गेल्यावर परिस्थिती आणखीनच चिघळली होती.

या युद्धात माझ्या चचाजानचा बळी गेला होता. असल्या गंभीर गोष्ट सहन करण्याची माझ्यात ताकद आलेय हे पाहिल्यावरच मला ते सांगण्यात आलं. पहिल्या निकाहातून चचाना फक्त मुलीच होत्या. मुलगा नव्हता म्हणून त्यांनी दुसरा निकाह केला होता. या निकाहामुळे त्यांना मुलगे झाले. अशा तऱ्हेनं त्यांच्या मागे खूप मोठा कुटुंबकबिला उरला होता. एक दिवस काबूलवर रॉकेट्सचा नुसता पाऊस पडत होता. घाबरून सगळे लोक घरातच बसले होते. चच्यांच्या घरचं अन्नधान्य

संपलं होतं. खूप दिवस गेले. रॉकेट्सचा मारा थांबण्याचं चिन्ह दिसेना. घराबाहेर पडणं फार धोक्याचं होतं; पण दोन दोन बायका, इतकी मुलं यांच्या पोटापाण्याचा प्रश्न होता. काहीतरी व्यवस्था करणं भागच होतं. उपासमारीनं मरायची वेळ आली होती. चचा सिलोह नावाच्या रशियन ब्रेड फॅक्टरीत गेले. खूप सारा ब्रेड खरेदी करून ते परत निघाले तर बसस्टॉपवर अचानक रॉकेट्सचा हल्ला झाला. चचा त्यात मारले गेले. बायका मुलं पोरकी झाली. धाकट्या बायकोनं पुन्हा दुसरी शादी केली; पण थोरलीनं कोणाकोणा नातेवाइकांकडे आसरा घेतला. नंतर तिच्या मुलीनं माझ्या आत्याच्या मुलाशी लग्न केलं. आता ती तिच्या मुलीपाशी राहते.

बॉंब आणि रॉकेट्सच्या माऱ्यानं काबूल शहराला हादरवून टाकलं होतं. रात्री काय दिवसा काय कोणत्याही वेळेला अचानक धाड धाड आवाज होत. कानठळ्या बसत. काहीतरी कोसळल्याचा आवाज येई; पण आमच्या घरात सर्वांना हे रोजचंच झालं होतं. असं झालं की काय करायचं हे ही पाठ झालं होतं. अचानक मध्यरात्री गाढ झोपेतून मला जाग येई. कोणीतरी, 'ऊठ ऊठ लवकर' म्हणून मला उठवीत असे.

'काय झालं? काय चाललंय?'

घराबाहेर धडाड्धुम् आवाज होत असत. 'चल ऊठ. आपल्याला बाथरुममध्ये जायला हवं.'

'बाथरुम?' मला प्रश्न पडे. कोणीतरी मला बाथरुमच्या दिशेनं ओढत नेई. हळूहळू माझ्या लक्षात येऊ लागलं की ती सुरक्षिततेसाठी लपायची जागा होती, बाथरुम घराबाहेर होती आणि बाथरुमला खिडक्या नव्हत्या. त्यामुळे रॉकेट्सचा मारा चुकवायला त्याच्या इतकं सुरक्षित ठिकाण नव्हतं. नुसतं सुरक्षित नाही तर सर्वांत जास्त सुरक्षित.

रोज रात्री एकदा तरी आम्ही सगळे बाथरुममधे घुसत असू, पार अगदी स्फोटांचे आवाज थांबेपर्यंत. घरात इतरांच्या दृष्टीनं हे रोजचंच होतं; पण मला मात्र याचा फार त्रास होत असे. माझा धीर मात्र दिवसेंदिवस खचत होता. जर्मनीत अशी रॉकेट्सची चिंता करावी लागत नव्हती, हे माझ्या मनात पुन्हा पुन्हा आल्यावाचून राहत नसे.

दिवसा तुलनेनं हे स्फोट कमी असत. बहुतेक वेळा रॉकेट्सचा हल्ला रात्री होत असे. अफगाणिस्तानात घरांच्या भिंती खूप जाड असतात. उन्हाळ्यात त्या गार राहतात, तर हिवाळ्यात ऊबदार. त्या जाड भिंतींमुळे खिडक्या चांगल्या ऐसपैस प्रशस्त बसण्याजोग्या असत. एक दिवस मी आणि माझी चुलत बहीण असंच एका खिडकीत गप्पा मारत टवाळक्या करत बसलो होतो. खिडकीत मस्त उशा वगैरे पसरून त्यावर आम्ही बसलो होतो. इतक्यात 'सूं...' आवाज करीत रॉकेट अगदी

डोक्यावरून गेल्यासारखं वाटलं. जोरात हादरलं आणि ते रॉकेट आमच्या आवाराबाहेर मागे कोसळलं. आमच्या आणि शेजाऱ्यांच्या भिंतीवर. दुपारची वेळ होती. आमच्यावर रॉकेटचा हल्ला झाला होता.

जोराचा स्फोट होऊन भिंतीला भगदाड पडलं आणि आम्ही बसलो होतो, त्या खिडकीचं तावदान आतल्या बाजूला घुसलं. मी त्याचवेळी वर पाहिलं, तावदानाची काच वितळली, प्लॅस्टिकचा तुकडा असावा असा काचेला बाक आला. काच फुटून त्याचे तुकडे झाले असते, तर आम्ही दोघी अगदी खात्रीनं ठार झालो असतो. ती काय वितळून फुगून घराच्या दिशेनं आत घुसून तुकडे पडायच्या बेताला आल्याक्षणी त्या स्फोटानं आपली दिशा अचानक बदलली आणि ती काच बाहेर खेचली गेली. त्याचे हजारो तुकडे झाले. डोळे दिपवणाऱ्या हजारो ठिगण्यांसारखे ते तुकडे आवारभर विखरून पडले. काही तुकडे आमच्या दिशेनं आले पण आम्ही दोघी बचावलो. आम्हाला इजा झाली नाही.

हे सगळं होण्यास फक्त काही क्षणांचा अवधी लागला. आमच्या आवारात बॉंब पडलाय हे आम्हाला समजेपर्यंत सगळं शांत झालं होतं. स्फोट होऊन गेला होता. धुळीचा पाऊस पडला होता. तो आवाज काही क्षण कानात घुमत राहिला. आम्ही भीतीनं गोठून गेलो होतो. काही क्षणांनी आम्ही भानावर आलो. खरंतर आम्ही म्हणणं योग्य होणार नाही कारण मी नव्हते. भानावर आले चटकन्. अब्बू, अम्मी, माझी भावंडं, चुलत बहीण सगळ्यांनी झपाझप दाराकडे धाव घेतली आणि हॉलमध्ये शिरले. बाहेर बाथरुमकडे जाणं शक्य नसेल तर हॉलमध्ये घुसायचं हे सगळ्यांना पाठ होतं. कारण हॉलला बाहेर उघडणाऱ्या खिडक्या नव्हत्या. ही सगळी कसरत त्यांनी हजारो वेळा केली होती. त्यामुळे पुढचं पाऊल काय घ्यायचं, त्यांना पक्कं ठाऊक होतं.

मी मात्र भीतीनं गोठून जागीच खिळून राहिले. अम्मीच्या लक्षात आलं. ती माझ्यापाशी वळून आली. माझ्या काखेत हात घालून ओरडली, 'चल, लवकर पळ.'

मला धड उठून चालता येईना इतकी मी थरथर कापत होते. ती मला दाराकडे ओढत नेऊ लागली. तिच्याबरोबर जाण्याच्या नादात माझा पाय रगमधे अडकला आणि मी पडले. माझं कोपर जमिनीवर जोरात आपटलं आणि मी ओरडले, 'आऊच' अमेरिकेत काय किंवा जर्मनीत काय, लागलं सवरलं तर लोक 'आऊच' म्हणतात.

पण अफगाणी लोक पडलं, लागलं तर 'आख् अल्लाह' असं म्हणतात. म्हणजे अगदी त्याक्षणी सुद्धा माझी प्रतिक्रिया जर्मन लोकांसारखीच होती. अफगाणी लोकांप्रमाणे नाही. तो माझा उद्‌गार ऐकून त्यावर काय म्हणावं ते कोणालाच माहीत नव्हतं.

फारसीत 'आउ' म्हणजे पाणी. त्यामुळे मला पाणी हवंय असा सर्वांनी अर्थ काढला. आपल्या काळजीखोर स्वभावानुसार अम्मी माझ्या भावंडावर ओरडली, 'अरे पाणी आणा रे, आळशी मेले! फराहला तहान लागलीये कळत नाही का?'

बिचारा मेहमूद– माझा मोठा भाऊ– पटकन् पाण्याचा मोठा जग घेऊन आला. 'नाही, नाही, मला पाणी नकोय. आऊच.' माझं ओरडणं चालूच होतं. अम्मी बिचारी काहीतरी गैरसमजुतीनं रागवतच राहिली.

'अरे, काय हे? ती त्या मोठ्या जगमधून पाणी पिणारं आहे का रे? कळत नाही का तुला? अरे, जर्मनीत असं करत नाहीत. ते ग्लासमध्ये ओत. कळलं का? ग्लासमध्ये.'

मी निराशेनं ओरडतच होते, 'नाही. तुम्हाला नाही कळणार. आऊच' मी काहीतरी फाजील लाड करवून घेतेय आणि सगळ्यांकडून काही वेगळ्याच गोष्टींची अपेक्षा करतेय असं त्यांना वाटतंय हे लक्षात आल्यावर मी रागानं लाल झाले. काहीतरी गैरसमजुतीनं अम्मी माझे नसते लाड करतेय ह्या विचारानं माझा पारा अधिकच चढत होता. मी अशी नाही आहे. असा कसा ग्रह करून घेतलाय यांनी माझ्याबद्दल?

शेवटी खरी परिस्थिती समजून सांगण्यात मला यश आलं. मी 'आऊच म्हणाले. मला लागलं.'

खरंतर आता हॉलमध्ये जाणं निरर्थकच होतं; पण अम्मीनं पुन्हा शर्थीनं प्रयत्न करून मला तिथे नेलं. पाठोपाठ दुसरा बॉंब घरावर पडला असता तर बहुधा सगळेच ठार झालो असतो. पुढच्या खोलीत बसलो काय अन् हॉलमध्ये घुसलो काय? आमच्या शेजारच्याच आवारात बॉंब पडला होता; पण शेजारी सगळे दुसऱ्या टोकाच्या खोलीत दडल्यामुळे वाचले. त्यांच्या कोंबड्या मेल्या. घराचंही थोडंफार नुकसान झालं; पण ते सगळे जिवानिशी वाचले.

त्या प्रसंगातून निभावल्यावर या सगळ्या झाल्या प्रकाराची आठवण होऊन आम्हाला हसू आवरेना.

'आऊच, आऊ. अरे मूर्खांनो, पाणी आणा.' त्या क्षणी नाही; पण नंतर ते आठवून आमची खूप करमणूक झाली. अशा छोट्या छोट्या गोष्टींचासुद्धा निखळ आनंद घेता आला पाहिजे आणि हसणं केव्हाही चांगलंच.

या सगळ्या काळात रस्त्यावर सैनिकांची खूप वर्दळ असे. बंदुका बाळगून आपल्या नेत्यांशी एकनिष्ठ असल्याचं दाखवणारे अनेक सैनिक – पण कोण कोणत्या संघटनेसाठी काम करतोय ते कळत नसे. काही वेळा जनतेच्या घरांवर हल्ला करून ते ताबा मिळवत; पण माझ्या माहितीप्रमाणे आमच्या रस्त्यावर हा अनुभव कधी आला नाही. काबूलमध्ये कित्येक वेळा लोक बेफिकिरीनं वावरत

असत. अशी घरं आढळली तर हे सैनिक मोठ्या संख्येनं घरात घुसून ताबा मिळवत आणि मग ती घरं त्यांच्या छावण्याच बनत. आमच्या आसपासच काय पण संपूर्ण शहरभर ह्या अशा छावण्यांना नुसता ऊत आला होता. कित्येक रस्त्यांवर तर दर ३/४ घरांनंतर एका घराला हे असं छावणीचं स्वरूप आलेलं असे आणि पण कित्येकदा तुम्हाला त्याचा पत्ताच लागत नसे.

रस्त्यावर बंदुकांच्या फैरी फारशा ऐकू येत नसत. दिवसा हे सैनिक आपल्या परिसरात गस्त घालून शेजारच्या अशाच गस्त घालणाऱ्या सैनिकांपासून संरक्षण करीत. जसजशी संध्याकाळ होऊ लागे तसे ते सगळे आवारात दडून आकाशात नजर लावून बसत. कारण आम्हा सामान्य नागरिकांप्रमाणेच त्यांनाही तोंड द्यावं लागे रॉकेट्सना.

अशी परिस्थिती असूनसुद्धा अब्बू रोज कामाला जात. अजूनही त्यांचा ठरावीक गिऱ्हाइकांना पारंपरिक कपडे बनवून देण्याचा व्यवसाय चालू होता. शादी निकाह ज्यांच्याकडे ठरलेला असे किंवा सणसमारंभासाठी ज्यांना कपडे बनवून हवे आहेत अशा काही ओळखीच्या लोकांना ते कपडे शिवून देत पण तसं थोडंसं त्यांच्या व्यवसायाचं स्वरूप बदललेलं होतं. गेल्या दोन वर्षांत व्यवसाय इतका वाढला होता की अब्बू आता छोट्या प्रमाणावर कपडे शिवणारे शिंपी राहिले नव्हते. सेकंडहँड कपडे आणून त्याच्या तुकड्यांपासून ते आता कपडे बनवत नसत. त्यांचं आता स्वतंत्र वर्कशॉप होतं. दहा कामगार हाताखाली होते. वर्कशॉप रेडिमेड कपड्याचं होतं आणि अब्बू स्वत: कपड्यांची डिझाइन्स करत, मोठ्या प्रमाणावर कपडे शिवून घेत. मॅक्सी ड्रेसेस, बायकांसाठी लांब स्कर्टस, पुरुषांसाठी सूट्स, जॅकेट्स, विंटर कोट्स बनवत. अब्बूंनी कपडे बेतायचे आणि त्यांच्या सुचनाबर हुकूम कामगारांनी शिवायचे. हे कपडे काबूलच्या सगळ्या मोठ्या दुकानातून विक्रीला ठेवले जात. अत्याधुनिक फॅशनचे, परदेशी कपड्यांइतकेच टिकाऊ आणि तरीही कमी किंमतीत! मग काय माल हातोहात खपे. नवीन डिझाइन्स बनवून नवीन मशिनरी आणून धंदा वाढवण्यावर अब्बूंनी त्यांचं लक्ष केंद्रित केलं होतं. त्यांना आणखी एक वर्कशॉप काढायचं होतं. अब्बूंच्या मोठ्या योजना होत्या. त्या अमलात आणण्यासाठी ते रोजच कामाला जात. काबूलमध्ये जोर धरलेल्या युद्धाची त्यांना पर्वा नव्हती. ते सकाळीच घर सोडत आणि रात्री परत येत; पण ते दिसेपर्यंत आमचे प्राण कंठाशी येत. आम्ही हवालदिल होत असू.

युद्ध कोणत्या दिशेनं चाललंय याची आम्हाला जाणीव नव्हती. कोण जिंकणार? कोण हरणार? आणि कोणीही जिंकलं किंवा हरलं तरी आमच्या परिस्थितीत त्यानं काही फरक पडेल का हे आम्हाला समजत नव्हतं. त्यातून काय निष्पन्न होणार याचाही कोणाला पत्ता नव्हता. शहरातल्या वेगवेगळया भागात वेगवेगळ्या सैन्याची

सत्ता आहे, एवढंच आम्ही जाणून होतो. देशाच्या नैर्ऋत्य भागातून कंदाहारच्या बाजूनं तालिबानी सैनिकांची आगेकूच चालू असल्याच्या बातम्या येत होत्या. गझनी काबीज करून आता काबूलच्या दिशेनं ते चाल करून येत होते. मुजाहिदी आपसात लढतच होते, शिवाय या नव्या सैन्याशी मुकाबला करत होते.

तालिबान्यांच्या बाजूनी अथवा विरुद्ध आमची कोणालाच विशेष सहानुभूती नव्हती. अनेक सैन्यं लढत होती, त्यापैकी ते ही एकमधल्यामध्ये आमच्यासारखे सर्वसामान्य नागरिक कात्रीत सापडले होते. ना आम्हाला कोणाची बाजू घ्यायची इच्छा होती, ना लढाई हवी होती. काम करून आम्ही केवळ तग धरायचा प्रयत्न करत होतो. परिस्थिती अथवा बदलाचे वारे याबद्दल आम्ही अनभिज्ञच होतो. आजच्या दिवशीची लढाई पुन्हा दुसऱ्या दिवशी ही चालूच असे. या रोजच्या रोज वाढतच जाणाऱ्या युद्धाच्या पार्श्वभूमीवरच आमचे नित्याचे व्यवहार चालू होते.

आल्या दिवसाला आम्ही सामोरे जात होतो. जायलाच लागत होतं. निवड करण्याची मुभा कोणालाच नव्हती. अन्नधान्य अगर रोजच्या गरजेच्या वस्तू संपल्या की लोकांना दुकानाकडे धाव घेणं भागच असे. शक्य असेल तेव्हा कामाला जावंच लागत असे. कसं तरी करून जगत राहाणं आवश्यकच होतं. रस्त्यावरच्या सैनिकांच्या या बुजबुजाटातून अथवा जोरदार चालू असणाऱ्या युद्धातून बायका किंवा मुली फारशा बाहेर जात नसत. मुजाहिदींच्या या सत्तेच्या काळात मुलं, मुली कोणीच शाळेत जात नसे. प्रत्येक दिवस हा 'रॉकेट्सचा प्राणघातक हल्ला' या सदरात मोडायचा त्यामुळे बहुतेक दिवस शाळा बंदच असायच्या.

ह्या असल्या जीवनपद्धतीशी मला जुळवून घेता येईना. मी अब्बूंना सांगितलं, 'हे असलं आयुष्य माझ्यासाठी नाही. मला असं जगायचं नाही. मला अफगाणिस्तान सोडावासा वाटतो.' जर्मनीतल्या माझ्या अनुभवांविषयी मी अब्बूंजवळ सविस्तर बोलले.

अब्बू बिचारे यावर काय बोलणार? त्यांच्या कुटुंबासाठी मन घट्ट करून धोका पत्करून ते कामाला जातच राहिले.

'अगं, जग हे असंच आहे. आपल्याला ह्यातच राहायचंय आणि जे काय चांगलं करता येईल ते करायचंय' अब्बू उसासत.

आम्हा अफगाणांचंच असं का? सदा सर्वदा युद्ध, कशाचीही नवनिर्मिती नाही आणि शिवाय आपलं स्वातंत्र्यही घालवून बसायचं. आपलं काय चुकतंय? पण अब्बूंजवळ याला उत्तर नसे. आयुष्याबद्दलचा माझा ताठरपणा कमी करण्यासाठी जेव्हा जमेल तेव्हा ते मला शिवणकामाचे धडे देत. माझं लक्ष दुसऱ्या एखाद्या गोष्टीकडे वेधलं तर हे युद्धाचे विचार माझ्या डोक्यातून जातील अशी आशा त्यांना वाटे. त्यांनी दिलेल्या ह्या शिकवणुकीबद्दल मला नेहमीच कृतज्ञता वाटत राहिली;

पण ते फार पुढच्या आयुष्यात. त्यावेळी मात्र जर्मनीची स्वप्नं रंगवत मूकपणे मी काम करत राही.

घरी परतल्याला चार महिने होऊन गेले होते तरी माझ्या अंगावर अजून ते जर्मनीतलेच कपडे होते. पण हळूहळू माझा निग्रह कमी कमी होत चालला होता. जर्मनीत पहिले काही दिवस मी फार एकाकीपण अनुभवलं होतं. मला कोणाशीच संवाद साधता येत नसे. माझं कुटुंब, मित्रमंडळी कोणी कोणीच जवळ नव्हतं. इथे काबूलमध्ये मी पुन्हा त्याचा अनुभव घेतला; पण ते माझं मीच निर्माण केलेलं होतं. मी माझ्या माणसांच्यात होते, पण त्यांच्यातली नव्हते. मला जुळवूनच घेता येईना.

हळूहळू माझ्या असं लक्षात येऊ लागलं की, अफगाणिस्तानाबद्दल दुरावा बाळगल्यानं मला जर्मनीबद्दल काही विशेष ममत्व निर्माण होणार नव्हतं. त्यानं माझं काहीच भलं होणार नव्हतं. उलट इथे मिळणारी प्रेमाची ऊब आणि माझी होणारी निकोप वाढ यापासून मात्र मी वंचित राहाणार होते.

मीच माझ्या मनाची समजूत काढली की, 'हो ही खरी माझी जन्मभूमी आहे. जर्मनीतलं माझं वास्तव्य ही एक परिकथा अथवा स्वप्न म्हणू हवं तर; पण ते आता डोक्यातून काढून टाकून मला वास्तवाचा स्वीकार करायला हवा. माझं उर्वरित आयुष्य अफगाणिस्तानातच जाणार आहे. ते मला आता जास्तीतजास्त चांगलं कसं घालवता येईल याचा विचार केला पाहिजे.'

एका निर्णायक क्षणी मी ठरवलं की, 'झालं गेलं आता विसरून जायचं.'

अब्बूंजवळ जाऊन मी त्यांना म्हणाले, 'हे माझे जर्मन कपडे मी आता बाजूला ठेवणार आहे आणि इथून पुढे अफगाणी मुलींसारखाच पोषाख मी वापरणार आहे.' कठोर सत्यापुढे मी सपशेल हार पत्करली होती. त्याक्षणी मी घरच्यांसमोर माझं अंत:करणं मोकळं केलं. त्यांच्या प्रेमभावनेचा पुन्हा खुल्या मनानं स्वीकार केला. निलोफरकडे, माझ्या मोठ्या बहिणीकडे काही जास्तीचे कपडे होते. ते माझ्या मापाचे होते. मी अब्बू अम्मींना सांगितलं की, 'ते कपडे मी मला वापरायला घेणार आहे.'

अब्बूंनी ते मान्य केलं नाही. त्यांची भरकटलेली लाडकी लेक खऱ्या अर्थानं घरी परतली होती. ते म्हणाले, 'छे! तुला तुझे स्वतंत्र कपडे हवेत की. मी तुझ्यासाठी अख्खं कपाट भरून कपडे शिवीन.'

अफगाण संस्कृतीत नव्या कपड्यांना काही विशेषच महत्त्व असतं. ईद सारख्या पवित्र सणाला नवे कपडे केले जातात. नवी उमेद, नवी स्वप्नं घेऊन जणूकाही जीवनाला नव्यानं सुरुवात करायची आहे असं समजलं जातं. माझ्या आशा पल्लवित झाल्या होत्या. मी नव्या स्वप्नांना, नव्या आयुष्याला सामोरी जायला सज्ज झाले होते. अब्बूंच्या माझ्याबद्दल अगदी ह्याच भावना होत्या.

त्यांनी अम्मीजवळ फर्मान सोडलं, 'पोरांना घेऊन कापड बाजारात जा. जे आणि

जसं काही तिला हवं असेल ते सगळं घेऊन या. मी पोरीसाठी नवे कपडे शिवणार आहे.'

अम्मी आणि भावांबरोबर मी बाजार गाठला. वेगवेगळी कापडं आम्ही नजरेखालून घातली, रंगांची चर्चा केली, फॅशन कशी हवी याचा विचार केला. कपड्यांच्या भाषेतून माझ्या नव्या आयुष्याचीच जशी काही आम्ही चर्चा केली. इतकं कापड खरेदी केलं की काही विचारू नका! माझा निर्णय अगदी योग्य होता. मला अगदी मुक्त झाल्यासारखं वाटत होतं. ही मुक्ततेची भावना मला फार फार सुखावत होती. नवीन विस्मयकारक भावना मनात उमलत होत्या. त्यांना नवीन अंकुर फुटत होते.

दूरवर कुठेतरी बंदुकीचे आवाज येत होते. तोफा गर्जत होत्या. तिकडे माझं नीटसं लक्ष नव्हतं. वाहतुकीचा गोंगाट, हॉर्नचा मोठा आवाज जोडीला बाजारातला गलका हे सगळं आता माझ्यासुद्धा अंगवळणी पडलं होतं. हे सगळे शहरातले नेहमीचेच तर आवाज होते. मी पूर्वीसारखीच एक अफगाणी मुलगी झाले होते तर!

कुटुंबाचा वियोग

खरेदीची मोहीम चांगली पार पडल्याच्या आनंदात आम्ही घराकडे निघालो. घराजवळच्या रस्त्यावर आलो आणि समोर बघतो तर गर्दीचे लोंढेच्या लोंढे, आमचं घर जिथे होतं तिथे लोटलेले. काय झालं होतं ते समजल्यासारखी काळजात भयंकर भीती दाटून आली. कधी कधी अशावेळी आतूनच एक जाणीव होते. 'आपल्या घरावर रॉकेट्सचा हल्ला झालाय.' मी आणि अम्मी दोघी एकदम ओरडलो.

गर्दीतून वाट काढत आम्ही धाव घेतली. हो, नेमकं तसंच झालं होतं. आमची भीती खरी ठरली. दुःस्वप्न समोरच उभं होतं. आवारभर मोडलेल्या झाडांचे हजारो तुकडे विखुरलेले दिसले. सगळ्यात आधी हे नजरेस पडलं. पाठोपाठ एक भयंकर गोंधळ माजल्याची आणि पडझड झाल्याची जाणीव झाली. मग दिसलं ते आमचं घर. घर कसलं मातीचा नुसता ढिगारा आणि काचांचा खच!

नंतर दिसले मृतदेह.

आजूबाजूला जमलेल्या बघ्यांनी अशावेळी जे काय हाताला येईल ते गोळा करून शॉल, ब्लँकेट जे काय हाताला येईल ते अब्बू आणि माझ्या दुर्दैवी बहिणींवर पसरलं होतं. मला त्यांचे चेहरे दिसलेच नाहीत फक्त आकार दिसले.

त्याक्षणी मी अब्बूंचा चेहरा पाहूच शकले नाही. भीतीनं मी जणू काही गोठले होते. मी शुष्क अगदी निःसत्त्व झाले होते. इतकी की मला आवंढाही गिळता येईना. रडूही फुटेना. मी फक्त ठोकळ्यासारखी उभी होते. दुःख गिळायचा प्रयत्न करत होते.

अम्मीनं तेवढ्यात डोक्यावरचा रुमाल ओढून काढला. डोक्यावरचे केस उपटत धाय मोकलून ती रडू लागली.

आत्यंतिक भीतीची शिरशिरी मला आतून जाणवली. भीतींनी मी अंतर्बाह्य थरथरले आणि एकदम ओरडले, 'अम्मी तुला इजा होईल, केस उपटू नकोस ग!'

पण ती ते ऐकण्याच्या केव्हाच पलीकडे गेली होती. आपण कुठे आहोत याचंही तिला भान नव्हतं. भोवती गोळा झालेल्या इतर स्त्रिया तिला थोपटून शांत

करायचा प्रयत्न करत होत्या. केस उपटण्यापासून परावृत्त करत होत्या. त्यांच्या तावडीतून ती वेड्यासारखी सुटका करून घेऊ पाहत होती. अम्मीची नजर शून्यात हरवली होती आणि तिचे केस उपटणं थांबत नव्हतं.

त्याक्षणी माझं मन अम्मीसाठी आक्रोश करत होतं. तिच्या दु:खानं मी अतिशय घाबरून गेले होते. मला तिची फार काळजी वाटली. मी स्वत:ला विसरले. रडायचंही विसरले. अब्बू आणि माझ्या बहिणींचे निष्प्राण देह तिथे पडले होते; पण मला अम्मीचा आक्रोश आणि भीती याचंच फक्त भान होतं. तिनं ज्या पद्धतीनं तिच्या डोक्याचा रुमाल ओरबाडून काढला, ते मी कधीच विसरणार नाही. खानदानी अफगाणी स्त्रिया आपलं डोकं नेहमीच झाकून घेतात. अपरिचित व्यक्तींच्या नजरेस त्यांचे केस कधीच पडत नाहीत. हे नैतिक संकेत अम्मी आजवर पाळत आली होती. तिचं वागणं मर्यादशील होतं; पण त्याक्षणी तिनं ते सगळं झुगारून दिलं होतं. रुमाल ओरबाडून, केस उपटून, जखमा करून तिनं स्वत:ला रक्तबंबाळ करून घेतलं. अखेर तिनं जमिनीवर अंग टाकून दिलं. तिथं जमलेल्या लोकांनी नाईलाजानं आम्हाला तेथून ओढून बाजूला केलं. 'दु:ख आवरा, मागे वळून पाहू नका. सगळं ठीक होईल.' असं समजावलं; पण त्या शब्दात फोलपणाच होता. 'सगळं ठीक होईल?' अल्ला आपली काळजी घेईल?' आम्हाला बाजूला नेण्यात आलं. कसलाच आवाज येत नव्हता. सगळं ठप्प झाल्यासारखं होतं. स्वप्नावस्था होती का ती? अजूनही कधी त्या प्रसंगाची आठवण झाली की माझ्या नजरेसमोर पुन्हा ते दृश्य साकार होतं. काळ्या काचेतून मी त्याकडे बघत असते. ते ओरडणं, तो आक्रोश, तो गोंधळ, ती धक्काबुक्की, लोटालोटी, तो अविचारीपणा हे सगळं पुन्हा मला त्या स्वप्नावस्थेत दिसतं. त्या आमच्या उद्ध्वस्त झालेल्या घरापासून ते जमलेले लोक आम्हाला ओढून नेत असतात.

जवळच राहाणाऱ्या मामाच्या घरी आम्हाला नेण्यात आलं. कदाचित स्वत: मामानंच आम्हाला नेलं असेल. त्या क्षणी तो मला त्या गर्दीत परकाच वाटला असेल. अम्मी सोडून त्या दिवशी मला सगळं जगच अपरिचित वाटत होतं.

इतक्या काळानंतर आत्ता लक्षात येतंय की, त्या खरेदी केलेल्या सगळ्या कापडाचं काय झालं कोणास ठाऊक? कुठं गेलं असेल ते सगळं? ह्या क्षणापर्यंत मला त्याचा पूर्ण विसर पडला होता. रस्त्यातच ते टाकून आम्ही घराच्या आवारात शिरलो होतो बहुधा. कोणीतरी ते उचलून नेलं असेल. कोणाला तरी त्याचा उपयोग झाला असेल तर बरं. कारण आमच्या दृष्टीनं त्याला काहीच किंमत उरली नव्हती. अब्बू तर आता या दुनियेतच नव्हते. कोण माझ्यासाठी नवे कपडे शिवणार होतं?

मामाच्या घरी पोहोचलो तेव्हा अख्खं घर नातेवाइकांनी भरून गेलं होतं. झाडून सगळे जमा झाले होते. आमचीच वाट पाहत होते. कोठून कसं कुणाला कळलं

असेल ते माहीत नाही; पण सगळे गोळा झाले होते. बातमी अगदी वाऱ्यासारखी पसरली होती. आम्ही घरी पोहोचण्यापूर्वीच कितीतरी तास आधीच रॉकेट पडलं असणार घरावर. त्यामुळे जे लोक घरोघरी होते, त्यांना लगेच पत्ता लागला होता; पण आमच्यापर्यंत काहीच पोहोचलं नव्हतं. कारण आम्ही दूर तिकडे बाजारात हिंडत होतो. आम्हाला कळवायचं म्हटलं तरी शोधणार कुठे?

मामाच्या घरी अम्मी बेशुद्ध झाली. तिला असं कोसळलेलं पाहून मी माझ्या सुन्नपणातून बाहेर आले आणि मी गळा काढणार इतक्यात कोणीतरी माझ्या पाठीत धपाटा घालून म्हणालं, 'अगं तुझ्या रडण्यानं ती आणखी अस्वस्थ होईल. तुझ्या मनावर ताबा ठेवून तुलाच सगळी परिस्थिती हाताळायला हवी.'

त्या रात्री नात्यातल्या सगळ्या स्त्रिया अम्मीसाठी तिच्याजवळ थांबल्या होत्या. तिचं सांत्वन करत होत्या. तिनं कसं तोंड दिलं माहीत नाही कारण मला त्यांनी दुसऱ्याच खोलीत बंद करून ठेवलं होतं. ती अख्खी रात्र मी एकटी होते. ती भयानक रात्र मी कशी घालवली असेल? माझ्या डोक्यात काहीच शिरत नव्हतं. कसलेच विचार नव्हते. मी भावनाशून्य झाले होते. शरीराची वळकटी करून मी जमिनीवर पडले होते. बधीर, कसल्याही गोष्टींचा विचार करण्याच्या पलीकडे एखाद्या पाषाणासारखी.

सकाळ झाली पण मनातला अंधःकार तसाच होता. एखाद्या दुःस्वप्नातून जाग यावी आणि पुन्हा ते स्वप्न तसंच चालू असावं असं भासावं अशीच काहीशी अवस्था होती. कालची भयप्रद स्थिती आता आजचीच वाटत होती. नात्यातल्या कितीतरी बायका, मुली गोळा होऊन माझं सांत्वन करत होत्या. त्यांची सहानुभूती माझ्यापर्यंत पोहोचण्याइतकी मी भानावरच नव्हते.

'कृपा करून मला एकटीला राहू द्या,' असं सांगण्याचा उद्धटपणासुद्धा मी केला. सर्व जण बिचारे केवळ माझ्या सांत्वनासाठी आले होते; पण मी उद्दामपणे त्यांना फटकारलं. मला कोणी माझी कीव केलेली नको होती.

त्या भयंकर उत्पातानंतर पहिले कित्येक दिवस मी बधीरच होते. माझ्या मनाची जी घालमेल चालू होती त्या व्यतिरिक्त बाहेरच्या जगात काय चाललंय याची मला पुसटशीही जाणीव नव्हती. अवतीभवती कोण वावरतंय, माझे भाऊ, माझी मामेभावंडं, मामाच्या घरातले इतर लोक कश्याकश्याकडे माझं लक्ष नव्हतं. त्यांचं संभाषण म्हणजे कानावर येणारी किड्यांची निरर्थक गुणगुण होती. बाहेर गावात काय चाललंय? माझ्या देशात काय चाललंय? या कसल्याही गोष्टींशी माझा संबंध नव्हती. घरातल्या एखाद्या भयंकर गजबजलेल्या खोलीत तुम्हाला बंद करून ठेवावं आणि मग घरात इतरत्र शांतता आहे की नाही किंवा रस्ते सुनसान आहेत की रस्त्यावर दहशतवाद्यांचा धुमाकूळ चालू आहे किंवा नाही हे तुम्हाला सांगताच येऊ

नये तशीच काही तरी माझी अवस्था होती.

गत गोष्टींकडे पाहता असं वाटतंय की, १९९६च्या सप्टेंबर महिन्याच्या शेवटच्या आठवड्यात ज्या काही महत्त्वाच्या गोष्टी घडल्या, त्यातलीच अब्बूंचा मृत्यू ही एक घटना होती. हा रॉकेट्सचा हल्ला झाला त्यानंतर ३/४ दिवसातच मुजाहिदींनी काबूल सोडून उत्तरेकडे पलायन केलं. अर्थात तालिबान्यांच्या दहशतवादी गटापासून बचाव करण्यासाठी. म्हणजे परिस्थितीत बदल काहीच नव्हता. सगळ्या घडामोडी होत्या तशाच चालू होत्या. तालिबान्यांना काबूलवर आपला ताबा हवा होता. या सगळ्याचं महत्त्व काय ते मला अजिबात ठाऊक नव्हतं. मला त्या गोष्टींची अगदी पुसट आठवण आहे.

इतरांना कदाचित त्याबद्दल अधिक कळत असावं. अब्बूंच्या मृत्यूपेक्षासुद्धा ह्या दहशतवादी घटनेनं मामाच्या परिवारातील सर्वच जण सुन्न झाले होते. शहरातलं वातावरण इतकं गोंधळाचं होतं, की कोणत्या क्षणी काय होईल याचा नेम नसे. त्यामुळे आमच्या प्रियजनांचं दफन रिवाजाप्रमाणे करण्याचं धाडस कोणी करू शकलं नाही. काही लोकांनी मातीच्या ढिगाऱ्यातून ते मृतदेह भराभर बाहेर काढले. दफनभूमीत नेऊन अत्यंत घाईगडबडीत दफनविधी उरकून टाकला. मला घरातच थांबण्यास सांगण्यात आलं होतं. दफनभूमी लांब तिकडे गावात होती. तिथपर्यंत गाड्या जाऊ शकत नसत. पार्किंग कुठे तरी लांब असे आणि प्रत्यक्ष दफनभूमीपर्यंत खूप चालावं लागे. ती वाट फार अवघड होती. प्रत्यक्ष दफनभूमीपर्यंत तुला कृत्रिम पायानं चालत जाणं जमणार नाही असं सर्वांनी मला समजावलं. इतकं मी नक्कीच चालू शकले असते. अब्बूंच्या दफनविधीच्या वेळी तिथे हजर राहून त्यांना अखेरचा निरोप देण्याची माझी इच्छा अपूर्ण राहिली. खरंतर मी नक्कीच चालू शकले असते, मला खात्री होती. नंतर बऱ्याच काळानं मी ते सिद्धही करून दाखवलं; पण त्याही वेळी कोणी मला त्याबद्दल शाबासकी दिली नाही. त्या सगळ्यांच्या दृष्टीनं मी गरीब बिचारी अपंग होते. कदाचित माझ्या गतीनं त्यांच्या वेगात खीळ पडली असती आणि अचानक समजा काही संकट आलं असतं, समजा त्यांना पळावं लागलं असतं तर माझी त्यांना अडचणच असती. अम्मी आणि माझे भाऊ दफनविधीला उपस्थित होते; पण मी मात्र नव्हते.

जो काही धार्मिक विधी मृतात्म्यांसाठी केला जातो तो कोणताच विधी अब्बू आणि मनात घर करून बसलेल्या माझ्या बहिणींसाठी करण्यात आला नाही. जे केलं असतं तर दु:ख थोडं हलकं झालं असतं असे कोणतेच धार्मिक विधी आम्ही करू शकलो नाही. दफनविधीनंतर मशिदीत केली जाणारी प्रार्थनासुद्धा त्यांच्या वाट्याला आली नाही. काही वेगळी परिस्थिती असती तर हजारो लोक प्रार्थनेसाठी जमा झाले असते. कारण अब्बूंना ओळखणारे खूप लोक होते. माझ्या लाडक्या

बहिणी आणि अब्बू यांना अखेरचा निरोप देण्याची इच्छा मनोमन अनेकांनी केली असेल पण ह्यातलं काहीच झालं नाही. प्रत्येक जण घाबरला होता. हादरला होता. जिवाला धोका उत्पन्न करणाऱ्या तालिबानी आक्रमकांनी आमच्यावर आणीबाणीची वेळ आणली होती.

तालिबानी काबूल शहरात घुसले तो दिवस माझ्या चांगल्या स्मरणात आहे. माझ्या डोक्यातील गोंधळ आता कमी झाला होता. मी धक्क्यातून सावरले होते. बाहेरच्या जगाचा विचार मी पूर्ण भानावर येऊन करू शकत होते. त्या दिवशी होती ती फक्त स्मशान शांतता. बंदुकीच्या फैरी नव्हत्या, बाँबचा धडका नव्हता. रॉकेट्सचे हल्ले नव्हते. मुलं खेळत असल्याची कोठेही चाहूल नव्हती. मोटारी धावत नव्हत्या. सायकलींचे आवाज नव्हते. इतकंच काय कुत्री मांजरं गाढवांचेसुद्धा आवाज नव्हते. दाराच्या फटीतून दिसत होते निर्मनुष्य रस्ते. कंपाऊंडवरून पाहायचा प्रयत्न केला तर लक्षात येत होतं की, कुठेच काही नाही आहे. संपूर्ण शहर बंद होतं. तालिबान्यांच्या आक्रमणाच्या भीतीनं कोणी कामावर गेलंच नाही. घराच्या आवारात लपून राहूनही जाणवत होतं ते फक्त दहशतीचं वातावरण. वातावरणात जाणवत होती विचित्र घबराट. श्वास रोखून प्रत्येक जण फक्त कानोसा घेत होता.

चार वर्षांपूर्वी मुजाहिदींनी जेव्हा काबूलवर हल्ला केला तेव्हा बाँब वर्षाव केला, दुकानं, बाजार लुटले, रस्त्यावरच्या लोकांना मारहाण केली आणि आपसातही युद्धं केली. अर्थात तालिबानीही हेच करतील हे सर्वसामान्यांचे अंदाज होते. तशी लुटमार झालीही; पण ती लुटमार करणारे तालिबानी नव्हते. ह्या टोळ्या काबूलमधील नागरिकांच्याच होत्या. काबूलमध्ये कसलाच कायदा अस्तित्वात नव्हता. हे नागरिक कोठेही भटकत होते. अमीर उमरावांचे मोल्लेळे लुटत होते. दार खिडक्या तोडत होते. जे काय मिळेल ते पळवत होते. मुजाहिदी आणि तालिबानी या दोघांच्या सत्तेत असल्या लुटमारीची ते संधीच शोधत होते. त्यांना हुडकून त्यांचा नायनाट करण्यात तालिबान्यांना यश आलं. कसं ते माहीत नाही.

काबूलच्या सर्वसामान्य जनतेनं आपापल्या घरातच रहाणं पसंत केलं. वाट पाहत राहाणं एवढंच त्यांच्या हातात होतं. काही अन्नधान्याची गरज भासली, औषधपाणी हवं असेल तरच लोक दुकानात जाण्यासाठी बाहेर पडत; पण त्यातही बरेचदा निराशाच पदरी पडे. कारण दुकानंही बंद असत. मला आठवतंय आमच्याच जवळपासच्या एका व्यापाऱ्यानं किंमती तिप्पट केल्या. तालिबानी शहरावर कब्जा मिळवेपर्यंत या व्यापाऱ्यानं खूप नफा कमावला. तालिबानी घुसल्यावर काही दुकानदार फक्त व्यवसायापुरतीच दुकानं उघडत.

अशारितीनं घरातच बंदिस्त झाल्यानं हे तालिबानी कसे आहेत ते कळलंच नाही. आम्ही फक्त त्यांना रेडिओवर ऐकून होतो. त्यांनी कधीच जाहीर करून टाकलं

की, ‘आम्ही तालिबानी आहोत. इथेच राहणार आहोत.’ त्यांचे कायदेकानून त्यांनी सांगून टाकले. पुरुषांच्या शिवाय बायकांनी घराचं आवार ओलांडायचं नाही. पुरुषमाणसांच्या सोबतीनं बाहेर पडताना त्यांनी डोक्यापासून पायापर्यंत ‘चादरी’ पांघरल्या पाहिजे. युरोपियन अथवा पाश्चात्त्य रिपोर्टर्स त्याला ‘बुरखा’ म्हणतात; पण अफगाणिस्तानात आम्ही त्याला ‘चादरी’ म्हणतो. मुस्लिम रिवाजाप्रमाणे ठराविक वेळेला नमाज पढायला पाहिजे. पुरुषांनी दाढी राखलीच पाहिजे. हे आणि असे आणखी अनेक. हे तालिबानी म्हणजे आमच्यासाठी रेडिओ वरचे आवाज होते.

मग हळूहळू हे तालिबानी नजरेस पडू लागले. आमच्या रस्त्यावर, बाजारात ‘या अल्ला.’ ते दिसायला अतिशय क्रूर, परदेशी, दुसऱ्या जगातले नरपशू वाटत. डोक्याला खूप मोठी मुंडाशी, पापण्यांना लावलेला काळा मस्कारा, डोळ्यात घातलेला सुरमा, लांब लांब दाढ्या.

कालांतरानं त्यांची संख्या वाढू लागली. मग त्यांचा सगळीकडेच सुळसुळाट झाला. आम्हालाही ते दिसत कारण आता चादरी पांघरून का होईना पण आम्हाला बायकांना बाहेर पडता येत होतं. ते आता आमच्याच भागातले रहिवासी झाले होते. पण ते फार भीतीदायक दिसत. कोठूनही लांबूनसुद्धा ते ओळखू येत. केवळ दाढीमुळेच नाही तर त्यांच्या भीतीदायक व्यक्तिमत्त्वामुळे. सगळ्याच पुरुषांनी दाढ्या राखायला सुरुवात केली. त्यांच्या दंडुकेशाहीपासून स्वत:ला वाचवण्यासाठी; पण तरीही तालिबानी वेगळे ओळखूच येत. कदाचित त्यांची मुंडाशी गुंडाळायची पद्धत वेगळी असेल. तसाही त्यांचा एकूणच पेहेराव वेगळा होता. अफगाणी लोकांपेक्षा त्यांचे शर्टस लांब आणि भडक रंगाचे असत. आपण कोणी विशेष आहोत असा त्यांचा आविर्भाव असे. त्यांच्याजवळ एक प्रकारची गुर्मी होती.

ते असे वेगळे परके का दिसत ते नक्की सांगता येणार नाही. पण ते तसे दिसत एवढे मात्र नक्की. मुजाहिदींचा राज्यकारभार सगळा गोंधळाचा, भयानक आणि सामान्य जनतेचं खच्चीकरण करणाराच होता. ते अतिशय अमानुष होते, त्यांनी कायदा कधीच झुगारून दिलेला होता; पण ते निदान अफगाणी तरी दिसत आमच्यासारखे. पण आता मात्र आपण कसल्या तरी विचित्र परकी शक्तीच्या – जी कधीच आम्ही आमच्या देशात पाहिलेली नाही – विळख्यात सापडलोय अशी जाणीव आम्हाला होऊ लागली. तालिबानी ओझरते जरी दिसले तरी आमचा थरकाप होई. रस्त्यात सहज जरी कोणी एखादा तालिबानी दिसला तरी आपला मार्ग घाईघाईनं बदलून जायची आम्हाला इच्छा होई.

अम्मी, माझे दोघे भाऊ आणि मी असे चौघे दोन आठवडे मामाच्या कुटुंबात राहिलो. मग मोठ्या जड अंत:करणानं त्यांचा निरोप घेऊन आमच्या घरी परतलो. मातीचे ढिगारे उपसायला मागे काय राहिलंय ते पाहायला. आमच्या आवारात एकूण

पाय इमारती होत्या. पैकी दोन जमीनदोस्त झाल्या होत्या. एकीचं खूप नुकसान झालं होतं. उरलेल्या दोन बऱ्यापैकी सुस्थितीत होत्या. अर्थात खिडक्या उखडल्या होत्या. सगळ्या कोंबड्या जिवंत होत्या. आवारात चक्‌चक् करत भिरभिरत होत्या. त्या इमारतीत सामान हलवून राहाण्याचं आम्ही ठरवणं. दरम्यान काबूलच्या हिवाळ्याला सुरुवात झाली होती. खिडक्या नसलेल्या, फारसं संरक्षण नसलेल्या ह्या खोल्यातून काबूलचा हिवाळा घालवणं फार कठीण होतं.

माझ्या भावांनी खिडक्यांवर बोर्ड ठोकले. त्यामुळे खोल्या अंधाऱ्या झाल्या. पण थंडीपेक्षा अंधाराला तोंड द्यायची आमची तयारी होती. दगडा विटांच्या ढिगाऱ्यातून काही कपडे, भांडी आणि आमच्या इतर मालमत्तेपैकी काही मिळवता येतंय का याचा भावांनी शोध घेतला. आता आदिमानवासारखी आमची अवस्था होती. आजचा दिवस सरला आता उद्याची चिंता करायची पण यामुळे डोक्यात इतर विचारांना थारा मिळत नव्हता आणि कदाचित आपण काय गमावलंय याचं दु:ख करायलाही वेळ मिळत नव्हता.

नव्या राज्यकर्त्यांची काबूलमधील जनतेला हळूहळू माहिती होऊ लागली. मुजाहिदींपेक्षा याचं पाणी वेगळं आहे हे थोड्याच दिवसात आमच्या लक्षात आलं. त्यांचे कायदे मोडणाऱ्यांना छडीचा प्रसाद मिळत असे. विशेषकरून त्यांच्या नियमांप्रमाणे पोषाख न करता आणि पुरुषांच्या सोबती शिवाय बाहेर पडणाऱ्या स्त्रियांना याचा फार त्रास होई. स्त्रियांचं हे वर्तन त्यांच्या लेखी उद्धटपणाचं होई.

मुजाहिदींच्या राज्यात नाही म्हटलं तरी आम्हा बायकांना बाहेर पडण्याचा, शाळेत शिकण्याचा किंवा काही कामधंदा करण्याचा कायद्यानं तरी हक्क होता. त्यातही कधी कधी धोका पत्करावा लागे. पण बायका मुली आमच्या प्रथेप्रमाणे पोषाख करून डोक्याला रुमाल बांधून बाहेर जाऊ शकत. त्या काळातही काही स्त्रिया 'चादरी' पांघरत असत. पण ते स्वच्छेनंच, प्रथा म्हणून आणि 'चादरी' वापरणं तसं बंधनकारक नव्हतं. मुजाहिदीही तसे जुनाट विचारांचेच होते. पाश्चात्त्य वेशभूषेला त्यांची परवानगी नसेच पण तरीही काही प्रमाणात मर्यादा पाळून बायका आपल्या आवडीचा पेहेराव करू शकत.

तालिबान्यांनी ह्या असल्या आवडी-निवडी रद्दबातल केल्या. जर एखादी स्त्री 'चादरी' न पांघरता दिसली तर तिला छडीनं नाही तर रबराच्या नळीनं झोडपण्यात येई अगर बंदुकीच्या दस्त्यानं बदडलं जाई. फक्त ते घराघरातून घुसत नसत. हेच विशेष. नशीब इतकंच की मुजाहिदींपेक्षा सगळ्या कुटुंबांच्या खाजगीपणाचा ते आदर करत. पण रस्त्यात दिसणाऱ्या स्त्रिया त्यांच्या तावडीतून सुटत नसत. काही स्त्रिया बाहेर जाऊ शकत नव्हत्या कारण त्यांच्याकडे स्वत:च्या 'चादरी' नव्हत्या. आपल्या दादी अम्मींच्या काळातल्या ४०/५० वर्षांपूर्वीच्या कसर लागलेल्या

'चादरी' काही स्त्रियांनी आपल्या फडताळातून शोधून काढल्या. पण बऱ्याचशा कुटुंबांनी त्या 'चादरी' फेकून सुद्धा दिलेल्या होत्या.

ज्यांच्याकडे स्वत:च्या चादरी नव्हत्या त्यांनी कालांतरानं नवीन विकत घेतल्या. मग काय हळूहळू बाजारात पांढऱ्या, काळ्या, लाल, पिवळ्या अगदी आकर्षक रंगाच्या चादरी दिसू लागल्या. चादरी विकणाऱ्या व्यापाऱ्यांची चांदी झाली. हा त्यांच्या भरभराटीचा काळ होता.

ही तालिबानी राजवट सुरू झाल्यापासून मी अगदी क्वचितच आमच्या आवारातून बाहेर पडत असे. एकदा शेजारच्या घरी आम्हाला जेवायला बोलावलं होतं म्हणून मी माझी चादर पांघरली. सर्वांकडे आपापल्या मापाच्या चादरी होत्या. फक्त माझ्याकडेच नव्हती. कारण माझं नाक अगदी बसकं आहे. त्यामुळे चादरीच्या ज्या भागावर बाहेर बघण्यासाठी जाळी लावलेली असते तो भाग माझ्या चेहऱ्यावर भलतीकडेच बसला. मग मी काय युक्ती केली माझ्या नाकावर कागद चिकटवून नाक जाड केलं तेव्हा कुठे ती जाळी बरोबर डोळ्यांवर बसली आणि मला जाळीतून बाहेरचं दिसूही लागलं आणि चादरी आणि नाक यात पुरेसं अंतर पडल्यानं श्वासही नीट घेता येऊ लागला.

खरं म्हणाल तर 'चादरीत' वावरण्याची मला मुळीच सवय नव्हती त्यामुळे माझा कृत्रिम पाय लावून मला नीट चालताही येईना आणि आपण कुठे चाललोय ते ही कळेना. कारण चादरीच्या जाळीतून तुम्हाला फक्त नाकासमोरचा रस्ता दिसतो. तुम्ही खाली पायाकडे बघू शकत नाही. 'चादरी' पांघरून पाय न अडखळता सराईतपणे चालणं ह्यात सुद्धा कौशल्य असतं. वाटेतले खाचखळगे ध्यानात ठेवून समोरच्या मार्गाचं भान ठेवावं लागतं. जेव्हा तुम्ही पुढे पुढे पाऊल टाकता त्यावेळी पावलाखालचा रस्ता आणि दोन्ही बाजूचा रस्ता दिसेनासा होतो. समोरून काही अडथळा येत असेल तर त्या दिशेनं जाताना ते सर्व लक्षात ठेवून त्याचा अचूक अंदाज घेत तुम्हाला जावं लागतं. त्या ठिकाणी पोहोचल्यावर तुम्हाला चवड्यानं त्याचा अंदाज घ्यावा लागतो. एखादी आंधळी व्यक्ती ज्याप्रमाणे काठीनं आजूबाजूचा अंदाज घेते ना तसं करावं लागतं. तुम्ही अडथळ्यापाशी आलाय हा अंदाज घेऊन पाऊल योग्य त्या ठिकाणी पडलं नाही तर तुम्ही पडण्याचीच शक्यता जास्त. हे सगळं शिकावं लागतं. पण एका पायाला दुखापत झालेली असेल आणि दुसरा पाय खोटा असेल तर ह्या सगळ्या हालचालीत एक सहजपणा येणं खूपच अवघड होऊन बसतं.

ह्या सगळ्या कारणांमुळे तालिबान राजवट आल्यावर मी क्वचितच बाहेर पडू लागले. आम्हा दोघींनाही तसं फारसं बाहेर पडावं लागत नसे. कारण अम्मीची दोन मुलं (मुलगे) होती, बाजारहाट करायला हाताशी. आम्ही शेजाऱ्यांनी मिळून साखळी

केली होती. म्हणजे कोणी ना कोणी तरी अनेक जणांसाठी आलटून पालटून बाजारहाट करीत असे. म्हणजे प्रत्येकाला कमीतकमी वेळा बाहेर पडावं लागे.

अब्बूंच्या मृत्यूला एक महिना उलटला. तालिबान्यांनी एक दिवस जाहीर केलं की, त्यांच्या सैन्यात त्यांना आणखी सैनिकांची भरती करायची आहे. प्रत्येक कुटुंबातल्या मुलांनी सैन्यात भरती झालंच पाहिजे. त्यांनी गावातले कानेकोपरे धुंडाळायला सुरुवात केली. मध्यमवयीन पुरुष, वीस वर्षांची मुलं इतकंच काय त्यांना १०/११ वर्षांची मुलंसुद्धा हवी होती. कोणीही रडत बसायचं नाही, त्यांनी दम भरला. भरती व्हावं लागू नये म्हणून जर कोणी मुलानं पळून जायचा प्रयत्न केला तर शिक्षा ठरलेली. कोणत्याही कुटुंबानं हे नाकारलं तरीही हे तालिबानी सूड उगवतच असत.

आत्ता कुठे आम्हाला हे तालिबान्यांचं खरं स्वरूप दिसायला लागलं होतं. आमच्या हाजरा जमातीशी तर त्यांची विशेषच दुष्मनी होती. हाजरा मुलांनी भरती होण्यास नकार दिला तर त्यांना सरळ फाशी दिलं जायचं.

भयभीत होऊन माझ्या भावांनी तर आवराबाहेर जाण्याचं सोडूनच दिलं. आमच्या संरक्षणासाठी तर घराभोवती आता तटबंदीसुद्धा नव्हती भिंतींची. ज्या भिंती होत्या त्यांना जागोजागी खिंडारं पडली होती रॉकेट हल्ल्यात. कंपाऊंडची दारंही अस्तित्वात नव्हती. त्यामुळे ते दाढीवाले नरपशू आमच्या कंपाऊंडमध्ये कधी अवचित येऊन उभे राहातील ह्या शंकेने आम्ही सदैव धास्तावलेले असायचो.

शेजाऱ्यांपेक्षा आमची अवस्था जास्त वाईट होती असं नव्हे कारण त्यांच्याही घरात मुलगे होतेच की. आमच्या आसपास बहुतेक सगळे हाजरा लोकच होते. आम्हा सगळ्यांचा कधीही बळी गेला असता. शेवटी एक दिवस शेजाऱ्यापाजाऱ्यांनी मिळून ह्यावर एकत्र विचार करायचं ठरवलं. अम्मीला वाटलं की त्या तालिबान्यांच्या सैन्यात माझ्या भावांनी भरती व्हायचं म्हणजे साक्षात् मृत्यूलाच कवटाळायचं. 'माझ्या निरपराध मुली आणि नवरा यांना तर त्या नराधमांनी ठार मारलंच आणि आता शिवाय माझ्या मुलांनी त्यांच्यासाठी लढायचं? हा कोणता न्याय? माझ्या पोरांनी त्यांच्यासाठी काम केलेलं पाहाण्यापेक्षा मी माझे डोळे फोडून घेईन.'

सगळ्यांनीच अम्मीच्या ह्या गोष्टीला दुजोरा दिला. पण तरीही यावर उपाय काय? आम्ही सगळे शेकोटीभोवती गोळा झालो होतो. शेकोटीच्या धुरानं डोळ्यात येणारं पाणी कष्टानं थोपवत हात चोळत बसलो होतो. दाराच्या फटीतून आत घुसणाऱ्या वाऱ्याचा सूं सूं आवाज येत होता. कोणाच्याही तोंडून शब्द फुटत नव्हता. सगळेच जण विचाराच्या गर्तेत बुडालो होतो.

शेवटी एकानं सुचवलं की सगळ्या मुलांनी चक्क इथून पलायन करायचं आणि पाकिस्तानात आश्रय घ्यायचा. दुसरा काहीच उपाय नाही.

अम्मीनं मन कठोर केलं. तिनं याला सहमती दर्शवली. तिनं माझ्या भावांची समजूत काढली, ‘अरे, तुम्हाला आता जास्त धोका आहे. तुम्ही येथून जावं हे बरं. मला आणि फराहला तुलनेनं धोका कमी आहे. आम्ही नंतर तुम्हाला सामील होऊ. आम्ही आत्ताच तुमच्याबरोबर आलो तर निष्कारण तुम्ही अडचणीत याल. पाकिस्तानात जाण्यासाठी काय करावं लागेल अल्ला जाने! कदाचित तुम्हाला डोंगर ओलांडावे लागतील, नद्या वाळवंटं पार करावी लागतील. काही दिवस अन्नपाण्यावाचूनही काढावे लागतील कुणी सांगावं? तुम्ही तरुण आहात याचा मुकाबला करायला समर्थ आहात. हालअपेष्टा तुम्ही सोसू शकाल. तुम्ही पुढे व्हा. संधी मिळाली की फराह आणि मी इथून निसटू. तुम्हाला शोधू. अल्लाची मर्जी असेल तर पुन्हा आपली भेट होईल. पुन्हा एकदा एकत्र सुखानं राहू.’

‘सगळी मुलं एकत्र मिळून गेली तर जास्त बरं.’ सगळ्यांनाच वाटलं.

‘सगळे एकत्र गेले तर एकमेकांची काळजी घेतील. मोठी लहानांना सांभाळतील, त्यांची काळजी घेतील.’

एकानं म्हटलं की, ‘अफगाणिस्तानातून बाहेर पडायला एकच मार्ग आहे तो म्हणजे पाकिस्तानात आश्रय घ्यायचा. मी ऐकलंय की असंच करावं लागतं.’

आम्हाला सगळ्यांनाच हा मार्ग योग्य वाटला. या सगळ्या योजनेचा शेवट काय होणार होता ते कोणालाच माहीत नव्हतं. पाकिस्तानचं आम्ही फक्त नावच ऐकून होतो. ते किती लांब आहे हे कोणालाच ठाऊक नव्हतं. काबूलहून तिथे कसं जायचं कोणालाच माहीत नव्हतं. अम्मी खेड्यात वाढली होती. कारणाशिवाय तिनं कधी घराचं फाटक ओलांडलं नव्हतं. बाहेरच्या जगाची तिला कल्पनाच नव्हती. मी फक्त दहा वर्षांची होते. जर्मनीला जायला विमानानं किती वेळ लागतो ते मला ठाऊक होतं; पण पाकिस्तानात चालत जायला किती काळ लागणार होता? आणि चालत जाणं हा एकच मार्ग होता का खरोखर?

शेजारच्यांनी थोडे पैसे त्यांच्या मुलांना दिले. अब्बू हयात होते, पैसे कमवत होते त्यावेळी अम्मीनं जे काही सोन्याचे दागिने बनवून ठेवले होते ते अजूनही तिच्याजवळ होते. आमच्या कुटुंबाशी सलोखा असलेल्या आमच्या एका हितचिंतकाच्या मदतीनं अम्मीनं काही दागिने बाजारात विकून ते पैसे माझ्या थोरल्या भावाकडे मेहमूदकडे दिले. मेहमूद होता सोळा वर्षांचा तर गायूस नऊ.

काबूलपासून अफगाण बॉर्डरच्या निम्म्या अंतरावर जलालाबाद होतं. तिथे जाणारी बस पकडावी असं मुलांना सांगण्यात आलं आणि तिथून मग पुढे? ते कोण बरं त्यांना सांगेल?

अम्मीनं आपल्या मुलांना हृदयाशी कवटाळलं. मीही त्यांना मिठी मारली. सगळ्यांनाच अश्रू आवरत नव्हते.

छताच्या वाशाखाली आम्ही कुराण धरलं होतं त्या खालून ते दोघे दरवाजाकडे चालत गेले. मग वळून परत आले. पुन्हा दुसऱ्यांदा कुराणाखालून दरवाजाकडे गेले परत आले. आणि मग मात्र तिसऱ्यांदा आले आणि अखेरचे गेले. घरापासून दूर...

सगळ्यांबरोबर ते गेले तेव्हा मोठ्या मेहमूदनं धाकट्याचा हात घट्ट धरून ठेवला होता. स्वत:च्या हिमतीवर बाहेरच्या जगाचा सामना करायला निघालेली ती सगळी मुलं, आता जगात त्यांचं रक्षण कोण करणार होतं? काळजी कोण घेणार होतं एकमेकांशिवाय?

आम्ही एकटक त्यांना पाहत होतो. त्यानंतर माझे भाऊ मला पुन्हा कधीही दिसले नाहीत.

कित्येक दिवस, कित्येक महिने लोटले. आम्ही फक्त त्यांच्या खुशालींच्या बातमीची वाट पाहत होतो. आम्हाला नक्की कशाची अपेक्षा होती? आमच्याकडे फोन नव्हता. अख्ख्या काबूलमध्येच फोनची काहीही व्यवस्था नव्हती. काबूलच काय पण संपूर्ण देशातच डाक व्यवस्था अस्तित्वातच नव्हती. बऱ्याचदा कोणाच्या तरी हाती पाठवलेलं पत्रच बहुधा मिळे. दिवसेंदिवस पैसा संपत चालला होता. अब्बूंच्या मृत्यूनं त्यांचा शिवणकामाचा धंदा संपुष्टात आला होता. त्यांच्या हाताखालच्या कामगारांनी चरितार्थाचे दुसरे मार्ग शोधले होते. घरातल्या पुरुषांच्या मदतीशिवाय अफगाणिस्तानात तालिबान्यांच्या राज्यात आम्हा बायकांना बाहेर पडणंही अशक्य होतं. आता नातेवाईक आणि शेजारी यांच्याखेरीज आम्हाला कोणताच आधार उरला नव्हता. जे आणि जसं अन्नधान्य ते आणून देऊ शकत त्यावरच भागवावं लागत होतं. घरातच बंदिस्त होणं आता नशिबात होतं. बाहेर भीक मागणाऱ्या विधवांची संख्या दिवसेंदिवस वाढत होती. पुरुषांच्या सोबतीशिवाय बाहेर हिंडणाऱ्या विधवा तालिबान्यांच्या तावडीत सापडत. मग त्यांचा मार चुकत नसे. कधीतरी याचा शेवट होईल अशी प्रार्थना करत होतो. पण आता शेवट जवळ आल्यासारखा वाटत होता.

अफगाणिस्तानातून पलायन

एक दिवस असंच एका वाटसरूबरोबर एक पत्र आलं; पण ते माझ्या भावाचं नव्हतं. ते होतं अम्मीच्या चुलत बहिणीचं. ती होती क्वेट्टयात. ते होतं पाकिस्तानच्या बॉर्डरवर अफगाणिस्तानच्या बाजूला. खरंतर तिच्याशी आमचा पत्रव्यवहार उरलाच नव्हता. ती तिथे आहे हेही आम्हाला माहीत नव्हतं. पण अब्बूंच्या मृत्यूनंतर सहा महिन्यांनी कोठून कशी कोण जाणे पण तिला आमची बिकट परिस्थिती समजली.

'क्वेट्टयाला या' तिनं म्हटलं होतं. 'अफगाणिस्तानाची बॉर्डर ओलांडून सरळ क्वेट्याला या. पेशावर मधे घोटाळू नका. ती पश्तुन सिटी आहे. तेथे तालिबान्यांची हुकूमत आहे. तेथे तुमचं स्वागत होणार नाही. उलट तिथे तुम्हाला धोका जास्त संभवतो . कारण तालिबान्यांची तिथे ये जा असते. आणि हाजरांशी त्यांची दुष्मनी आहे. दोन हाजरा स्त्रियांसाठी पेशावर हे अगदी धोकादायक आहे. शक्य झाल्यास पेशावर गावातसुद्धा जाणं टाळा. सरळ क्वेट्टा गाठा.' तिचं घर कसं शोधायचं याच्या खाणाखुणाही तिनं दिल्या होत्या.

अम्मीची ती चुलत बहीण काही काळापूर्वीच तिकडे गेली होती आणि तिथंच स्थायिक झाली होती. काही काळानं तिचा नवरा मृत्यू पावला; पण तिचा भाऊ आणि दोघे मुलगे तुर्कमेनिस्तानात होते. अफगाणिस्तानात कम्युनिस्ट राजवट असतानाच ते बाहेर पडले. तुर्कमेनिस्तानात ते शिक्षणासाठी गेले. दरम्यान अफगाणिस्तानातील कम्युनिस्टांची उचलबांगडी झाली आणि हे सर्व तुर्कमेनिस्तानातच राहिले. ते आता त्या सोव्हिएट प्रजासत्ताकात कामाला लागले होते. त्यांच्या अम्मीला नियमित पैसा पाठवत होते आणि त्यावरच अम्मीच्या चुलतबहिणीची गुजराण होत होती.

आम्ही या सगळ्यांची आमच्या शेजाऱ्यांशी चर्चा केली आणि धीर करून हे पाऊल उचलायचं ठरवलं. चौकशीअंती असं वाटलं की एखाद्या पुरुषाच्या सोबतीनं बसचा प्रवास करून जलालाबाद गाठावं म्हणजे तालिबान्यांच्या तावडीतल्या काबूलहून निसटता येईल. या कामाचा योग्य तो मोबदला त्या व्यक्तीला द्यावा. मग दोघींनीच जलालाबादहून अफगाण सरहद्द गाठावी आणि मग बॉर्डर ओलांडावी त्याची

परिणती काय होणार? पुढे बॉर्डरपासून क्वेट्टा म्हणजे चंद्राच्या या भागातून त्या भागात गेल्यासारखंच. कोणालाच काही सांगता येईना. मग वाटलं की एकदा तिथपर्यंत पोहोचल्यावर पुढचं पुढे पाहता येईल.

अफगाणिस्तान सोडण्याची आमची तयारी होईपर्यंत उन्हाळा आला. थोड्याफार नेण्याच्या वस्तूंची आम्ही गाठोडी तयार केली. फार काही सामान नव्हतंच; पण आमचं आम्हाला वाहून नेता येईल इतकंच होतं. कारण माझ्या पायामुळे मला फारसं पेललं नसतंच आणि अम्मीच्या अंगात तर माझ्याइतकीही ताकद नव्हती. अब्बूंच्या मृत्यूनंतर तिचा दमा उफाळून आला होता. एकेका श्वासासाठी तिला झगडावं लागत होते. प्रत्येक श्वासागणिक तिला धाप लागत असे. मानसिक, शारीरिक ताण तिला झेपतच नसे. आमच्या जवळ त्यासाठी काहीही औषध नव्हतं. अगदी वाईट अवस्था असेल तर विश्रांती हा एकच त्यावरचा उपाय. त्यामुळे जास्तीच्या सामानाला आमच्या प्रवासात थाराच नव्हता.

जलालाबादपर्यंतचा प्रवास बसनं होता त्याखेरीज अन्य कोणताच पर्याय नव्हता. काबूल ते जलालाबाद हा प्रवास अगदी डोंगराळ भागातून होता. अगदी दुर्गम अरुंद दऱ्यातूनच. काबूल नदीवरचे खूप मोठे, कोसळणारे धबधबे त्या दऱ्यात होते आणि होता नदीच्या काठाकाठानं जाणारा वळणावळणांचा महामार्ग.

या दऱ्या पार करून एकदा आम्ही खाली उतरल्याबरोबर हवा एकदम बदलली. तापमान वाढलं. संत्री आणि लिंबांच्या गर्द झाडांनी नटलेल्या जलालाबादच्या खोऱ्यात आम्ही प्रवेश केला. गजबजलेल्या बाजारात आम्हाला सोडून असं निघून गेली. एकटेपणाच्या जाणीवेनं छातीत धडकीच भरली. आता पुढे कोणता मार्ग घ्यायचा हे कोणाला विचारण्याचं धाडस होईना. शक्यतो कुटुंबवत्सल माणसांना किंवा बायकांनाच आपली अडचण सांगायची असं आमचं धोरण होतं. दुसऱ्या बस स्टॉपवर जायचा मार्ग त्यातूनच कळला.

तो जो 'दुसरा' बस स्टँड होता त्याला काही बस स्टँडचं स्वरूप नव्हतंच. ना इमारत, ना तिकीट खिडकी, ना कोणी तिथला मुख्य. एखाद्या भाजी बाजाराची कळा होती त्या स्टँडला. रस्त्याच्या दोन्ही बाजूला दुकानांच्या छोट्या छोट्या टपऱ्या होत्या. त्याच पट्ट्यात बॉर्डरपर्यंत जाण्यास उत्सुक असणाऱ्या गिऱ्हाइकांना हेरणारे टॅक्सीवाले, व्हॅनवाले हिंडत होते. घोटाळणाऱ्या प्रवाशांना हेरून बॉर्डरकडे घेऊन जाण्यासाठी त्यांचा सौदा चालू होता.

आम्ही तिथे पोहोचण्यापूर्वीच वाहनांची वाट पाहणारे खूपसे लोक उभे असलेले दिसत होते. त्यांनी प्लॅस्टिकच्या छोट्या पिशव्या खरेदी करण्याचा आम्हाला सल्ला दिला. आम्हाला त्याचं काही कारण कळेना पण मग विचार केला की इतर प्रवासी जे काय करत असतील तेच आपण केलेलं बरं! आमच्यापेक्षा त्यांना जास्त अनुभव

होता. आणि आश्चर्याची गोष्ट म्हणजे बहुतेक सर्व दुकानात प्लॅस्टिकच्या पिशव्या मिळत होत्या. म्हणजे प्रवासासाठी त्यांची खरोखरच गरज असणार.

थोड्यावेळानं आम्हीही मोक्याची जागा पकडून रस्त्याच्या कडेला वाट पाहत थांबलो. तेवढ्यात एक व्हॅन आली. लगेच सगळी गर्दी तिकडे धावली. आत शिरण्यासाठी सगळे जण भांडत होते. ढकलाढकली करत होते. ही त्या बस स्टँडची खरी वस्तुस्थिती होती. जे खरोखर बलदंड होते, त्यांनी सहज आत प्रवेश मिळवला. खरंतर प्रत्येक व्हॅनमध्ये जास्तीतजास्त १०/१२ माणसेच जाऊ शकत. म्हणजे खूप दाटीवाटीनं बसली तर आणि ड्रायव्हर्स तेवढी घेतच कारण त्यांना तेवढेच जास्त भाडे मिळे. पहिल्या व्हॅनमध्ये आम्ही अर्थातच चढू शकलो नाही आणि अर्थात दुसऱ्यातही नाही. तिसरी गाडी येईपर्यंत आपल्याला गाडीत चढायचं असेल तर काय करायला हवं याचा मला अंदाज आला होता. मीही मग लोकांना हातांनी बाजूला लोटत ढकलत अम्मीचा हात धरून गाडीच्या दारापर्यंत धडक मारली आणि आम्ही गाडीत शिरलो.

जलालाबादपासून बॉर्डर फार लांब नव्हती; पण दुपारच्या रणरणत्या उन्हात आमचा प्रवास होता. बाहेर धुळीचे लोट उडत होते आणि ते खिडकीतून आतही येत होते. अम्मीच्या छातीत घरघर सुरू झाली. तिचा जीव गुदमरला. माझी भीतीनं घाबरगुंडी उडाली. मला वाटलं ती आता तिथेच बेशुद्ध होणार. मी एका हातानं तिच्यासाठी आडोसा करायचा प्रयत्न केला. आणि आमच्या अंगावर झेपावणाऱ्या प्रवाशांना बाजूला लोटायचा प्रयत्न केला. हेतू हाच की तिला श्वास घ्यायला मोकळी जागा मिळावी. गरमीनं उडणारी धूळ घामाला चिकटत होती आणि घामाचे चिकट ओघळ चेहऱ्यावरून हनुवटीवरून खाली येत होते.

तेवढ्यात त्या प्लॅस्टिकच्या पिशव्यांच्या उपयोगाचा मला शोध लागला. मागच्या बाजूला बसलेल्या प्रवाशाला भडभडून उलटी झाली. त्यानं लगेच ती प्लॅस्टिकची पिशवी तोंडाशी धरली. आणि गाडीभर एक भयंकर वास भरून राहिला. माझ्याही नाकात हुळहुळलं. मलाही उलटीची भावना झाली. मीही नकळत पिशवीला हात घातला. आणि थोड्याच वेळात गाडीतल्या सर्व प्रवाशांची हीच धांदल उडाली. खरंतर हे अंतर फार नव्हतं. काही तासांचाच प्रवास होता; पण तो कधीच न संपणारा वाटला.

बॉर्डरपासून साधारण अर्ध्यामैलावर ड्रायव्हरनं गाडी रस्त्याच्या कडेला घेतली आणि 'आता याच्यापुढे गाडी जाणार नाही.' असं जाहीर करून टाकलं.

'ती तिकडे समोर बॉर्डर आहे. त्या दोन इमारती दिसताहेत ना त्याच्यामध्ये ते दार दिसतंय ना? तेच ते. त्यातून पलीकडे गेलात की पाकिस्तानच्या हद्दीत प्रवेश कराल. तिथून पुढे अर्ध्या मैलावर अशाच तऱ्हेच्या गाड्या तुम्हाला मिळतील.

त्यातून तुम्हाला पेशावरला जाता येईल.'

आम्ही गाडीतून उतरलो. त्यानं दाखवलेल्या दिशेनं चालायला सुरुवात केली. आम्ही फक्त दोघीच नव्हतो. अख्खा रस्ता माणसांनी भरून गेला होता. पलीकडे जायच्या ओढीनं आलेली शे-दोनशे तरी कुटुंबं असतील. किती होती केवळ कल्पनाच करावी. मी तर मोजदाद करूच शकले नाही. समोरच्या दृश्यानं मी पुरती वेडीच झाले.

पाकिस्तानकडे नेणारं ते दार बंद होतं. दारावरचे पहारेकरी कोणालाच आत सोडत नव्हते. सर्व जण दाराच्या दिशेनं झेपावत होते. धक्काबुक्की करत होते आणि ते पहारेकरी त्यांना मागे ढकलत होते. आम्ही जसंजसे दाराच्या जवळ जात होतो तसतशी गर्दी अधिकच वाढत होती आणि दारापाशी चालू असलेला मोठा गोंगाट कानावर पडत होता. अफगाणी लोक जोरजोरात आरडाओरड करत होते आणि त्यांना पाकिस्तानी प्रत्युत्तर देत होते. अम्मी कशीबशी उभी होती, दर पावलागणिक धापा टाकत होती. धीर एकवटून उभं राहायचा प्रयत्न करत होती. सूर्य कधीच मावळला होता. त्याचबरोबर माझ्याही आशा मावळत होत्या. जर इथेच राहायची वेळ आली तर आम्ही काय करणार होतो? कुठे रहाणार होतो? तिथे ना जवळ वस्ती होती, ना हॉटेल होतं. वाळवंटच होतं सगळं.

आम्हाला पलीकडे जाण्याची संधीच मिळाली नाही. सगळे धट्टेकट्टे मोठ्या आशेनं दाराकडे धाव घेत होते. त्या पहारेकऱ्यांकडे मोठ्या लाठ्या आणि बंदुका होत्या. लोक पुन्हा पुन्हा दाराशी गर्दी करत होते आणि ते पहारेकरी लाठ्या आपटून गोल फिरवून त्यांना मागे परतवत होते. आमच्या बाजूच्या गर्दीतले लोक अक्षरशः भरडले जात होते. सगळ्यांच्याच सहनशक्तीचा कडेलोट होत होता. मग सगळेजण पुन्हा चवताळून उठत होते. पुन्हा सर्व शक्तिनिशी लोकांचा लोंढा दाराकडे धाव घेत होता. पुन्हा पुन्हा तो लोंढा मागे लोटला जात होता.

ह्या गोंधळात आम्ही दाराच्या जवळपाससुद्धा फिरकण्याची शक्यता नव्हती. गर्दीच्या विरळ होणाऱ्या टोकाला आम्ही होतो आणि तरीही प्रत्येक लोंढ्याबरोबर मागे पुढे ढकलले जात होतो. मला तोल सांभाळणं कठीण जात होतं आणि अम्मी कशीबशी माझा हात धरून उभी होती. शक्यतो माझ्याजवळ असायचा प्रयत्न करत होती. कारण त्या गर्दीत जर आम्ही एकमेकींपासून दूर गेलो असतो तर कदाचित कधीच सापडलो नसतो एकमेकींना. त्या गर्दीत सापडून आम्हाला कोणताही धोका पत्करायचा नव्हता. मग आम्ही तेथून बाजूलाच झालो. भोवती गडद होणाऱ्या अंधारात आता पलीकडे जायचा प्रयत्न करणाऱ्या गर्दीचा फक्त आवाज ऐकू येत होता. आम्ही मात्र माघार घेत होतो. दारापासून दूर जात होतो.

अखेर रात्र झाली. आम्ही आता अगदी उघड्यावर पडलो होतो.

एकच गोष्ट चांगली होती. ती म्हणजे हवेत गारठा अजिबात नव्हता. ते आमचं भाग्यच म्हणायला हवं आणि आम्ही दोघी अगदी एकट्या नव्हतो. खुदाची आमच्यावर मेहेरबानीच होती. शेकडो कुटुंबं त्या वाळवंटात जमिनीवर हताश होऊन बसलेली. सोबतीला बॉर्डरवरच्या उंचच उंच डोंगरांच्या सावल्या. अनेक कुटुंबं घोळक्यानं बसली होती. मधोमध शेकोटी पेटवून. कदाचित त्यामुळे त्याही वातावरणात थोडा दिलासा आला होता. त्यांच्या आपापसात चर्चा चालू होत्या. आमच्या कानावर त्यांचे आवाज पडत होते. अगदी खरं बोलायचं झालं तर ऐक्याचीच भावना सगळ्यांच्या मनात होती. आम्ही सर्व अगदी सर्वसामान्य कुटुंबातली माणसं दैवाच्या फेऱ्यात अडकलेली, जणू एकच विधिलिखित असलेली, कोणाचीच कोणाला दुखवायची इच्छा नसलेली.

मनात विचार आला की मी एकटीच असते तर अतिशय घाबरून गेले असते; पण त्या अपरिचित अथांग जनसमुदायात मला सुरक्षितच वाटत होतं. माझ्याजवळ आणि अम्मीजवळ आमची छोटीशी कपड्यांची बोचकी होती. डोक्याचे रुमाल आणि जास्तीचे कपडे असलेली. तेच उशाला घेऊन आम्ही तेथेच आडव्या झालो. आकाशाच्या छताखाली समजत होतो तितकी वाईट परिस्थिती नव्हती. त्यामुळे आम्हाला चक्क झोप लागली.

रात्र सरली. आता पुन्हा नव्यानं बॉर्डर ओलांडून जाण्याचा प्रयत्न करायचा होता. आमच्या पुढे त्या शिवाय दुसरा कोणताच पर्याय नव्हता. परतीचे मार्ग आम्ही कधीच बंद करून टाकले होते. शिवाय त्या वाळवंटात अनिश्चित काळापर्यंत रेंगाळणंही शहाणपणाचं नव्हतं. कसंही करून बॉर्डर ओलांडायला हवी होती. पण काय? पहिले पाढे पंच्चावन्न! पहारेकरी पुन्हा पुन्हा दरवाजे बंद करत होते आणि दरवाजापाशी जाण्याचा प्रयत्न करणाऱ्या त्या जनसमुदायाला काठ्यांनी बडवत होते.

पण त्या दिवशी एक गोष्ट नव्यानं माझ्या लक्षात आली. प्रश्न पैशाचा होता. कोणीतरी त्या विषयी बोलत होतं. मी ही मग बारकाईनं लक्षपूर्वक पाहू लागले आणि ते खरंच होतं असं लक्षात आलं. पहारेकऱ्यांपैकी काही जण गर्दीला तोंड देत होते तर काही एका बाजूला रिकामटेकडे बसले होते. लोक शांतपणे त्या बाजूला जात होते. त्या बाजूला बसलेल्यांचे हात ओले केल्यावर बाजूच्या छोट्याशा दरवाजातून त्या माणसांना शांतपणे जाऊ देण्यात येत होतं. मुख्य दरवाजे उघडले असते तर शेकडो लोक त्यातून कधीच पलीकडे गेले असते; पण ह्या एका बाजूच्या दरवाजातून मात्र एकावेळी एक दोनच व्यक्ती जाऊ शकत होत्या. ही अशी लाच घेऊन ते खरंतर आमचं काहीच भलं करणार नव्हते. त्यांना देण्यासाठी आमच्याजवळ पैसेही नव्हते. जे काय थोडं होतं ते पेशावरहून क्वेट्ट्याला जाण्यासाठी सांभाळून ठेवणं भाग होतं. त्यामुळे दुसरा दिवसही असाच गेला.

अखेर दिवस मावळला. योगायोगानं एका भल्या कुटुंबाशी आमची गाठ पडली. गप्पाच्या ओघात त्यातली वयस्क स्त्री म्हणाली की तिचा नवरा (गुलाम अली त्याचं नाव) बॉर्डर ओलांडून जायला काही दुसरा मार्ग आहे का याचा शोध घ्यायला गेलाय. अशीच शेळ्यामेंढ्यांनी केलेली एक पायवाट त्याला सापडली होती. पण ती वाट होती डोंगरातली. आम्ही आत्ता होतो त्या बस स्टेशनच्या ईशान्येकडे असलेली आणि लांबलचक मैलोनमैल. त्या वाटेनं पाकिस्तानात कोणी सुरक्षितपणे जाऊ शकेल का याचा शोध घेऊन तो आपल्या कुटुंबाला त्या मार्गानं नेणार होता.

'तसं झालं तर तुम्ही आमच्याबरोबर येऊ शकता.' गुलाम अलीच्या बायकोनं आश्वासन दिलं.

केव्हातरी अपरात्री तिचा नवरा उगवला. 'त्या रस्त्यानं जाता येण्यासारखं आहे.' तो म्हणाला. 'चोरटी आयात करणारे त्या मार्गानं ये जा करत असतात आणि या पहारेकऱ्यांनी त्यांना ये जा करायला मुभा द्यावी म्हणून हे चोरटे त्यांना लाच देतात. अर्थात त्या चोरांना आपण सामील होणार नाही आहोत; पण रात्री आपण गेलो तर सहज पलीकडे जाऊ शकू.'

गुलामअलीच्या बायकोनं मग त्याला आमची कहाणी ऐकवली. गुलाम अलीला आमच्याबद्दल सहानुभूती वाटली.

'हो तुम्ही आलात तर आम्हाला आनंदच होईल.' तो म्हणाला. 'पण गेले दोन दिवस तुमचे हालच झालेत. रात्री ही डोंगरातली वाट पार करायची तर तुम्हाला थोड्या विश्रांतीची आवश्यकता आहे. आजची रात्र आमच्याबरोबर इथे काढा. झोप घ्या. उद्याच्या दिवसही इथेच स्वस्थपणे विश्रांती घ्या. त्या पहारेकऱ्यांच्या नादाला लागू नका. सगळी शक्ती आपल्या रात्रीच्या प्रवासासाठी राखून ठेवा. दुसरं काहीही न करता फक्त आपल्या प्रवासावरच लक्ष केंद्रित करा. उगाच दमून जाऊ नका.' अल्लाच्या मनात असेल तर आपण ही वाट पार करून जाऊ. मी तुम्हाला रस्ता दाखवीन. अल्लाच्या मेहेरबानीनं ते चोरटी आयात करणारे ये जा करतात त्या मार्गानं आपण पलीकडे जाऊ आता तुझी आणि तुझ्या अम्मीची जबाबदारी माझ्यावर आहे.'

दुसरा दिवस आम्ही त्यांच्या बरोबरच घालवला. असह्य उन्हाळा होत होता. आमच्या जवळ तर पाण्याचा थेंबही नव्हता. तिथे आसपास हिंडल्यावर, आमच्यासारख्या निर्वासितांनी बांधलेली एक मशिद आम्हाला सापडली. ह्या अशा बॉर्डर ओलांडून जाणाऱ्या अनेक निर्वासितांना नमाज पढता यावा म्हणून बांधलेली. आम्हीही तिथे नमाज पढला. तिथं प्यायला पाणीही मिळालं. कोठून कसा ते आठवत नाही पण आम्हाला थोडा ब्रेडही मिळाला खायला. आम्ही आमची सगळी शक्ती साठवून ठेवली होती. सूर्य मावळला. तिथेच रात्र काढायची असल्यासारखे आम्ही जरा

आडवे झालो. मला लगेच झोप लागली. अपरात्री केव्हातरी किंवा भल्या पहाटे म्हणा कोणीतरी मला उठवत असल्याचा भास झाला.

'चला आपली निघायची वेळ झाली.' तो म्हणाला. मला खडबडून जाग आली. घाईघाईनं अंधारातच वाळूनं स्नान आटोपून आम्ही तयार झालो. नमाज पढून आमच्या मोहिमेसाठी आम्ही सज्ज झालो. आता सगळी सूत्रं गुलाम अलीच्या हातात होती. तोच आमचा म्होरक्या. त्याच्या कुटुंबाच्या मागे आम्हीही न बोलता चालायला सुरुवात केली. दोन तीन मैल चालून गेल्यावर चढणीचा रस्ता आला. आणि अम्मीला धाप लागली. तिचा अस्थमा गेले काही दिवस उफाळून आला होता. बिच्चारी! काळजी हेच त्याचं मुख्य कारण. परिस्थितीच अशी होती की कोणीही काळजी केलीच असती. मग ती तरी त्याला अपवाद कशी असेल? अम्मीला होणाऱ्या कष्टाच्या मुळाशी काळजी होती हे कळून देखील काहीच उपयोग नव्हता. हे म्हणजे आपल्याला पंख असते तर केव्हाच भुर्रकन उडून गेलो असतो असं म्हणण्यासारखंच होतं. आयुष्य हे असंच असतं. खरंतर ही डोंगरातली वाट खूप लांबची नव्हती. एखाद दोन मैल असेल पण अतिशय चढाची होती. अम्मीखेरीज आम्ही सगळे काही तासात चढून गेलोही असतो; पण तिच्यासाठी दर काही अंतरावर काही क्षण आम्हाला विश्रांती घ्यावीच लागत होती. त्यामुळे प्रवासाला फार वेळ लागत होता.

मला स्वत:ला फारसा थकवा जाणवला नाही. मी त्या दिवशी खूपच सराईतासारखी चालत होते. माझा तो कृत्रिम पाय जर्मनीत तयार केलेला होता पण आता तो वापरून थोडा झिजला होता; पण तरीही मी इतरांच्या बरोबरीनं चालू शकत होते. खरंच आत्ता ह्या क्षणी ती गोष्ट आठवून मला नवलच वाटतंय. मी तो डोंगर इतक्या सफाईनं कशी काय चढू शकले? म्हणजे आत्तासुद्धा मी इतक्या सहजपणे पायऱ्या चढू शकत नाही. त्या दिवशी माझ्यात इतकी ताकद कोठून आली असेल? मला जराही त्रास झाला नाही. जराही काळजी अथवा भीती माझ्या मनाला शिवली नाही. मनाची एकाग्रता आणि तीव्र इच्छाशक्ती एवढ्याच गोष्टी माझ्या पाठीशी होत्या. अम्मीच्या काळजीनं कदाचित मला माझ्या दु:खाचा विसर पडला होता. हेच कारण झालं असावं. अम्मीविषयीच्या काळजीनंच मला शक्ती दिली असावी आणि मी चढायचे कष्टही विसरून गेले. कारणं काहीही असोत मी अगदी शेळी बकरी असल्यासारखी टणाटण चढून गेले. गुलाम अलीच्या कुटुंबात एक लहान मुलगी होती. माझ्या एवढीच किंवा थोडी लहान असेल; पण ती ही हळूहळू चालत होती. माझं उदाहरण देऊन सगळे तिला रागवत होते. 'ती बघ तिचा एक पायही नाही आहे. पण तीसुद्धा तुझ्यापेक्षा भराभर चालत्येस. चल लवकर पाय उचल, पटपट.'

गुलाम अली खरंच सज्जन आणि परोपकारी माणूस होता. अतिशय दयाळू

आणि धीर गंभीर. आम्हाला त्यानं पूर्वी कधीही पाहिलेलंही नव्हतं तरीही भेटल्यावर 'मी तुम्हाला मदत करीन' म्हणाला. आयुष्याची हीच खरी गंमत आहे. कोठे आणि कसा तुम्हाला माणुसकीचा झरा दिसेल ते सांगता येत नाही. माझ्या आयुष्यात असे अनेक क्षण आले की मी जगात अगदी एकटी असल्याची जाणीव मला झाली. 'आपण कोणीही नाही' अशी जाणीवही मनाला अनेकदा झाली आणि मग अचानक अशा क्षणी ध्यानीमनी नसताना कोणी एखादा गुलाम अली माझ्या आयुष्यात डोकावतो 'मी तुझ्याबरोबर आहे' असा दिलासा देतो. जेव्हा जेव्हा असे प्रसंग आले तेव्हा तेव्हा अनेक अज्ञात व्यक्तींनी मला धीर दिला. माणसाच्या आयुष्यात आशेला आणि श्रद्धेला नक्कीच स्थान आहे.

असो, अफगाणिस्तानातली ती डोंगरवाट चढून जायला कष्ट पडले खरे पण मग डोंगरमाथ्यावर गेल्यावर उतरणीची वाट अगदीच सोपी आहे असं वाटून गेलं. अगदी अम्मीलासुद्धा. उतरताना फारसं कुठे थांबावंही लागलं नाही. चढायला काही तास लागले पण उतरलो काही मिनिटात फक्त.

त्या उतारावरून पायथ्याशी गेल्यावर गुलाम अलीनं आपण आता पाकिस्तानात प्रवेश केला असल्याचं सांगितलं. आम्ही सभोवार नजर टाकली. आम्ही जेथून आलो होतो, अगदी तसाच बरोबर हाही भूभाग होता आणि तरीही हे पाकिस्तान होतं. अफगाणिस्तानातून आम्ही निसटलो होतो.

अत्यानंदानं आम्ही हसू लागलो. इतके हसलो की थांबताच येईना. तोंडावर हात ठेवून हसू दाबायचा प्रयत्न केला पण तरीही ते थांबेना. हास्याचे फवारे उडतच राहिले. हृदयात एक अनामिक आनंद दाटून आला. अगदी अम्मीचा अस्थमासुद्धा काही काळासाठी गायब झाला. अम्मीनं मोकळा श्वास घेतला. कितीक वर्षांच्या तुरुंगवासातून आमची एकाएकी सुटका झाली होती असं म्हणू हवं तर. आमचा आनंद खरोखरीच अवर्णनीय होता!

निर्वासित

पुन्हा एकदा मनाचा निश्चय करून चालायला सुरुवात केली. काही अंतरावरच ज्यूस बारवाल्यांच्या टपऱ्या होत्या. अर्थातच हे सगळे स्मगलर्सचे, चोरट्यांचे नियमित अड्डे होते. त्यांची खाण्यापिण्याची ठिकाणं होती. सूर्य बराच वर आला होता. हवेतला उष्मा वाढत होता. कोक, फॅन्टा यावर आम्ही सगळे तुटून पडलो. आमचं हसणं अजूनही चालूच होतं.

आमची गाठोडी खांद्याला लटकावून आम्ही पुन्हा चालू लागलो. हा आता पाकिस्तानातला रस्ता होता. अर्ध्या मैलावर छोटी दुकानं, रेस्टॉरन्टस, चहाच्या टपऱ्या दिसत होत्या. एका टपरीपाशी थांबून आम्हीही दुधाच्या चहाचा आस्वाद घ्यायचं ठरवलं. मध आणि वेलदोडे घातलेला. तो इतका स्वादिष्ट होता म्हणून सांगू? बहुधा आमच्या आनंदाचा स्वाद त्यात मिसळला असावा. बेकायदेशीरपणे बॉर्डर ओलांडून येणाऱ्यांसाठीच ह्या भागात असे अनेक छोटे मोठे धंदे निर्माण झाले असावेत. आमच्याप्रमाणेच हा असा आस्वाद घेणारे कित्येक होते.

टपरीबाहेरच एक खाट टाकलेली होती. राजे राण्या असल्याच्या थाटातच आम्ही त्यावर स्थानापन्न झालो. त्याक्षणी आमची मनं इतकी उल्हसित झाली होती की, आम्ही आमच्या मनाचे राजेच होतो. 'या अल्ला, आम्ही आमचं सर्वस्व तुझ्या स्वाधीन केलंय, आमचा स्वीकार कर.' आम्ही अंत:करणापासून अल्लाला साद घालत होतो.

आजची रात्र कोठे काढायची हा अम्मीच्या आणि माझ्यापुढे मोठाच प्रश्न होता. आम्हाला जेवायला खायला कोण घालणार होतं? पेशावरसारख्या अनोळखी शहरात आम्हाला धोकाही पत्करावा लागला असता कदाचित. पुढे पेशावरहून क्वेट्ट्याला कसं जायचं? आमच्यासमोर सगळा अंधारच होता. आमचं सगळं भवितव्यच अंधारात होतं. एकच गोष्ट मनात स्पष्ट होती की, आपला पुढचा सगळा मार्ग अतिशय कष्टप्रद आहे, धोक्याचा आहे. दुसऱ्या कोणत्याही परिस्थितीत ह्या असल्या चिंतेनं जिवाचा थरकाप उडाला असता. तरीही भोवतालच्या या सगळ्या

बिकट परिस्थितीत आम्ही सगळेच उत्साहानं सळसळत होतो. कारण आम्ही इथवर मजल मारू शकलो होतो. पुढच्या सगळ्या गोष्टी अल्लाच्या मेहेरबानीनं सुरळीत होतीलही. कुणी सांगावं? पण आपण इथपर्यंत मजल मारू शकलो हेही नसे थोडके! आपण कोणत्या संकटांचा सामना केला, परिस्थितीवर कशी मात केली या सर्वांचा विचार खरंतर माणसानं थोडं मागे वळून जरूर करावा. जे झालं त्यातल्या चांगल्या गोष्टींचा आनंद वेळोवळी घेणं आवश्यकच असतं हे मला आता प्रकर्षानं का वाटतंय? कारण त्या आनंदाच्या क्षणी आम्हा सर्वांनाच भविष्याचा थोडाही विचार नको वाटला. त्या विचाराचं सावटही आम्हाला आमच्या आनंदावर पडू द्यायचं नव्हतं. त्या विचारानं आमचा आनंद हिरावून घेतला असता. भीतीनं आम्ही अंतर्बाह्य थिजून गेलो असतो. या उलट आम्ही स्वत:ला विसरून त्या क्षणाचा निखळ आनंद घेतला. तो क्षण आमच्या मनात, हृदयाच्या कुपीत अगदी जपून ठेवला.

चहा संपवून विश्रांतीच्या इराद्यानं आम्ही जमिनीला पाठ टेकली.

'तुमचे पुढचे बेत काय आहेत? तुमची राहाण्याची काही सोय होणार नसेल तर माझ्याबरोबर चला. माझ्या एक मित्र पेशावरमध्ये आहे. आमचं पुढचं काही निश्चित ठरेपर्यंत आम्ही तिथेच राहाणार आहोत. तुम्हीसुद्धा आमच्याबरोबर आलात तर त्याला आनंद वाटेल.' गुलाम अलीनं आम्हाला विचारलं.

'नाही, आम्ही पेशावरमध्ये राहाणार नाही. कारण पेशावर तसं हाजरा लोकांच्या दृष्टीनं सुरक्षित नाही. आम्हाला क्वेट्टयाला जायचंय. कसं जायचं? कोणते मार्ग आहेत ते तुम्हाला ठाऊक असेल तर मला सांगा.' मी सभ्यपणे त्यांच्या प्रस्तावाला नकार दिला.

'तूर्तास क्वेट्टयाचा विचार बाजूला ठेवा. हा जो माझा मित्र आहे त्याचा आणि आमचा अगदी घरोब्याचा संबंध आहे. आज रात्री त्याच्याकडे राहिलात तरी हरकत नाही. उद्या सकाळपर्यंत क्वेट्टयाचा विचार पुढे ढकलला तरी चालेल आणि तुम्ही म्हणालात तर मी तुमची रेल्वेच्या तिकिटांची पण सोय करून देईन.' गुलाम अलीनं आम्हाला आश्वासन दिलं.

आम्ही सगळेच मग पेशावरला जाणाऱ्या बसमध्ये चढलो. डोंगरातला तो रस्ता अगदी वेड्यावाकड्या वळणांचा होता. बसमध्ये एक भयंकर दुर्गंधी भरून राहिली होती. आम्ही पेशावरमध्ये शिरलो. तिथेही ह्या दुर्गंधीनं आमची पाठ सोडली नाही. पेशावरमधे ड्रेनेजची व्यवस्थाच नाही आहे. वाहनांमुळे हवेत इतकं प्रदूषण आहे की प्रत्येक श्वासागणिक आपणच धूर सोडतोय असं वाटावं. गुलाम अलीनं त्याच्या मित्राशी आमची ओळख करून दिली. त्या गृहस्थाचं स्वत:चं अतिशय मोठं कुटुंब होतं आणि परिस्थिती अगदी हलाखीची होती. त्यातच गुलाम अलीच्या कुटुंबाला

त्यानं आसरा दिला होता. इतकंच नव्हे तर वर आणखी आम्ही दोघी. हा अगदी कडेलोटच झाला. हे काही बरोबर नाही असं माझ्या मनानं घेतलं. आमची सोय ते कशी करणार होते? कोणीच काही सांगायची गरज नव्हती. आम्ही एक रात्र तिथे कशीबशी काढली. प्रत्येक क्षणी आपण त्यांची किती गैरसोय करतोय हेच मनात येत होतं. पेशावर थोडं जरी सुरक्षित असतं ना तरी आम्ही तिथून काढता पाय घेतला असता.

अम्मीचे दागिने विकून आलेले जे काय थोडे फार पैसे आमच्याकडे होते ते दुसऱ्या दिवशी आम्ही गुलाम अलीकडे दिले. ते अफगाणी चलन होतं. त्याचे पाकिस्तानी रुपये करणं भागच होतं. गुलाम अलीनं ते काळ्या बाजारात विकून आम्हाला क्वेट्ट्याची रेल्वेची तिकिटं काढून देऊन उरलेले पैसे परत दिले.

संध्याकाळच्या सुमाराला क्वेट्ट्याला जाणाऱ्या गाडीतून आमचा प्रवास सुरू झाला. पेशावरपासून क्वेट्टा खूपच लांब आहे. दोन दिवस दोन रात्री आम्ही गाडीत होतो. भरीत भर म्हणजे गाडी अतिशय हळूहळू जात होती आणि दर अर्ध्या तासानं धाडधाड आवाज करीत थांबत होती. हवा इतकी गरम होती की आम्ही आत शिजून निघत होतो. पुरुषमाणसं गाडीत खचाखच भरली होती.

अफगाणिस्तानात परिस्थिती याहून वेगळी होती. खूप गर्दी असेल तर पुरुषमाणसांच्या नजरेस आपण पडणार नाही अशा तऱ्हेनं स्त्रिया कोपऱ्यात एका बाजूला बसत असत. इतक्या गर्दीत अपरिचित पुरुष माणसांच्या संगतीनं प्रवास करणं आम्हाला फार अवघड झालं. जवळ्या रुमालांनी, बुरख्यांनी चेहरे शक्य तेवढे झाकून इतरांशी संभाषण न करता आम्ही बसून राहिलो. बुरख्याआड दडलेल्या आम्ही स्त्रिया आहोत की पुरुष याचाही कोणाला पत्ता लागला नसेल. सहज पाहणाऱ्याला आम्ही म्हणजे मोठ्या कोषात बंदिस्त झालेले कोणी प्राणी आहोत असंच वाटलं असेल.

गाडीत आमच्या व्यतिरिक्त कोणी स्त्रिया आहेत का नाहीत असं मला वाटून गेलं. थोड्या फार स्त्रिया होत्या पण त्या आपल्या कुटुंबासमवेत होत्या. त्यांचे रक्षणकर्ते त्यांच्या समवेत होते. अम्मी आणि मी दोघीच कोणाच्याही सोबतीशिवाय प्रवास करत होतो. त्यामुळेच असेल पण वर्षानुवर्षे आपण प्रवास करतोय अशीच मनाची धारणा झाली होती.

गाडीत असलेले सगळे पुरुष एकसारखेच वाटत होते. या ठिकाणचे पुरुष कदाचित सर्वसाधारणपणे असेच दिसत असतील. काळे, सावळे, कृश अंगकाठीचे, डोळ्यात सुरमा घातलेले जाड ओठांचे आणि दाढीचे खुंट वाढलेले. ते 'तालिबानीचं दिसताहेत' असं वाटून माझ्या काळजाचा ठोका चुकला. आपल्या माहितीचा एखादा पुरुष असेल अथवा एखाद्याशी परिचय झाला तर तो सभ्य आहे असं आपल्या लक्षात येईलही. पण आम्हाला कुठे ठाऊक होतं की तालिबान्यांच्या जन्मभूमीतच

आम्ही होतो. ह्या अशा सगळ्या वातावरणात वेळ जाता जाईना. मला थोडी तरी डुलकी लागली रात्री. पण अम्मीचं म्हणाल तर तिनं अक्षरश: पापणीला पापणीसुद्धा लवली नाही. माझ्या काळजीनं तिनं खडा पहारा ठेवला होता. तिची आणि माझी ताटातूट तर नाही होणार ना या भीतीनं.

खरंतर आमची पर्वा कोणी करण्याचं कारणच नव्हतं. कोणी एक शब्दही आमच्याशी बोलण्याची तोशिस घेतली नाही. अर्थात ज्यूस किंवा इतर खाद्यपदार्थ विकणारे काहीबाही विचारत होते. आम्हाला अर्थातच काही घ्यायचंच नव्हतं कोणाकडून. आमच्याजवळ पाणी होतं आणि गुलाम अलीच्या मित्रानं दिलेला ब्रेड होता. आमच्याजवळ नव्हता, तो पैसा म्हणजे जास्त खर्च करावा लागला तर नव्हता. किमान गरजेपुरताच होता. मला वाटतं की साधारणपणे आम्ही शंभर डॉलर्स बाळगून होतो. पण खर्च करायला अनुत्सुक होतो कारण पुढे येणारा वेळप्रसंग काय असेल याबद्दल अनभिज्ञच होतो. आणीबाणीचा प्रसंग आलाच तर हातात पैसे हवेत ही भावना होतीच. शिवाय आम्ही खर्च केलाच तर तो कोणाच्या डोळ्यावर येऊ नये असंही वाटत होतं. आमच्याजवळ रोख पैसे आहेत हे कोणाला कळलं तर ते आम्हाला लुबाडतील ही भीती होतीच. सारांश काय तर आपलं अस्तित्व कोणाला जाणवणार नाही अशा रीतीनं आम्ही अंगाची वळकटी करून एका बाजूला बसून राहिलो.

क्वेट्टयाला उतरल्यावर मात्र अम्मीच्या त्या चुलतबहिणीकडे जाण्यासाठी आम्ही कॅब ठरवली. आमचं आश्रयस्थान आता दृष्टीपथात आलं असल्यामुळे तेवढा खर्च करायचं आम्ही ठरवलं. टॅक्सीवाला किती पैसे मागेल हा प्रश्नच होता. एक अफगाणी विधवा आणि बरोबर तिची दहा वर्षांची मुलगी. आम्हाला परिस्थितीची खरी कल्पनाच नव्हती. ड्रायव्हरला पत्ता सांगितल्यावर त्यानं सत्तर रुपयांची मागणी केली. आता ही सांगितलेली रक्कम जास्त आहे की कमी हे कळायला मार्ग नव्हता. पण त्यानं सांगितलेल्या रकमेला आम्ही नकार दिला. हेतू हाच की या गावात आम्ही नवखे आहोत किंवा गावंढळ आहोत असं वाटून त्यानं आम्हाला लुबाडू नये. आम्ही अरेरावी केली. हिंमत करून खूप घासाघीस करून त्याला पन्नास रुपयापर्यंत खाली यायला भाग पाडलं. आम्हाला अगदी स्वत:ची ऐट वाटली आणि आपल्यालाही व्यवहार कळतो असा आनंद मिळाला.

आणि नंतर आम्हाला शोध लागला की ह्या एवढ्या अंतरासाठी फक्त वीस रुपयेच पडतात!

पेशावर आमच्यासाठी सुरक्षित नव्हतं कारण तिथं पश्तुन लोक जास्त आहेत. पश्तुन लोक क्वेट्टयात सुद्धा आहेत पण क्वेट्टयाच्या काही ठरावीक भागात बर्मियन व्हॅलीतून कायम स्थायिक होण्याच्या इराद्यानं आलेले लोक आहेत. बर्मियन व्हॅली

म्हणजे अफगाणिस्तानातील एक प्रांत जिथे हाजरा लोक खूप वर्षांपूर्वी आले कायम वास्तव्यासाठी. त्यावेळी पाकिस्तान अस्तित्वात नव्हतं आणि पाकिस्तान राष्ट्र म्हणून उदयाला आलं तेव्हा या लोकांनी इथलं नागरिकत्व घेतलं आणि आता त्यांची मुलं इथंच रुजली होती. मोठी आवारं असलेली त्यांची सुंदर घरं होती. मालमत्ता होती. हा हाजरा लोकांचा क्वेट्टयाचा जिल्हा म्हणजे मारियाबाद. पहिले अफगाणिस्तानात राहणारे हे लोक त्यांची स्वत:ची एक भाषा वापरत, उर्दु आणि फारसीचं मिश्रण असलेली आणि त्यातच तोडकंमोडकं इंग्रजी मिसळलेलं.

पेशावरमधल्या त्या एका रात्रीच्या वास्तव्यात जो भेटेल त्याला आम्ही माझ्या भाषांविषयी विचारलं. ह्या वर्णनाची कोणी मुलं पहिली आहेत का? पण कोणालाच काही माहीत नव्हतं. अगदी क्वेट्टयातसुद्धा आम्ही हेच प्रश्न सगळ्यांना विचारत होतो. अर्थातच कोणीही होकारार्थी उत्तर दिलं नाही. आमच्या शेजारी राहाणारी एक स्त्री काबूलहून निसटल्यावर अखेर पेशावरमध्ये स्थायिक झाली होती. तिनंसुद्धा पेशावरमध्ये येईपर्यंत वाटेत ठिकठिकाणी तिच्या मुलांची आणि माझ्या भावांची चौकशी करायचा प्रयत्न केला होता. त्यांच्या वाट्याला काय आलं असेल? त्यांना सुखरुपपणे देश सोडता आला असेल का? पण याचं उत्तर कोणापाशीच नव्हतं.

पेशावर सोडण्यापूर्वी आम्ही गुलाम अली जवळसुद्धा त्यांचं वर्णन केलं होतं. अशा वर्णनाची कोणी मुलं कोठे सापडतात का हे पाहायला सांगितलं होतं. गुलाम अलीच्या पत्त्यावरसुद्धा आम्ही अम्मीच्या चुलत बहिणीकडून पत्र लिहिलं होतं. यदा कदाचित त्याला माझे भाऊ भेटलेच तर आम्हाला कोठे शोधायचं हे ही आम्ही त्यांना सांगून ठेवलं होतं. माझ्या त्या मावशीचा फोननंबर ही देऊन ठेवला होता. आम्ही फार फार आशावादी होतो. पण असा फोन कधीच कुणाचा आला नाही. आम्हाला अजूनही आशा वाटत होती. हे सोपं नव्हतं. आम्ही शेवटपर्यंत आशा सोडणार नव्हतो.

क्वेट्टयात त्या माझ्या मावशीच्या घरी आम्ही राहू लागलो. ह्या कुटुंबाचीही स्थिती बिकटच होती. घर अगदी लहान होतं आणि आम्ही त्यात गर्दी करून राहात होतो. तुर्कमेनिस्तानातून येणारा पैसा त्यांनाच कसाबसा पुरत होता. आम्ही आल्यानं मिळणाऱ्या पैशात वाढ होण्याची कोणतीच शक्यता नव्हती. दिवसेंदिवस गरजा भागवणं कठीण होत चाललं होतं. आम्ही त्यांच्या सहनशक्तीचा अंत बघत होतो. एक वर्षभर आम्ही कसंबसं काढलं. परिस्थिती हाताबाहेर गेली होती.

शेवटी आम्ही स्वतंत्रपणे एक खोली भाड्याने घेऊन राहाण्याचा निर्णय घेतला. जागा भाड्यानं देण्यास कोणी तयार होईना. आम्ही दोघी बायकाच फक्त होतो. 'कोणी पुरुष माणूस तुमच्या सोबतीला नसताना आम्ही जागा भाड्यानं देऊ शकत नाही.' अशी निराशाच पदरी येई. प्रत्येक वेळी आमच्यासारख्या परिस्थितीतल्या

माणसांनी कोणाच्या तोंडाकडे आशेनं पहावं? अखेर अल्लाला आमची दया आली. एका कुटुंबानं एक खोली देण्याचं मान्य केलं. त्याच्या मोबदल्यात घराची साफ-सफाई करणे, त्यांच्या छोट्या बाळाला सांभाळणे ही कामे करावयाची आणि भाड्याच्या रकमेची अर्धी रक्कम द्यायची. याखेरीज जे पडेल ते काम करण्याची अट होतीच.

अर्थात हे फार थोडा काळ टिकलं. अब्बूंनी शिकवलेल्या शिवणकामाचा उपयोग करून मी थोडे फार पैसे कमावत होते. त्यात जेमतेम दोन वेळचं जेवण भागे. त्याखेरीज थकवलेली बिलं आणि अम्मीचा औषधपाण्याचा खर्च असेच. तिला वारंवार हॉस्पिटलात न्यावं लागे. आम्ही पुरते कफल्लक झालो होतो. ते कमी केलेलं भाडं देणंही आम्हाला शक्य होईना. परिणामत: आम्ही राहात होतो त्या कुटुंबानं आम्हाला घराबाहेर काढलं. गाव सोडणंच भाग पडलं. अखेर युनायटेड नेशन्सच्या निर्वासितांच्या छावणीत आम्हाला आश्रय घ्यावा लागला. क्वेट्टयाच्या बाहेर त्यांच्या मोठमोठ्या छावण्या होत्या.

या निर्वासितांच्या छावण्या म्हणजे उघड्यावर टाकलेले शे-दोनशे तंबू होते. एक तंबू आम्हालाही मिळाला. यथावकाश हिवाळा आला. तापमान वेड्यासारखं घटलं. जोरदार वारे वाहू लागले. आमच्या तंबूत एक पातळसं ब्लँकेट अंगाभोवती गुंडाळून बसलेली अम्मी मला रोज दिसत होती. निस्तेज आणि खंगलेली. तिचा खोकला उफाळून आला होता.

एक दिवस सकाळी तिचा श्वास आत ओढला जाऊ लागला. जीव गुदमरू लागला. तिचं खंगलेलं शरीर एकेका श्वासासाठी धडपडू लागली. तिची जगण्यासाठीची होत असलेली तगमग बघणं मला अशक्य झालं. मी भयंकर घाबरून गेले. काय करावं तेही मला सुचेना. आम्ही मुख्य गावापासून फार लांब होतो. कोणीही डॉक्टर तिथे आला नसता. तिला हॉस्पिटलमध्ये नेणं अत्यंत गरजेचं होतं.

तिचं डोकं माझ्या खांद्यावर टेकलेल्या स्थितीत झोकांड्या खात खोकत तिनं माझ्याबरोबर चालायला सुरुवात केली. छावणीतून जाणाऱ्या मुख्य रस्त्यावर आम्ही कशातरी आलो. तेथून लोकांना घेऊन गावात ये जा करणाऱ्या तीन चाकी गाड्यांचा स्टँड होता. त्या गाड्यांना 'गिटनी' म्हणत. सुधारित मोटारसायकल्सचाच हा एक प्रकार होता. ड्रायव्हरच्या पाठीकडे पाठ करून दोन माणसे बसू शकतील एवढी जागा असे.

हॉस्पिटल रुग्णांनी भरलेलं होतं; पण अम्मीला दाखल करून घेण्यात आलं. प्रत्येक रुग्णाच्या बेडभोवती त्याच्या घरच्या माणसांचा मोठा घोळका असे. ते सगळे तिथेच स्वयंपाकपाणी करून खात आणि जमिनीवरच आडवे होत. आरोग्यदायक असं काहीही वातावरण तिथे नव्हतं.

अम्मीच्या बेडशेजारी एक मरणोन्मुख अवस्थेतील छोटी मुलगी होती. त्या दुर्दैवी मुलीची प्रकृती प्रत्येक श्वासागणिक अधिकच खालावत होती. वेदनांनी खचत होती. तिचे कुटुंबीय शेजारी बसून अन्न शिजवत, चणे कुरमुरे खात, आपसांत गप्पा मारत. तिचं दुखणं इतकं लांबलं होतं की आता तिच्या धापा टाकण्याची त्यांना सवयच होऊन गेली होती. सगळं कुटुंबच तिच्यासमवेत खूप काळ त्या हॉस्पिटलात वास्तव्य करून होतं. तिचं कण्हणंही कोणाच्या कानी पडत नसे. तिच्यासाठी करण्यासारखं काही उरलंच नव्हतं. तिला आराम मिळावा यासाठी अधिक काही करणं आता हातातच नव्हतं. वाहण्यासाठी आता डोळ्यात अश्रूही राहिले नव्हते. हॉस्पिटलचा आता सगळ्यांनाच उबग आला होता आणि दुखण्यातूनही सुटका होत नव्हती. त्या सगळ्याचा स्वीकार करून त्यांनी आपापल्या दिनक्रमाला सुरुवात केली होती. मृत्यूच्या दारात असलेल्या त्या चिमुकल्या जिवाच्या सान्निध्यातही त्यांनी आपले रोजचे व्यवहार चालूच ठेवले होते. एखादी गोष्ट लांबत चालली की तीसुद्धा रोजच्या आयुष्याचाच एक भाग बनून जाते.

त्या छोटीनं जेव्हा अखेरचा श्वास घेतला तेव्हा साक्षीला माझ्याखेरीज कोणही नव्हतं तिथे. मी एकटक तिच्याकडे पाहत होते. क्षणभर तिचं शरीर ताठ झालं, काही क्षण तिनं आचके दिले आणि पुढल्याच क्षणी ती गेली. कायमची. तिच्या कुटुंबातल्या कोणाचंही तिकडे लक्षच गेलं नाही. थोड्या वेळात कोणाच्या तरी हे ध्यानात आलं. आणि 'या अल्ला' एवढंच त्यांच्या तोंडून आलं. संपूर्ण हॉस्पिटलमध्ये हेच वातावरण होतं आणि त्याच ठिकाणी मी अम्मीला आणलं होतं.

अम्मीच्या श्वासाचा तो कटु आवाज सतत माझ्या कानावर पडत असला तरी तिच्या यातना अंगवळणी पडल्यावर मला तो आवाज जाणवणारच नाही का अशी विलक्षण भीती माझ्या मनाला स्पर्शून गेली. अजून अशी वेळ आलेली नाही. माझ्या मनाचा दगड झालेला नाही. प्रत्येकवेळी ती अधिकच खचत होती. चेहरा वेडावाकडा करत होती. भीतीची शिरशिरी मलाही आतून जाणवत होती.

शेवटी काही दिवसांनी अम्मीचा श्वासोच्छ्वास सुधारला. खरंतर डॉक्टरांनी काही खास वेगळी औषध योजना केली होती, असं मला वाटत नाही. कदाचित आत खोलीत थंडीवाऱ्यापासून तिला संरक्षण मिळाल्यानंही ती सुधारली असेल. तिला थोडं बरं वाटताच घरी जाण्याची परवानगी मिळाली. तसंही आणखी ठेवून घेणं त्यांच्या सोयीचं नव्हतं. कारण दुसऱ्या रुग्णासाठी त्यांना जागा हवीच होती.

मग काय त्या निर्वासितांच्या आमच्या तंबूत आम्ही परत आलो. अधूनमधून मी जिरनीतून गावात शिवणकाम शोधण्यासाठी चक्कर मारत असे. अम्मी घरीच थांबत असे. म्हणजे तंबूत. तेच आमचं घर होतं ना! युनायटेड नेशन्स संस्था जे देत असे ते बेचव, निष्कृष्ट अन्न आम्ही खात होतो. शिवणकामातून होणारी अल्प प्राप्ती

अम्मीच्या औषधावर अथवा हॉस्पिटलच्या बिलावर खर्च होत असे. अम्मीला अस्थमाचा ॲटॅक येतच असे. ॲटॅक आला की हॉस्पिटल गाठायचं, बरं वाटलं की तंबूतल्या घरी. पुन्हा बिघडलं की हॉस्पिटल. पुन्हा तंबू... हीच आता जीवनाची लय झाली होती.

दुर्दैवानं ही लय कधी बदलत नव्हती असं नाही. एकदा थंडीच्या अगदी सुरुवातीलाच अम्मीची सगळी तब्येतच अगदी बिघडली होती. स्वास्थ्याचे दिवस चुकूनमाकूनच येत. तब्येत जेव्हा खूप बिघडे तेव्हा कधी कधी तब्येतीच्या नवीनच समस्या निर्माण होतं. आता तर माझंही धैर्य खचत चाललं होतं. हा जीवनसंघर्ष चालू ठेवावा असा आशेचा एकही किरण दिसत नव्हता. समजा एखाद्या खड्ड्यात तुम्ही पडला असलात तर बाहेर आल्यावर आपल्याला नक्की काय करायचंय याचा काही ठाम विचार तुमच्याजवळ असेल तर तुम्ही बाहेर पडण्यासाठी सर्व शक्तीनिशी प्रयत्न कराल. म्हणजे समोर काहीतरी एखादं ध्येय असावं लागतं तर संकटाचा सामना करताना मजा येते. मी हळूहळू खड्ड्यात पडेन असंच ध्येय असेल तर प्रयत्नांना काहीच अर्थ उरत नाही. आपल्या मनात जर असं आलं की नाहीतरी मी यातून बाहेर पडण्याची शक्यता कमीच आहे तर संकटात सावकाश पडलं काय किंवा पट्कन पडलं काय, काय फरक पडणार आहे? मग आपण ढिले पडतो. परिस्थितीवरचा ताबा सुटतो.

शेवटी पुन्हा एकदा अम्मीला ॲटॅक आला. मग पुन्हा तिच्यासकट मुख्य रस्त्यावर येऊन जिरनीत तिला घालून हॉस्पिटलमध्ये नेण्याची कसरत मला करावी लागली. त्यावेळी मात्र 'आता पुढचा हिवाळा या तंबूत काढणं अम्मीला नक्कीच शक्य होणार नाही' हे माझ्या मनात आलं. हीच वेळ आहे आता आम्ही मावशीकडे परत जाण्याची, नाहीतर अम्मी पुढच्या हिवाळ्यात माझ्या हाती लागणार नाही असं माझ्या मनात आलं. सुदैवानं ह्या आजारातून अम्मी सावरली. मी तिला पुन्हा तंबूतल्या घरी आणलं. मग मात्र वेळ न घालवता राहाण्यासाठी दुसरी जागा शोधण्यासाठी मी गावात धाव घेतली. आमचं राहणीमान सुधारेल इतके पैसे मिळतील असं काम मिळण्याची मला कोणतीच शक्यता दिसत नव्हती. एक पाय असलेल्या बारा वर्षांच्या अफगाणी मुलीला क्वेट्टयात काम द्यायला कोण तयार होणार होतं? तरीही शेवटी गावात थंडीवाऱ्यापासून निवारा मिळेल अशी आशा वाटू लागली. एका कुटुंबानं राहायला खोली आणि फुकट जेवायला द्यायचं कबूल केलं. मोबदल्यात मी पडेल ते काम करायचं. अशारितीनं २०००च्या हिवाळ्यात मी आणि अम्मीनं युनायटेड नेशन्सची निर्वासितांची छावणी सोडली. एका छोट्याशा खोलीत– कोठीची खोलीपेक्षा थोडी मोठी – आम्ही आसरा घेतला.

मी शिवणकाम करून थोडे फार पैसे कमावत होते. त्यातून अम्मीची औषधं

वेळ प्रसंगी हॉस्पिटलचे पैसे देता येत असत. कधीतरी एखाद्यावेळी अम्मीची चुलतबहीण थोडे पैसे आमच्यासाठी खर्च करत असे. कधीतरी आमच्या आवडीचे पदार्थ आम्ही आणून खात असू. पण आता पैसे म्हणाल तर आमच्याजवळ काहीच उरले नव्हते. जेवणखाण आणि राहायला खोली हे सगळं फुकट आणि बदल्यात काम अशा परिस्थितीचा एकदा स्वीकार केल्यावर त्यातून बाहेर पडण्याचे आमचे सगळे मार्ग खुंटले होते आणि आमच्या वाट्याला गुलामगिरी आली होती.

अल्लाशी संवाद

ज्या कुटुंबानं आम्हाला खोली दिली होती ते एक बऱ्यापैकी सुखवस्तू कुटुंब होतं. कसला तरी व्यापार होता त्यांचा. जेवणखाण आणि राहाण्याच्या बदल्यात काम म्हणजे खरंतर त्यांना वेठबिगारी, काबाडकष्ट म्हणायचं असणार.

पहाटे नमाजासाठी मुल्लाची बांग ऐकू येत असे. त्या वेळेपासून कामाला सुरुवात होत असे. त्यांना पाच मुलं होती. ती बांग ऐकून सर्वांत छोटं बाळ रडायला सुरुवात करे. मला उठून लगेच त्या बाळाला घ्यावं लागे म्हणजे इतरांना झोप मिळे.

घराच्या आवारात सिमेंटचा कोबा केलेला होता. रोज तो मी स्वतः झाडून लखलखीत करत असे आणि पाण्यानं धुवून काढत असे. माझा तो खोटा पाय त्या सिमेंटवर घासला गेल्यानं आणि पाण्यानं ओला झाल्यानं झिजू लागला. घराची मालकीण साधारण ९/१०च्या सुमाराला घरातली कामं निपटून बाहेर जात असे. कोठे जात असे ते ठाऊक नाही. पण त्यावेळी मुलांकडे लक्ष ठेवण्याचं काम माझं असे. ती मुलं अगदी व्रात्य आणि बेशिस्त होती. मला त्यांच्याशी कसं वागावं तेच कळत नसे. त्यांना ताब्यात ठेवणं मला मुळीच जमत नसे. फक्त तेरा वर्षांची होते मी. फारसं रागवत नसे मी त्यांना अथवा दुष्टपणेही वागत नसे त्यांच्याशी; पण ती पोरं मात्र त्यांची अम्मी घरी परतल्यावर असा काही कांगावा करत की मला शिक्षा तरी भोगावी लागे किंवा मला मग जेवण मिळत नसे.

त्या मुलांच्यात सगळ्यात मोठी असलेली मुलगी, जवळपास माझ्या एवढीच असेल वयानं किंवा लहानही असेल थोडीशी, ती माझ्यापेक्षा धिप्पाड होती. मी अगदीच किरकोळ होते अंगानं. ती अगदी हात धुवून माझ्यामागे लागलेली असे. माझ्यावर हुकूमत गाजवण्यात तिला अगदी असुरी आनंद मिळत असे. माझ्याच वयाच्या कोणीतरी माझ्यावर अधिकार गाजवावा आणि सतत मला आज्ञा कराव्यात. मी तसं करते आहे की नाही याच्यावर सतत लक्ष ठेवावं हे मला सहनच होत नसे. मला तिचा तिरस्कार वाटे. तिनं सांगितलेली प्रत्येक गोष्ट मी ऐकत असे; पण जिभेवर ताबा ठेवणं मला जड जाई.

माझी कोंडी करण्याच्या हजारो युक्त्या तिला अवगत होत्या. तिच्या अम्मीनं सांगितलेलं काम करण्यात मी अगदी गर्क असताना ते काम बाजूला ठेवण्यास ती मला भाग पाडत असे. कारण तिचं स्वत:चं काम तिला माझ्याकडून करून हवं असे. एक तर तिच्याकडे तरी दुर्लक्ष करायचं किंवा मालकिणीनं सांगितलेलं तरी अर्धवट टाकायचं अशी माझी अगदी कोंडी होत असे. म्हणजे कसंही झालं तरी अडचणीत मीच सापडत असे.

घराचं आवार मी झाडत असताना ती सारखी माझ्यावर पाळत ठेवून असे.

'ह्या भागातलं तू झाडलंसच नाहीस. तू मुद्दामच काम ढकलून देतेस' हे तिचं बोलणं मला ऐकून घ्यावंच लागे.

पुन्हा ते स्वच्छ करून मी पाठ वळवली तरी तिचं सुरूच राही 'पुन्हा कर. स्वच्छ वाटत नाही आहे.'

एखादं काम माझं करून झालं की माझ्या पुढ्यात येऊन ती एकटक माझ्याकडे बघत राही. 'आता आणखी काय करायचंय?' असं मी विचारावं अशी तिची इच्छा असे. मग छद्मीपणानं हसून काहीतरी काम ती उकरून काढत असे आणि मी ते करत असताना तिथेच संशयानं बसून राहात असे. ती तर कामाला कधीच हात लावत नसे.

'ठीक आहे. मी करीन; पण तू कशाला माझ्यावर सारखा पहारा करतेस? चालती हो येथून' असं ओरडण्याचा मला मोह होत असे. माझ्या प्रत्येक गोष्टीवर ती का पाळत ठेवून असते ते तिला आणि मला मनातून चांगलंच ठाऊक असे. मी केलेल्या कामात काहीतरी खुसपट काढता यावं आणि मग 'मूर्ख मुली, ते परत नीट कर' असं मला ओरडता यावं याच संधीची ती अगदी वाट पाहत असे.

अशा तऱ्हेनं मला शिक्षा करण्याचा तिला कंटाळा आला की, बैठकीच्या खोलीत जाऊन ती टी.व्ही. चालू करत असे. मला नेमून दिलेलं प्रत्येक बारीकसारीक काम पुरं झालं की 'आपण पण टी. व्ही. पाहावा' अशी मला इच्छा होई. खोलीत मागे लपून मी टी. व्ही. पाहत असे. मी टी. व्ही. बघतेय हे लक्षात आलं की ती मुलगी तत्परतेनं टी. व्ही. बंद करून टाकीत असे आणि माझी पाठ वळली रे वळली की पुन्हा ती टी. व्ही. चालू करत असे.

कधी कधी तिची अम्मी आम्हा दोघींसाठी एखादा पदार्थ बनवत असे. तो आम्हाला देण्यासाठी ती हिरीरीनं पुढं येऊन म्हणे, 'आयका तू नको काळजी करूस मी देईन ते त्यांना.' 'आयका' म्हणजे अम्मी त्या लोकांच्या भाषेत.

ते अन्न घेऊन तिची स्वारी आमच्या खोलीत हजर होई. थोडंसं आमच्या प्लेटमध्ये वाढून उरलेलं ती चक्क फेकून देत असे.

'त्यांना जेवण दिलंस का?' असं तिच्या अम्मीनं विचारल्यावर 'हो आयका

सगळं दिलं आणि नक्कीच एव्हाना त्यांनी ते फस्त केलं असेल' हे तिचं उत्तर ठरलेलं असे. पण मला अर्थातच तोंड बंद ठेवावं लागत असे. आणि माझ्या रागावर विजय मिळवावा लागत असे. हे सगळं कल्पनेपलीकडचे असे पण त्या विरुद्ध मला ब्रसुद्धा उच्चारणं शक्य नसे. कारण मग सगळंच बिनसून जाईल अशी भीती वाटे.

काहीवेळा तिची अम्मी आम्हा दोघींना म्हणजे मी आणि ती मुलगी – 'ह्या कपड्यांना दोघी मिळून इस्त्री करून ठेवा' असं बजावत असे. आम्ही दोघी चांगल्या मैत्रिणी आहोत आणि दोघींना मिळून हे काम करायला खूपच मजा येईल असं नाटक तिच्या अम्मीपुढे ती बेमालूमपणे वठवत असे; पण अम्मी बाहेर पडली रे पडली की ही खुशाल टी. व्ही. पहायला निघून जात असे आणि मग अम्मी परत येण्याच्या सुमाराला पुन्हा येऊन काम करण्याचा आव आणत असे. आपण इतका सगळा वेळ कामात मग्न होतो हा देखावा करायला ती जराही कचरत नसे. अम्मी खोलीत आल्याबरोबर माझ्या आळशीपणाबद्दल तक्रार करायला ती जराही मागे पुढे पाहत नसे. मी थोडीसुद्धा मदत न केल्यानं सगळं तिलाच करावं लागलं त्या तिच्या तक्रारीवर अर्थातच तिच्या अम्मीचा विश्वास बसे. मग काय तिथं राहायचं असेल तर मला माझ्या वागण्यात सुधारणा करायला हवी हे त्यांचे बोल मला ऐकून घ्यावे लागत. माझा संताप अगदी अनावर होई पण परिस्थितीपुढे मी हतबल होऊन जात असे.

हे सगळं करण्यात तिला काय आनंद मिळत असेल ते असो; पण केवळ माझ्या अम्मीसाठी मी तिच्याबद्दल चकार शब्द काढत नसे. अम्मीची तब्येत ढासळलेली होती. आम्हाला जर त्यांनी घराबाहेर हाकललं असतं तर आम्ही कोणाच्या आश्रयाला जाणार होतो? भोवती काय चाललंय ते खरंतर माझी अम्मी चांगलीच समजून होती. ती मुलगी मला कशी सारखी हुकूम सोडत असते. मला कशी नावं ठेवत असते, आपण केलेल्या चुकांचं खापर कसं माझ्याच डोक्यावर फोडत असते, हे सगळं सगळं अम्मी जाणून होती; पण तरीही 'जाऊ दे राजा. तिकडे दुर्लक्ष कर. ती काय सांगते तसं कर. थोडंसं आपण सहन करायला हवं.' असाच उपदेश मला अम्मी करत असे.

अगदी केवळ माझ्या अम्मीसाठी मी सगळं सहन करत होते. नंतर कित्येक वर्षांनी इथे अमेरिकेत, ॲलिसनं मला एक फिल्म दाखवली. तिचं नाव सिंड्रेला. ती फिल्म बघत असताना मला अचानक रडू फुटलं. प्रथम मला असं वाटलं की सिंड्रेलाची कीव येऊन मी रडत्येय. पण आता इतक्या वर्षांनी विचार केल्यावर वाटतंय की सिंड्रेलाच्या गोष्टीत मी मला स्वत:लाच पहात होते. म्हणूनच तिचं दु:ख माझ्या काळजाला भिडलं असावं.

अशा प्रकारे त्या घरात राहाण्याची मला अगदी शिसारी आली होती. माझं ते

पाऊलही खूप झिजलं होतं. त्याला भेगाही खूप पडल्या होत्या. तो पाय लावून मला नीट चालताही येईनासं झालं होतं. क्वेट्यात एका ठिकाणी हे असे कृत्रिम पाय बनवून मिळतात हे कानावर आल्यानं मी आणि अम्मी तिथे गेलो. पण त्यांच्याकडे ठरावीक साच्याची तयार केलेली लाकडाची पावलं होती. प्लॅस्टिकची नव्हती. लाकडाची पावलं फार बोजड असतात आणि ही तर फक्त खूप धिप्पाड पुरुषांसाठीचीच होती.

तिथल्या कामगारानं एक लाकडी पाऊल माझ्या त्या प्लॅस्टिकच्या पावलाइतकं तासून लहान करून त्या माझ्या पहिल्या पावलांच्या जागी चिकटवून द्यायचं कबूल केलं. माझ्यापुढे दुसरा कोणताच पर्याय नव्हता. मला तेच पाऊल लावून घ्यावं लागलं. तेच शेवटी शहाणपणाचं होतं.

पावलाचा जो भाग त्यानं मला दिला तो जवळजवळ माझ्या पावलाच्या दीडपट मोठा होता. अतिशय जड होता. ते पाऊल त्यानं चिकटवून दिलं आणि आम्ही दोघी रिक्षानं माघारी फिरलो.

घराजवळ पोहोचल्यावर रिक्षा सोडून शेवटचा थोडा रस्ता आम्ही चालत आलो. अचानक ते चिकटवलेलं पाऊल निसटून पडलं आणि मी रस्त्यात पडले. अम्मी गोंधळून गेली. मी इकडे तिकडे त्या पावलाशिवाय जाईन ह्या भीतीनं 'तिथेच थांबा' असं जोरात ओरडून दुसरी रिक्षा मिळत्येय का त्या दुकानात पुन्हा एकदा जाण्यासाठी हे पहायला ती घाईघाईनं निघून गेली. तिच्या त्या उतावीळपणामुळे मला रस्त्यात पडलेल्या स्थितीत टाकूनच ती निघून गेली.

माझं तेवढ्यात लक्ष गेलं. एक बस माझ्या दिशेनं येत होती. मी कोणीतरी धडधाकट माणूस असून लगेच बसच्या मार्गातून बाजूला होईन असं वाटून ड्रायव्हरनं बसची गती कमी केली नाही. मी मुद्दाम त्याला अडथळा करायला पडून राहिल्येय असं त्याच्या मनात आलं. मी धडपडत उठायचा प्रयत्न केला पण त्या पावलाशिवाय मला ते जमेना. मी पुन्हा खाली आपटले. शेवटी गुडघे घासत हात खाली टेकून सरपटत बाजूला होण्याचा मी प्रयत्न केला. ड्रायव्हरला बसची गती कमी करावीच लागली. मला दोन चार शिव्या हासडून तो निघून गेला. आसपासची मुलं माझ्याभोवती गोळा झाली. माझ्याकडे पाहात त्यांनी आपसात चर्चा सुरू केली. मला ते अगदी अपमानास्पद वाटलं.

तेवढ्यात दुसरी रिक्षा घेऊन अम्मी परत आली आणि आम्ही ते दुकान पुन्हा गाठलं. आपल्या हातून काम नीट न झाल्याची त्या दुकानदारानं कबुली दिली. पुन्हा एकदा ते पाऊल त्यानं माझ्या खोट्या पायाला चिकटवून दिलं. त्याच्याकडून त्यानं जास्तीतजास्त चांगलं काम करून द्यायचा प्रयत्न केला. मला पाऊल मिळालं पण माझ्या दुसऱ्या पावलांपेक्षा मोठं आणि जड. जे मला चालवून घ्यायचं होतं. अगदीच पाऊल नसण्यापेक्षा ते बरं ना!

अम्मीचा अस्थमा रोज वाढतच होता. 'त्या' मुलीचं माझ्यावर सत्ता गाजवणं तसंच चालू होतं. जणू काही सगळ्या जगाची जबाबदारी माझ्या चिमुकल्या खांद्यांवर येऊन पडली होती. दिवसेंदिवस हे आपल्याला पेलवत नाही आहे हे माझ्या लक्षात येऊ लागलं. 'आपल्यावर फार दडपण येतंय. हे ओझं आता फार होतंय.' असं सारखं माझ्या मनात येऊ लागलं.

मी मनातल्या मनात कुढत बसू लागले. सारखं मनात येई, 'माझ्याच वाट्याला हे का?' जर्मनीहून मी परत आले तेव्हा अफगाणिस्तानची भयानक अवस्था मला कळली. आपसातल्या यादवी युद्धांनीसुद्धा फार उग्र रूप धारण केलं होतं आणि त्या युद्धाचा परिणाम म्हणून मला माझ्या कुटुंबाला गमवावं लागलं. हे सगळं सोसताना मनात येई की 'अल्लाची माझ्यावर खपा मर्जी का?' खरं तर मी अल्लावर चिडले होते, नाखूश होते. माझा राग पुन्हा पुन्हा उफाळून येत होता.

'जगात खरंच अल्लाचं अस्तित्व आहे का? अल्ला दयाळू आहे आणि त्याच्या मर्जीनं जगात सगळ्या गोष्टी होत असतात.' असं मोठी माणसं म्हणतात तर मग हे सगळं असं कसं होतंय? कुराणात तर म्हटलंय की 'अल्ला कनवाळू आहे तो सगळ्यांवर दया करतो, मनुष्य समाजाचं कल्याण व्हावं भलं व्हावं हीच अल्लाची इच्छा असते.' पण मी यावर कसा काय विश्वास ठेवू? अल्लावर श्रद्धा ठेवणं मला फार क्लेशकारक वाटत असे. माझ्या यातनांच्या कष्टांच्या ओझ्याखाली मी इतकी दबली गेले होते, की त्याला शरण जावं, प्रार्थना करावी हे माझ्या मनातच येत नसे.

आणि एक दिवस, एका रात्री काहीतरी अघटित घडून आलं. मला नक्की तारीख आठवत नाही; पण मनाच्या समाधानासाठी मला तारीख माहीत आहे असं म्हणावंसं वाटतं. कॅलेंडरकडे तर मी कधीच पाहत नव्हते. कारण सगळे दिवस एक सारखेच वाटत. त्या रात्री घरातले सगळे झोपी गेल्यावर मी एकटीच अंगणात गेले. नुकतंच धुतल्यामुळे ते ओलंच होतं. अम्मीचं दुखणं, माझा दुखणारा पाय, माझ्या झिजणारा पाय ही सगळी माझी दुःख आतल्या आत खदखदत होती. मला सतत यातना देणारी 'ती' मुलगीसुद्धा अंथरुणावर पडली होती; पण सदैव हुकूम सोडणारा तिचा अवाज कानात घुमतच होता, मोहोळातून बाहेर पडलेल्या घोंघावणाऱ्या गांधील माशांप्रमाणे. मी अतिशय हताश होऊन आकाशाकडे नजर टाकली. मी दुसऱ्या इयत्तेत असताना ज्यांच्याकडे कुतूहलानं पाहायची तेच तारे आताही आकाशात होते. आणि अकस्मात माझ्या विस्मृतीत गेलेलं त्या ताऱ्यांच्या अस्तित्वाबद्दलचं आश्चर्य पुन्हा जागं होऊ लागलं. त्या अवकाशात मी खेचली गेल्याची भावना मला जाणवली.

मी त्या भावनेला शरण गेले. मी स्वत:ला त्यात झोकून दिलं.

त्या रात्रीच्या आकाशाकडे नजर लावून मी अल्लाला अंत:करणापासून साद घातली.

'या खुदा मला यातून बाहेर पडण्याचा मार्ग दाखव. माझ्या सहनशक्तीचा अंत पाहू नकोस. मला माफ कर. माझ्या एकटीवरचा भार आता मला सोसत नाही. आत्तापर्यंत मी एकटी तो भार सोसत आले. आता तुझ्यापाशी थोड्या मदतीची मी याचना करत आहे. माझ्या हातून गतकाळात काही चुका झाल्या असतील. त्या तर मी आता सुधारू शकत नाही, जे झालं ते झालं. ते आता फक्त आपल्यात राहू दे. त्या चुकांसाठी मी आता फक्त गोष्ट करू शकते. ती म्हणजे तुझ्याजवळ क्षमायाचना. इथून पुढे मी फक्त चांगली आणि चांगलीच वागेन. तुझी आठवण माझ्या अंत:करणात सदैव जागी असू दे. माझं सर्वस्व मी तुला अर्पण केलं आहे. मी कशाचाही प्रतिकार करणार नाही. अल्ला मला यातून सुटकेचा मार्ग दाखव. हे ओझं मला आता सहन होत नाही.'

हा माझ्या हृदयातला आवाज होता. मी मनात आक्रोश करत होते. माझ्या तोंडून शब्द फुटलेच नाहीत. मी शांततेचा भंग केला नाही. मी माझ्या हृदयाशी संवाद करत होते. मी अगदी एकटी होते. त्या क्षणी जर कोणी मला पाहिलं असतं तर फराह नावाचा एक छोटा प्राणी त्या आवारात शांतपणे उभा असलेला त्यांना दिसला असता; पण तरीसुद्धा काहीतरी अद्भूत घडलं होतं, काहीतरी दिव्य. प्रथमच इतक्या मोकळपणानं, प्रामाणिकपणानं मी अल्लाला शरण गेले होते.

त्या माझ्या शरणागतीनं एक किमया घडून आली. मला ती त्या क्षणी जाणवली. नव्या दिवशी मला माझ्यात तो बदल जाणवला. माझं चित्त मी अल्लावर केंद्रित केलं. जितकी मी अधिकाधिक अल्लाला शरण जात होते तितकी अधिकाधिक सहनशील होत होते. मला मोकळं मोकळं वाटत होतं. जेव्हा 'त्या' मुलीनं मला हुकूम सोडले तेव्हा मी ते अधिक विचार न करता आनंदात झेलले. माझ्यावर त्याचा काहीच वाईट परिणाम झाला नाही. तिला वाटणारा मत्सर, द्वेष ह्या सगळ्याबाबत मी तटस्थ होते. माझ्यात कटुभावना निर्माण होण्यास काहीच वाव राहिला नाही. नकारात्मक विचारांना माझ्या मनात आता काहीच स्थान राहिलं नव्हतं. माझ्या या शांत प्रसन्न चित्तवृत्तीची 'त्या' मुलीलाही जाणीव झाली. तिच्या माझ्यातला 'तो' ताण कमी झाला.

त्यानंतर प्रत्येक दिवशी आणि रात्री ठरल्यावेळी मी नमाज पढायला सुरुवात केली. सकाळी मुल्लानी दिलेली बांग ऐकून मी उठून तोंड धुवून नमाज पढत असे. घरात तेव्हा कोणीच जागं नसे. दिवसभरात नमाजाची वेळ झाली की, हातातलं काम टाकून शांत जागा शोधून मक्केकडे तोंड करून नमाज पढायला मला आवडू लागलं, 'नमाज न पढता हातातलं काम पुरं कर' असं मला सांगण्याचं धाडस कोणी केलं नाही आणि आश्चर्याची गोष्ट अशी की मी एकांतात अशी नमाज पढताना हरवून गेलेली असताना माझ्याबरोबर कोणीतरी सोबतीला आहे असा भास मला होत असे. कोणाचं

तरी अस्तित्व मला जाणवे. कोणीतरी मला प्रेमानं कुरवाळतंय असा भास होई.

मी कधीकधी पाचपेक्षा जास्तवेळा नमाज पढत असे. अगदी उत्तररात्री दोन तीन वाजतासुद्धा माझं कुराण हातात घेऊन मी आकाशाच्या छताखाली नमाज पढे. आकाशात ते तारे बघताना माझा अल्लाशी संवाद होई. त्या अंधारात लक्षावधी ताऱ्यांच्या प्रकाशात मी न्हाऊन निघे. माझ्या 'त्या' दुसऱ्या इयत्तेतल्या शिक्षिकेनं आकाशाबद्दल ताऱ्यांबद्दल सांगितलेल्या अद्‌भूत गोष्टींची मी उजळणी करत असे. इतकं अफाट आकाश, पृथ्वीपेक्षाही खूप मोठे असलेले तारे आपल्यापासून लांब असल्यानं किती छोटे दिसतात. त्याक्षणी सगळ्या विश्वाच्या भव्य पसाऱ्याची मला गंमत वाटे आणि अल्ला सर्वशक्तिमान असल्याची मला खात्री पटे.

अल्लाचं सान्निध्य मला जाणवे. एखाद्या जिवाभावाच्या दोस्ताजवळ आपल्या त्रासाची, कष्टांची कबुली द्यावी तसं मला त्याच्याशी संवाद करताना वाटत असे. मी मनाशी म्हणे, 'अल्ला, माझ्या दोस्ता, अम्मीच्या यातना मला बघवत नाहीत. त्यातून तिची सुटका कशी होईल? माझा हा पायसुद्धा झिजत चाललाय. या पायाशिवाय मी माणसासारखी जगू शकणार नाही. पायाशिवाय मी आपापली अगदी बाथरुमपर्यंतसुद्धा जाऊ शकत नाही. तो पाय पूर्णपणे झिजून गेला तर मी कशी वावरणार?

असा संवाद माझा माझ्याशी चालू असताना मला अंतर्बाह्य प्रकाशाचा किरण उजळून टाकतोय असा भास होई. कोणाच्या तरी प्रेमाचा ऊब आपल्याजवळ आहे असं सारखं वाटे. अल्ला आपल्या आसपासच कोठेतरी आहे. त्याची कृपादृष्टी आपल्याकडे आहे. अदृश्य प्रकाशाच्या रूपात निराकार असा माझा कोणीतरी जिवलग माझ्या सतत जवळ असल्याचा मला भास होई. माझी जीवनावरची श्रद्धा आणि माझे सकारात्मक विचार यात मला अल्लाचं अस्तित्व जाणवे.

एका रात्री मी आकाशाकडे अशीच नजर लावून बसलेली असताना ताऱ्यांनी खचाखच भरलेल्या त्या आकाशाच्या घुमटातून एक तारा निखळला आणि एक प्रकाश शलाका त्यातून दृश्यमान झाली.

क्षणार्धात ती रेषा अंतर्धान पावली पण जाता जाता तिनं मला कसला तरी संदेश दिला.

आणि काय नवल? काही दिवसांनी खरोखरच एका सकाळी मला 'ती' बातमी समजली. हजारो अफगाणी निर्वासितांची पाकिस्तानातून सुटका होणार होती आणि त्यांना अमेरिकेत नेण्यात येणार होतं.

'हाच तो अल्लाचा संदेश' मी मनाशी म्हटलं. त्या हजारोंपैकीच मी आणि अम्मी असणार. अल्ला तुझी आमच्यावर ही मोठीच मेहेरबानी आहे. आम्ही त्याच्या दयेला पात्र होतो. आमची त्या परिस्थितीतून आता सुटका होणार होती. ह्या बातमीनं मी रोमांचित झाले! सुखावून गेले!!

यादीत समावेश

इतक्या सगळ्या निर्वासितांना अमेरिकेला कोण नेणार होतं? आमच्यापैकी बहुतेक कोणाच्या हे मनातही आलं नव्हतं. मला वाटलं अमेरिकन सरकारच आम्हाला नेणार होतं. आमची कल्पना चुकीची होती. एक कोणीतरी खाजगी ख्रिश्चन संस्था होती 'वर्ल्ड रिलिफ' नावाची. पण हे तर मला खूप मागाहून कळलं. इतक्या बारीकसारीक गोष्टींबद्दल त्यावेळी तरी मी अज्ञानीच होते. मला फक्त इतकंच जाणून घ्यायचं होतं की, त्यात आपला समावेश कसा करून घ्यायचा?

ही असली कसली जाहिरात आल्याचं माझ्यातरी पाहाण्यात आलं नव्हतं. पण कोणी म्हणे की टी. व्ही.वर दाखवलं होतं, कोणी रेडिओवर ऐकल्याचं सांगत होतं, कोणाला वर्तमानपत्रात आलंय असं वाटत होतं; पण मी मात्र कुठेच पाहिलं, वाचलं अथवा ऐकलं नव्हतं. मला वाचताच येत नव्हतं. मला हे इतरांकडूनच कळलं. इतरांना हे कदाचित अफवातून कळलं असेल. अचानक एखादी राज्यक्रांती घडून यावी तशी एका सकाळी सगळ्यांच्या तोंडी ही बातमी आली. आसपासचे सगळे फक्त याचीच चर्चा करत होते. माझेही कान उघडे होतेच. ती संस्था विधवा आणि अनाथ मुलांना नेणार आहे हे मला त्यातूनच कळलं. म्हणजे आम्ही जाण्यास पात्र होतो तर!

सकाळी नमाजासाठी मुल्लांनी बांग दिली. त्याबरोबर आमच्या रस्त्यावर घरांची, कंपाऊंडची दारं वाजू लागली आणि बायकांचे घोळके आपल्या मुलांना घेऊन जवळच्या बस स्टँडकडे निघाले.

आम्ही ऐकल्याप्रमाणे म्हणजे सर्वांत प्रथम त्याच शहरातल्या एका अत्याधुनिक ऑफिसात जाऊन तुमचा अर्ज दाखल करायचा होता. त्यावर अमेरिकन लोक कारवाई करणार होते. तिथे त्या ऑफिसात इतक्या मोठ्या संख्येने लोक आले की म्हणे पहिल्या दिवशी तर अमेरिकनांनी त्यांच्या ऑफिसची दारंच उघडली नाहीत. संपूर्ण रस्ता बायका आणि मुलांनी इतका भरून गेला होता की फक्त माणसांची गर्दीच त्यांना दिसली. एखाद्या व्यक्तीला त्यांनी आत घेण्यासाठी दारं उघडली तर

सगळी गर्दीच आत घुसण्यासाठी प्रयत्न करायला लागली. ऑफिसमध्ये कर्मचारी इतके बावचळून गेले की त्या गर्दीला दूर ठेवण्यासाठी त्यांनी घाईत दारं लावून घेतली. बाहेरच्या गर्दीच्या ढकलाढकली आणि धक्काबुक्कीचं रुपांतर एकमेकांना ठोसे मारण्यात आणि एकमेकांचे केस उपटण्यात झालं. बायका, मुलं आणि जे काही थोडे फार पुरुष होते त्यांनी इतका गोंधळ घातला की, शेवटी पोलिसांना गर्दीवर नियंत्रण ठेवण्यासाठी बोलवावं लागलं. तो भाग उच्चभ्रू पाकिस्तान्यांच्या वस्तीचा होता. अतिशय मोठ्या हवेल्या आणि मोठ्या बागा असलेल्या पाकिस्तानी अमीरांची तेथे वस्ती होती. त्यांना त्यांच्या हिरव्या वनश्रीनं नटलेल्या त्या भागात अफगाणी निर्वासितांचा गोंगाट नको होता. त्या अमेरिकनांना त्यांनी त्यांचं ऑफिस दुसरीकडे हलवायची सूचना केली. अवतीभवती पसरलेल्या अफवातूनच आम्हाला ही बातमी कळली.

अमेरिकनांनी त्यांचं कार्यालय गावाबाहेर हलवलं. तिथे चालत जाणंही शक्य नव्हतं आणि कोणतीच बस तिथपर्यंत जात नसे. अर्ज करायचा असेल तर तिथे स्वतंत्र गाडीनं जाणं आवश्यकच होतं. आता ह्या अफगाणी विधवांजवळ गाड्या कोठून असणार होत्या? पण तरीही रोज सकाळी गाड्यातून मोठे घोळके तिकडे जात असलेले आम्ही ऐकत होतो. जिरनी भाड्यानं घेऊन लोक तिकडे पळत होते.

ही बातमी ऐकल्यापासून मी तिकडे अर्ज करणार असल्याचं जाहीर करून टाकलं होतं. ज्या कुटुंबात आम्ही राहात होतो, त्यांनी तर आम्हाला हे विसरून जायचाच सल्ला दिला होता. आमच्या माहितीच्या आसपासच्या अफगाणींनी हा माझा निर्धार पाहून. माझी चेष्टाच केली, 'तुला कशाला निवडतील?' हेच त्यांचं म्हणणं होतं.

मग मीही हट्टाला पेटले. 'मी का नाही? माझी अम्मी का नाही? ती विधवा आहे. मी अनाथ आहे म्हणजे आम्ही तर लायकच आहोत.'

त्यावर कोणीही म्हणे, 'इतक्या आजारी असलेल्या अम्मीला तिकडे नेण्याचा विचार तरी कसा येतो तुझ्या डोक्यात? तुला दुसऱ्यांच्या भावनांची जराही कदर नाही. तुला अमेरिका किती लांब आहे इथून ते माहीत आहे का? अल्लाची मर्जी नसली तर तुझी अम्मी वाटेतच मृत्युमुखी पडेल. मग तुझं काय होईल? तुला याची काही कल्पना आहे का?'

'आत्ता तरी काय मी सुखात लोळतेय का? या इथेच चिकटून राहाण्यासारखं इथे काहीच नाही आहे.'

लोकांच्या या सगळ्या प्रतिक्रियेचं अम्मीला फार वाईट वाटे.

'बाळे, आपल्यासारख्या गरिबांना अमेरिकेशी काय घेणं आहे? प्रवास करण्यासारखी माझी प्रकृती नाही. विमानात मरून जायची माझी इच्छा नाही आणि अमेरिकेत त्या

परक्या मुलुखातही माझी मरायची इच्छा नाही. त्यांच्या मातीत माझं दफन व्हावं असं मला वाटत नाही.'

'ममा, अमेरिका जर्मनीसारखीच आहे. अग मी नाही का जर्मनीला गेले होते. तिथं कसं असतं ते मला ठाऊक आहे. ते जग चांगलं आहे. माझ्यावर विश्वास ठेव. तिकडे गेल्यावर तुझी तब्येत नक्कीच सुधारेल. तिकडे तज्ज्ञ डॉक्टर असतात आणि तिथलं सरकारही मदत करेल. घाबरू नकोस उलट तुझ्या तब्येतीसाठी आपण तिकडे जाणंच योग्य. आत्तापर्यंत तू ज्या यातना भोगल्याहेस ना त्यातून तुझी सुटका होईल, तुला विश्रांतीही मिळेल. 'मी अम्मीची समजूत काढायचा प्रयत्न केला.

पण घाबरलेली अम्मी फक्त रडत असे. 'अगं आता फार उशीर झालाय.' ती दु:खानं म्हणे. त्या जीवघेण्या खोकल्यामुळे तिच्या तोंडून शब्दही फुटत नसे. 'मला आता जगायचंच नाही आणि त्या परक्या देशात मरायचं नाही. माझं जे काय बरं वाईट व्हायचंय ते इथंच होऊ दे. इथले लोक तरी निदान मला जवळचे वाटतात. इथे ह्या मातीत मला चिरविश्रांती घेऊ दे. माझी आणखी काहीच इच्छा नाही.'

हे सगळं ऐकून माझा तोल ढळत असे. 'अगं, पण माझं काय? तुझ्या मागे माझं काय होईल ममा? मला कोण आसरा देईल? कोणाच्या घरी राहू मी? पाकिस्तानातल्या काय किंवा अफगाणिस्तानातल्या कोणत्याच गावात एकटी मुलगी राहाणं फार अवघड आहे. माझ्याशी कोण शादी करेल अशी आशा तू बाळगून आहेस का? आणि तसं झालं तरच माझी काही धडगत आहे असं वाटतंय का तुला? अगं, माझ्याशी कोण कशाला शादी करेल? इथे पाकिस्तानात एखाद्या मुलीच्या अंगावर तीळ असले तरी तिला योग्य असा नवरा मिळत नाही हे तुला माहीत आहे ना? अगं, इतकंच कशाला एखादीच्या चेहऱ्यावर तेज नसेल किंवा तिच्या भुवया जाड असतील तरीही ते सौंदर्याच्या निकषात बसत नाही. आणि ममा, मला तर एक पायच नाही आहे. मग कोण मला पत्करेल? अमेरिकेत याहून वेगळं आहे. तिथे ती एकटी राहिले तरी सुखात राहू शकेन. मी एकटी असले तरी त्यावर कोणीच आक्षेप घेणार नाही. कोणी मला धक्का नाही लावू शकणार? कायद्याचं बंधन आहे तिथे. मी शाळेत जाऊ शकेन. काहीतरी शिकू शकेन. मला माझं भविष्य घडवता येईल आणि त्या उलट इथे. इथे पाकिस्तानात एकट्या मुलीनं राहाणं म्हणजे त्यात तिचा काहीतरी कमीपणा आहे असं मानतात किंवा ते मानहानीचं समजलं जातं आणि मग इथे मला समाज सुखानं जगूच देणार नाही. मी धडधाकट नाही म्हणजे मी माझ्या पोटासाठी बाहेर जाऊन कमवू पण शकणार नाही त्यामुळे आपण अर्ज करावाच असं मला वाटतं. इतर लोक काय म्हणतील याची पर्वा कशाला करायची? मी तर आपल्या दोघींचे अर्ज भरून येणार आहे.'

मी अम्मीची समजूत काढत होते. पण ज्या कुटुंबात आम्ही राहात होतो ते मात्र

अगदी इमानेइतबारे अम्मीला घाबरवत होते. आणि मग आसपासच्या ऐकलेल्या बातम्यांना अगदी तिखट मीठ लावून ते तिला रंगवून सांगत होते.

'हा सगळा जुगार आहे. तुम्हीच विचार करून बघा. अहो, इतक्या हजारो विधवांना कोण कशाला बसलंय न्यायला अमेरिकेला? तुम्ही वेड्याच आहात? फक्त विधवांनाच का? कारण उघड आहे की त्यांना पुरुषांचा काहीच आधार नसतो. त्यामुळे विधवा आणि अनाथ मुलं यांचा बळी चटकन जाऊ शकतो. एका माणसाला अमेरिकेला जायला किती खर्च येतो तुम्हाला ठाऊक आहे का? ह्या जगात दुसऱ्याला काहीही न देता त्याच्याकडून काही मिळेल अशी अपेक्षासुद्धा करणं चुकीचं आहे. यात त्यांचा नक्कीच काहीतरी वाईट हेतू असणार! अमेरिकेत ते फराहला विकून गुलाम करून टाकतील. प्रत्येकाला यातला उद्देश ठाऊक आहे. अमेरिकनांनी 'आम्हाला अमुक इतक्या विधवा द्या' अशी मागणी केली असणार. इतक्या विधवा आणि इतकी अनाथ मुलं. मुलांना विकून टाकतील, गुलाम करतील आणि बायकांना कुठे साबणाच्या कारखान्यात विकून टाकतील. तुम्ही पहा अमेरिकेत हे असं आहे! तिथे त्यांच्यापासून साबण तयार करतील!'

पाकिस्तानात ह्या अशा वावड्या होत्या. स्वत:ला शहाणे समजणारे अम्मीला दमात घेऊन तिचं बौद्धिक घेत होते. त्यांनी ते कुठेतरी वाचलेलं असे, पाहिलेलं असे, त्यांच्यापाशी अगदी खात्रीलायक बातम्या असत. अमेरिकेत अशा म्हाताऱ्या बायकांपासून साबणच करतात. ह्या असल्या दंतकथा ऐकून बिचारी अम्मी अगदी गर्भगळीत होऊन जाई. तिचा चटकन विश्वास बसे.

'राजा, लोक माहीत असलेलंच सांगतात. तुझ्या गरीब अम्मीवर दया कर. मला नेऊ नकोस अमेरिकेला. तिकडे जाणं ह्याच्यासारखी दुसरी दुर्दैवी गोष्ट नाही.' अम्मी मला पुन्हा पुन्हा पटवून द्यायला बघे.

आमच्यात रोज यावरून वाद होत आणि मग आम्ही रडत असू. मला माघार घ्यायचीच नसे. मला त्या निखळलेल्या ताऱ्यानं संदेश दिला होता. ही एक चांगली चालून आलेली संधी होती. गुडघे टेकून मी अम्मीपुढे गयावया करीत असे. तिच्या अंगाशी झोंबत असे. प्रत्येक गोष्टीचं माझ्यापाशी काही ना काही स्पष्टीकरण असे. जर्मनीतल्या माझ्या अनुभवाचं मी पुन्हा पुन्हा वर्णन करून सांगत असे. 'इथल्या लोकांकडे तू अजिबात लक्ष देऊ नकोस. ते अज्ञानी आहेत. त्यांना याचा काहीही अनुभव नाही.' हेच माझं परत परत सांगणं असे.

मी एक यकश्चित् मुलगी फक्त तेरा वर्षांची, न शिकलेली आणि नावं ठेवते तीसुद्धा कोणाला तर माझ्यापेक्षा मोठ्या शिकलेल्या पुरुषांना. त्यांना मी अज्ञानी म्हणते, त्यांच्या व्यवहारचातुर्याला मी आव्हान देत्येय, हे सगळं सुरुवातीला अम्मीला फार धक्कादायक होतं; पण मी माझ्या अनुभवाच्या बळावर ते ठामपणे

सांगत होते आणि माझ्या मुद्द्याला चिकटून होते. मी जर्मनीत जाऊन आले होते. मी ते जग माझ्या डोळ्यांनी जवळून पाहिलेलं होतं. माझ्यादृष्टीनं लोक सांगत होते त्यात काहीच तथ्य नव्हतं.

मोठ्या प्रयत्नांनी अखेरीस मी अम्मीचा विरोध मोडून काढला. शेवटी तिनं शस्त्र खाली ठेवलं. 'पण मी अर्ज दाखल करीन. तू घरीच बसायचंस. तू तिथं जाण्याची काही गरज नाही' असं मात्र तिनं मला बजावलं.

मीही काही माघार घेणारी नव्हते. 'नाही ममा, तू घरी थांब. तू गेलीस तर तुझा अस्थमा पुन्हा डोकं वर काढेल, तिथे गोंधळ आणि धक्काबुक्की चालते. मग तू कसं करशील?' असा माझा मुद्दा असे.

पण अम्मी म्हणे, 'फराह, तू गेलीस आणि त्या गोंधळात सापडलीस तर तुझा पाय दुखावेल, निखळून येईल मग तुझी फार पंचाईत होईल.'

अशा तऱ्हेनं आमच्यात कुरबुरी होत आणि कारण असे कधी तिचा अस्थमा तर कधी माझा कृत्रिम पाय. शेवटी आम्ही दोघींनी जायचं या समझोत्यावर ती चर्चा थांबली.

'झायबा' नावाच्या एका स्त्रीला मी गाठलं. आमच्या भागातल्या ज्या लोकांना असं अर्ज करायला जायचं असे, त्यांच्यासाठी ती अशा ट्रिपची व्यवस्था करीत असे. 'झायबा' म्हणजे सुंदर स्त्री. ही स्त्री आमच्यासाठी हे इतकं चांगलं काम करत होती की मला वाटलं हे नाव तिला शोभून दिसतंय. झायबाच्या ओळखीची एक व्यक्ती होती. त्याची गाडी होती 'सुझुकी'. म्हणजे धड रिक्षा नाही आणि धड कार नाही असं मधलंच काहीतरी वहान होतं ते. काही एक ठरावीक रक्कम घेऊन प्रवाशांना हा माणूस अर्ज करण्यासाठी सकाळी घेऊन जात असे आणि काम झालं की परत घेऊन येत असे. त्याच्या गाडीत जेवढी जास्त गिऱ्हाईक तेवढे दरडोई पैसे कमी पडत.

आमच्या दोघींची नावं मी 'झायबा'च्या यादीत दाखल केली. दुसऱ्याच दिवशी सकाळी ठरलेल्या वेळाच्या थोडं आधीच रस्त्यावर एका ठिकाणी आम्ही झायबाची वाट पाहत थांबून राहिलो. आमच्यासारखेच आणखी दुसरे उतारू होतेच वाट पाहत. बहुतेक सगळ्या बायकाच होत्या. कारण विधवा आणि त्यांची मुलं यांना प्राधान्य दिलं जाणार आहे हे सर्वांना ठाऊक होतं. त्यातल्या बऱ्याच जणींनी आपण खरोखरच विधवा आहोत का ते माहीत नाही' असं कबूल केलं कारण त्यांचे नवरे अचानक नाहीसे झाले होते. त्यांना ठार मारलं की तालिबान्यांनी पकडून नेऊन तुरुंगात टाकलंय याची काहीच बातमी नव्हती. त्यांनी अमेरिकेला जायचा निर्णय घेतलेला होता; पण आपल्या नवऱ्यांना नशीबावर हवाला ठेवून असं सोडून देत आहोत याचं त्यांना अपरिमित दु:ख होत होतं.

पहाटे मुल्लानी नमाजासाठी बांग दिली. उजाडलेलंसुद्धा नव्हतं. इतक्यात अंधारात ती सुझुकी गाडी आली. ड्रायव्हर बसतो तिथे पुढच्या बाजूला गाडीवर छप्पर नसतं पण प्रवासी बसतात त्या बाजूला छोटंसं छप्पर असतं. ड्रायव्हरच्या मागे समोरासमोर तोंड करून बसण्यासाठी प्रवाशांसाठी दोन बाकं असतात. एक ह्या बाजूला दुसरं त्या बाजूला. सहा प्रवासी आरामात बसू शकतात. पण कोंबून बसवलं तर आठ लोकं. पण त्या दिवशी झायबानं बारांना नेण्याचं ठरवलं होतं. अर्थात् जास्त प्रवासी म्हणजे भाडं कमी हे सरळ गणित होतं. आम्ही बाकावर कोंबून कसेतरी बसलो. काही खाली बसले तर काही बाहेर लटकून पण कसंही करून त्या अर्ज करण्याच्या ऑफिसकडे निघालो.

त्या माणसानं पहाटेच्या अंधारातच गाडी क्वेट्टयाबाहेर काढली. अर्ध्या तासानं शहराची हद्द संपल्यावर आम्ही एका बाजूला असलेल्या मोकळ्या मैदानात आलो. पाकिस्तानात कोणत्याही एखाद्या भागाचा काही विस्तार करायचा असेल तर प्रथम कुंपणावर मोठी भिंत बांधून तो भाग बंदिस्त करतात. मग आतमध्ये काय ती इमारत उभी करायची असेल ती करतात. पण इथे त्या आवारात त्या कंपाऊंडच्या आत इमारती दिसल्या नाहीत. भिंतीवर छप्पर नव्हतं. आसपास दुसऱ्या कसल्याही इमारती अथवा कंपाऊंड नव्हती. फक्त एक काहीही विशेष खाणाखुणा नसलेला रस्ता, त्या अनोळखी जागेकडे जाणारा, मोकळं मैदान आणि हा मातीच्या भिंतीचा आडोसा अशीच काहीशी ती जागा होती.

आपला रांगेत पहिला नंबर लागावा या इराद्यानं आम्ही पहाटे पाचलाच तिथे पोचलो. पण काय? आम्हाला उशीरच झाला होता म्हणायचा! बाकीचे काही आमच्या आधीच पोहोचलेले होते. शेकडो लोक दाराबाहेर वाट पाहत आधीच उभे होते. त्यांच्या मागे उभं राहाण्याशिवाय आम्हाला पर्यायच नव्हता. हळूहळू उजाडू लागलं आणि झुंडीच्या झुंडी तिकडे येऊ लागल्या. हजारो लोकांचा समुदाय दारं उघडण्याची वाट पाहत बाहेर थांबून होता.

सूर्य वर येऊ लागला तसतसं तापमान वाढू लागलं. क्वेट्टयाचा उन्हाळा फार भयंकर असतो. १००° वर तपमान असतं सर्वसाधारणपणे. आमच्याजवळ पाणीसुद्धा नव्हतं आणि त्या उजाड माळरानात दुसरं काहीही मिळण्याची शक्यता नव्हती. पण मग थोड्यावेळानं फेरीवाले दिसू लागले. अशा गर्दीच्या ठिकाणी हे फेरीवाले विक्रेते बरोबर उगवतात कारण त्यांचा धंदा चालायची, पैसे कमावण्याची ही आयती संधी असते. झालं! बघता बघता खाद्यपदार्थ, पाणी, आईस्क्रिम, फळांचे रस विकणाऱ्यांची गर्दी झाली. पण आमच्याजवळ पैसे नव्हते आणि आम्हाला रांगेतला नंबरही सोडायचा नव्हता कारण आमच्या पुढे काही शे लोक होते तर आमच्या मागे हजारो होते.

रांगेत पहिलं अथवा पुढे असणं ह्या गोष्टीला खरा म्हणजे काहीच अर्थ नव्हता, असं मग आमच्या लक्षात आलं. कारण सूर्य बराच वर आल्यावर जेव्हा दारं उघडली तेव्हा रांग लगेच मोडली. लोकांची धक्काबुक्की रेटारेटी सुरू झाली आणि त्या रांगेचं गोंधळलेल्या अतिप्रचंड जनसमुदायात रुपांतर झालं. अमेरिकनांनी त्यांचं ऑफिस इकडे या माळरानावर हलवलं होतं पण हे सगळं सुरळीत पार पडावं यासाठी काहीही पद्धतशीर आखणी केली नव्हती.

पोलिसांनाही ह्या सगळ्याची अपेक्षा असणार कारण ते आसपासच कुठेतरी परिस्थितीवर नजर ठेवून होते. काही क्षणातच पोलीस तिथे हजर झाले. त्यांनी जोराजोरात शिट्ट्या फुंकल्या, मोठ्यानं ओरडून जमावाला सूचना द्यायचा प्रयत्न केला पण तिकडे कोणी लक्षसुद्धा दिलं नाही. गेटकडे जाताना लोकांना अडवणारे पोलीस आहेत की आणखी कोणी याची जरासुद्धा पर्वा न करता वाटेत येणाऱ्याला तुडवत लोक निघाले. हवेत काठ्या फिरवून अगदी वेळ प्रसंगी लोकांची डोकी फोडून लोकांना अडवणाऱ्या पोलिसांचं काहीही चाललं नाही. कारण निर्वासितांच्या तुलनेत पोलीस संख्येने अगदी किरकोळ होते. जमावानं त्यांना कधीच धाब्यावर बसवलं.

मग सैन्याला पाचारण करण्यात आलं. बहुधा त्यांची मदत लागणार याची त्यांनाही कल्पना असावी. तेही तिथंच कुठेतरी दबा धरून बसलेलेलं होते. सैनिकांनी हवेत गोळीबार केला. लोकांचं तिकडे लक्ष वेधून घेऊन सैनिक जमावात घुसले आणि बंदुकीच्या दस्त्यानं त्यांनी लोकांना ठोकायला सुरुवात केली. काहीशा प्रमाणात त्यांनी जमावाला काबूत आणायचा प्रयत्न केला आणि दरवाजापासून जमावाला थोडं दूर लोटण्यात त्यांना यश मिळालं.

तेवढ्यात आत असणाऱ्या अमेरिकनांपैकी एक जण दारातून डोकावला आणि आमच्याशी संवाद साधायचा प्रयत्न करून म्हणाला, 'गोंधळ करू नका. आम्ही इथे फक्त तुमची नावं घेणार आहोत आणि काही जाणून घेणार आहोत तुमच्याविषयी. आम्ही सगळ्यांशी बोलणार आहोत. आज नाही तर उद्या, वेळ पडलीच तर परवासुद्धा. पण आम्ही प्रत्येकाशी संपर्क साधणार आहोत. कितीही वेळ, दिवस लागले तरी चालतील पण आम्ही हे पुरं करू. तेव्हा कृपा करून धीर धरा. आम्ही एकेकाला बोलवू.'

तो हे बोलत असतानाच जमावातल्या कुणीतरी त्याच्या दिशेन दगड भिरकावला. तो त्याच्या कपाळावर बसून जखम झाली आणि भळाभळा रक्त वाहू लागलं.

त्याबरोबर 'ठीक आहे, आमचं निवड करण्याचं काम इथेच बंद करतोय. आम्ही आणखी कोणालाही इथून पुढे आत घेणार नाही. तुम्हीच तुमचं नुकसान करून घेतलंय, लक्षात ठेवा.' असं ओरडून तो आत चालता झाला आणि त्यानं धाडकन गेट आपटून बंद केलं. दरवाजाच्या कड्या लावल्याचा आणि कुलपं लावल्याचा

आवाज आम्हाला बाहेर स्पष्टपणे ऐकू आला.

'ओह' तिथे जमलेल्या त्या हजारो लोकांचे सुस्कारे आणि किंकाळ्या हवेत घुमल्या. मग कित्येक तास दरवाजे उघडले नाहीत. इकडेतिकडे एक अतिशय संतापाची वाट उसळली. पण सुसज्ज सैनिकांपुढे इतर काही करण्याचं जमावाचं धाडस झालं नाही. सगळ्यांचं मनोधैर्य खचलं, उभ्या जागी दुःखानं कित्येकांनी बसकण मारली, ज्यानं दगड फेकला त्याला शिव्याशाप दिले. इतक्या सगळ्या गोंधळातसुद्धा आईस्क्रिम आणि फ्रूट ज्यूस विकून फेरीवाल्यांनी आपला फायदा करून घेतला.

शेवटी निर्वासितांच्यातल्या काही बुजुर्ग अफगाणी मंडळींनी पुढाकार घेऊन घाबरत घाबरतच त्या दरवाजांवर टकटक केली. अमेरिकन अधिकाऱ्यांशी बोलण्याची इच्छा त्यांनी प्रदर्शित केली. त्यांच्यापैकी काहींना आत प्रवेश मिळाला. त्यांनी आत जाऊन काय सांगितलं असेल याची मला कल्पना आली.

'एकाच्या चुकीची शिक्षा इतरांना देऊ नका. लोकांच्या परिस्थितीचा जरा विचार करा. त्यांच्या हालअपेष्टा बघा, त्यांना नाउमेद करू नका. कृपा करून ही तुमची प्रक्रिया पुन्हा सुरू करा.'

अमेरिकन द्रवले आणि निर्वासितांनी नीट वागण्याची खात्री दिली. आपल्या मर्यादा सांभाळल्या तर मुलाखतीची ही प्रक्रिया पुन्हा सुरू करण्याचं त्यांनी कबूल केलं. नंतर लष्कराच्या भीतीनं जमावानं पण आपल्या भावनांवर थोडं नियंत्रण ठेवण्याचा प्रयत्न केला. पण तरीही प्रत्येकवेळी दरवाजे उघडले की किनाऱ्यावर दगडावर आपटणाऱ्या लाटेप्रमाणे सगळा जनसमुदाय दाराकडे धाव घेत होता. मला अफगाण आणि पाकिस्तानच्या बॉर्डरवरच्या त्या स्टेशनचीच आठवण होत होती.

अर्थात प्रत्येकवेळी दरवाजे उघडल्यावर दोन किंवा तीन जणांना आत प्रवेश मिळे. काहीही लाच न देता. त्या दृष्टीनं इथं वेगळेपणा होता. लोकांच्या लक्षात आलं की अत्यंत सावकाश का होईला पण ते लोक प्रत्यक्षात अर्ज घेताहेत. त्या दिवशी आम्ही त्या दरवाजांच्या जवळपाचही पोहोचू शकलो नाही पण कुठेतरी आत आशा निर्माण झाली की वारंवार प्रयत्न केला तर आपणही कधीतरी आत पोहोचू शकू.

दुसऱ्या दिवशी पहाटे चारलाच आम्ही तिथे पोहोचलो म्हणजे आदल्या दिवशीपेक्षा एक तास लवकर; पण तरीही आमच्यापूर्वी शंभर लोक तरी आलेलेच होते. इतरांशी चर्चा करताना आमच्या लक्षात आलं की त्या सर्वांनी तिथेच मुक्काम ठोकला होता. काहींनी तर आदल्या रात्री येऊन त्या माळरानावरच तळ ठोकला होता आणि काही तर दोन दिवस तिथेच थांबून होते.

पुन्हा एकदा तुम्ही लवकर किंवा उशीरा पोहोचला आहात याला काही अर्थ नाही हे लक्षात आलं. तुम्ही दुसऱ्यापेक्षा किती वरचढ आहात, किती शक्तिशाली

आहात हाच मुख्य प्रश्न होता. दुसऱ्या दिवशीही मी दारापर्यंत जाऊ शकले नाही. पण आधीच्यापेक्षा थोडीफार पुढे जाऊ शकले आणि कशाप्रकारे काम चाललंय याचा थोडाफार अंदाज घेऊ शकले. त्या ऑफिसमध्ये काम करणारा माणूस बाहेर येऊन ज्या व्यक्तीकडे बोट दाखवे त्यालाच आत प्रवेश मिळे. म्हणजे थोडक्यात काय तर त्याची नजर पडेल अशा जागीच तुम्ही असलं पाहिजे तर तुमची निवड होण्याची काही आशा असे. मीही त्या दिवशी अम्मीला माझ्याबरोबर खेचत त्या रेटारेटीतून पुढे जायचा प्रयत्न केला, पण मी तितकी ताकदवान नव्हते. त्यामुळे त्या लढाईत टिकाव धरू शकले नाही. मी अतिशय थकून गेले. मग मला त्या जागी उभं राहणंही अशक्य झालं. त्या गर्दीत आम्ही अगदी चिरडल्या जात होतो. इतरांकडून अम्मीला धड श्वास घेता येईना. जसे आलो तसे मागे जाण्यासाठी धडपडावं लागलं आम्हाला. दारापासून दूर जिथे गर्दी कमी होती तिकडे आम्ही मोर्चा वळवला.

माझ्या घशाला कोरड पडली, जीभ टाळ्याला चिकटून बसली. उन्हाळ्यात क्वेट्ट्यात भर दुपारी जोरात वावटळ सुरू झाली. दिवसा भर दुपारी अंधारून आलं. धुळीचे लोट उडू लागले. एकदा वावटळ सुरू झाल्यावर आम्हाला जागचं हालताही येईना. वाऱ्याकडे पाठ करून डोक्याच्या रुमालानं आम्ही तोंडं झाकून घेतली. पुढचे कित्येक तास पुरुष, बायका, मुलं, रडणारी बाळं अशा हजारो लोकांनी त्या वावटळीत घालवले. तितका सगळा वेळ आतून अमेरिकी अधिकारी बाहेर येऊन निवडक निर्वासितांना आत सोडण्याचं काम करीतच होते.

तिसऱ्या दिवशी बऱ्यापैकी पुढे जागा पटकावण्यात मला आणि अम्मीला यश मिळालं. इतक्यात आतून एक माणूस बाहेर आला, तो परदेशी नव्हता. पाकिस्तानी होता.

'आज आम्ही अपंग आणि जखमींना प्राधान्य देणार आहोत' अथांग जनसमुदायावर नजर टाकत त्यानं आल्या आल्याच जाहीर केलं.

अचानक त्याची नजर माझ्यावर गेली. मी हात हलवून त्याचं लक्ष वेधून घेण्याचा प्रयत्न केला. एक दोन पावलं पुढे गेले.

'तू. हो तूच' माझ्यावर नजर रोखून तो म्हणाला. 'बाळ, पुढे ये.' त्या गर्दीला मला आणि अम्मीला वाट करून द्यावीच लागली.

'तुमच्याबद्दल सांग' तो म्हणाला.

मी अगदी लहान असताना माझा पाय एका सुरुंगावर पडल्याचं मी सांगितलं. अम्मी माझ्याजवळच काही न बोलता उभी होती. पाण्याविना तडफडणाऱ्या माशाप्रमाणे श्वासासाठी धडपडत होती. कशीबशी उभी होती. 'ठीक आहे तुम्ही दोघी आत या' त्यानं सांगितलं. आम्ही आत शिरलो. आमच्या पाठोपाठ असंच अनेकांना त्यानं

येण्याचं सुचवलं. आम्ही सगळे दारातून आत गेलो.

आत आवारात एक छोटा झोपडीवजा तंबू होता. बाहेरच्या त्या उजाड माळरानासारखंच आतही मोकळंच होतं. एका बाकापाशी एक माणूस बसला होता. त्याच्यासमोर एक रजिस्टर होतं आणि कागदाचा एक खोका होता. न रंगवलेल्या लाकडी बाकांकडे अंगूलीनिर्देष करून त्याच्या रजिस्टरमध्ये नोंद करायला तो गेला. धडधडत्या अंत:करणानं आम्ही बाकांवर बसलो. पुढे काय होणार या विचारानं धास्तावलो होतो. आपल्याला आत प्रवेश मिळालाय यावर विश्वास ठेवणंही कठीण जात होतं. भीतीचं दडपण आलं होतं आणि भावनांना आवरणं कठीण जात होतं.

एकेकाला त्यानं बोलावायला सुरुवात केली. आमची पाळी आल्यावर आम्ही त्याच्या पुढ्यात जाऊन उभे राहिलो. आमची नावं विचारून त्यानं लिहून घेतली. आम्ही मुळातल्या कुठल्या? आणि सध्याचा आमचा ठावठिकाणा याची त्यानं नोंद केली. कुटुंबात आणखी कोण आणि किती होते याची चौकशी केली. अम्मीच्या मनाचा बांध सुटला. ती रडू लागली. आम्ही फक्त दोघीच उरलो आहोत. बाकी सगळे कुटुंबीय आम्ही गमावलेत हे कळल्यावर तो हळहळला.

काही लिहिलेली एक कागदाची चिठ्ठी माझ्या हातात सरकवून तो म्हणाला, 'दिदी, या इथे आम्ही फक्त पुढच्या भेटीची वेळ ठरवून देतो. मी दिलेल्या क्वेट्ट्यातल्या या पत्त्यावर तुमची खरी मुलाखत घेतली जाईल. मी या कागदावर लिहून दिलंय त्याप्रमाणे त्या दिवशी आणि त्याच वेळी तुम्ही तिथे जायला हवं.'

मला वाचता येत होतं कुठे? मी त्याला तो पत्ता आणि वेळ पुन्हा वाचून दाखवायला सांगितलं. मी मनाशी पुन्हा एकदा त्याची उजळणी केली.

'उशीर करू नका.' त्यानं पुन्हा बजावलं. 'कारण दुसरी संधी पुन्हा मिळणार नाही. मुलाखतीची वेळ लिहून दिलेला हा कागद जाताना बरोबर ठेवा कारण तुम्ही तिथे पोहोचल्यावर तिथला पोलीस तुम्हाला 'इथे काय करताय?' म्हणून हटकू शकतो. हा कागद तुमच्याजवळ नसेल तर तो तुम्हाला तिथून हाकलून देऊ शकतो. ह्याच कारणासाठी जो दिवस ठरवून दिलाय त्याच्या आधीच्या किंवा नंतरच्या दिवशी किंवा अधेमधे केव्हातरी जाऊ नका. जो दिवस ठरवून दिलाय त्याच दिवशी जा. तुमची वेळ आली की सगळ्या प्रश्नांची उत्तरे नीट द्या. तुमची सध्याची स्थिती काय आहे ते व्यवस्थित सांगा. अल्लाची मर्जी असेल तर बहेन तुम्ही आणि तुमची अम्मी अमेरिकेला जाऊ शकाल.'

अशारीतीनं अतिशय सौहार्दानं बोलून आम्हाला शुभेच्छा देऊन त्यानं आमचा निरोप घेतला. तो अगदी भला वाटला. आम्हीही आभार मानून कंपाऊंडच्या मागच्या बाजूला असलेल्या एका वेगळ्याच दरवाजानं बाहेर पडलो. गावात परत जाण्यासाठी त्या 'सुझुकी'ची वाट पाहत पुन्हा काही तास थांबावं लागलं. पुन:श्च त्या माळरानावर

जाण्याची आमच्यावर वेळ आली नाही. मला मागाहून कळलं की अशी ही नावं घेऊन यादी बनवण्याचं काम नंतर महिनाभर चालू होतं. पण आमचं नाव दाखल झालं असल्यानं आम्हाला पुन्हा तिथे जाण्याचं काहीच कारण नव्हतं.

आमच्या मुलाखतीच्या ठरलेल्या दिवशी आम्ही जाण्याचा मार्ग नीट विचारून घेतला. त्या सांगितलेल्या मार्गानं आम्ही एम्बसीच्या मुख्य कार्यालयात गेलो. ते 'त्या' उच्चभ्रू लोकांच्या वस्तीत होतं; पण त्या दिवशी तिथे गर्दी, गडबड, गोंधळ असण्याचं काहीच कारण नव्हतं. कारण ही अधिकृत मुलाखतीची चिठ्ठी असल्याशिवाय तिथे कोणाला प्रवेशाची परवानगी नव्हती. आणि त्या दिवशी फक्त थोड्या लोकांनाच मुलाखतीला बोलावलेलं होतं.

ते ऑफिस म्हणजे एक अत्याधुनिक इमारत होती. रस्ताही वर्दळीचा नव्हता. त्याच्या खाणाखुणा आता मला आठवत नाहीत आणि मीही खाणाखुणा पाहायच्या फारशी फंदात पडले नाही कारण मला वाचता येत होतं कुठे? आम्ही अमेरिकन एम्बसीत शिरतोय ना याची मात्र मी खात्री करून घेतली. एका पाकिस्तानी माणसानं आम्हाला आत प्रवेश दिला आणि एका उंची फर्निचरनं सजवलेल्या खोलीत तो आम्हाला घेऊन गेला. छान कार्पेट्स आणि आरामशीर खुर्च्या होत्या तिथे. आणखी चार कुटुंबं अगोदरपासूनच येऊन बसली होती. आमची मुलाखतीची वेळ अकरा होती आणि आम्ही वेळेच्या खूपच आधी तिथे पोहोचलो. पण प्रत्यक्षात दुपारी तीन वाजता आम्हाला मुलाखतीसाठी आत घेतलं. ती खोली इतकी आरामदायी होती की वाट पाहण्याचेसुद्धा आम्हाला कष्ट वाटले नाहीत. पण मनावरचा ताण कमी करणं हीच मला कसरत वाटत होती. कारण मला काय विचारतील याची कल्पनाच नव्हती आणि आपल्याला अमेरिकेला जाण्याची परवानगी मिळेल की नाही याची मनातून धाकधूकच वाटत होती.

एका मध्यमवयीन, अतिशय टापटिपीनं पोषाख केलेल्या पाकिस्तानी स्त्रीनं आमची मुलाखत घेतली. ती या सगळ्या गोष्टींना अगदी सरावलेली वाटत होती.

'तुझं नाव काय?' तिनं विचारलं.

मी सांगितलं.

'तुझ्या अम्मीचं नाव काय?'

ते ही मी सांगितलं.

'तुम्ही कोठून आलात?'

मी सांगितलं आणि तिनं लिहून घेतलं.

'तुम्ही इथपर्यंत कशा येऊन पोहोचलात? तुमच्या कुटुंबात आणखी कोण कोण आहेत? पाकिस्तानात का यावंसं वाटलं? अमेरिकेला जाण्याचा तुमचा हेतू काय?'

मी म्हणाले, ‘मी U. S. ला गेले तर मला काहीतरी शिक्षण घेता येईल. मग माझ्या आयुष्याला काहीतरी अर्थ येईल. अम्मीखेरीज मला कोणी नाही. आणि अम्मीची प्रकृती फार खालावलेली आहे. मलाही एकच पाय आहे त्यामुळे खूपच अडचणी येतात. कदाचित अमेरिकेत आम्हाला दोघींना वैद्यकीय मदत पण चांगली मिळू शकेल हे दुसरं कारण आहे, पण मुख्य म्हणजे माझ्या जीवनाला काहीतरी आकार येईल.’

त्या स्त्रीनं मान हलवली आणि मी सांगितलेल्या गोष्टी नमूद करून ठेवल्या. ‘ठीक आहे.’ ती म्हणाली, ‘पण आम्ही पुन्हा तुमच्याशी बोलू. दोन आठवड्यांनंतर पुन्हा या. समजा काहीही कारणानं तुम्ही येऊ शकाला नाहीत तर तुमचं नाव यादीतून कमी करण्यात येईल. लक्षात ठेवा. ही तुमची पुढल्या मुलाखतीची चिठ्ठी.’

त्या चिठ्ठीत पुढची वेळ, दिवस लिहून ते तिनं माझ्या स्वाधीन केलं. दोन आठवड्यानं आम्ही पुन्हा त्या ऑफिसमध्ये आलो. मग पुन्हा सगळे तेच सोपस्कार पार पडले. आमच्या उत्तरानं तिचं समाधान झालंसं दिसलं, पण मुलाखतीच्या शेवटी पुन्हा तिनं एकवार भेटीसाठी बोलवणार असल्याचं सांगितलं. कोणाही अमेरिकन अधिकाऱ्यानं आमची मुलाखत घेतली नाही. उलट प्रत्येकवेळी ह्याच पाकिस्तानी स्त्रीनं आमच्याशी संवाद साधला. एकूण चार वेळा आम्ही ही कसरत केली. प्रत्येक वेळी काहीतरी नवे प्रश्न ती विचारत असे; पण मला ते तसे जाणवले नाहीत. मला वाटे प्रत्येक वेळी ती तेच तेच विचारते आणि मी ही तीच तीच उत्तरं देते.

माझा असा अंदाज होता की या मुलाखतींवर आधारलेली एक यादी कोणी तरी बनवत असेल. कदाचित प्रत्येकवेळी कोणी ना कोणीतरी वगळलं गेलं असेल यादीतून. कोणीतरी एखाद्या अमेरिकन अधिकाऱ्यानं ह्या स्त्रीनं जे मुद्दे लिहून ठेवले होते त्याची पुन्हा कसून तपासणी केली असेल. खरं खोटं काही कळत नाही. पण चौथ्या मुलाखतीनंतर मात्र तिनं आमचं अभिनंदन करून सांगितलं, ‘तुमचं नाव आम्ही यादीत पक्कं केलंय. तुम्हाला आता इस्लामाबादच्या U. S. एम्बसीत जायला हवं. तिथे ते लोक आता तुमची मुलाखत घेतील आणि त्यांची खात्री पटली तर ते तुम्हाला निवडतील. मग मात्र तुम्ही अमेरिकेला नक्की जाऊ शकाल!

इस्लामाबादेत काही दिवसांसाठी

पेशावरच्या आग्नेयेला शंभर मैलांवर इस्लामाबाद आहे. आणि पेशावर म्हणजे क्वेट्टयाहून दोन दिवसांचा प्रवास तुम्हाला आठवतच असेल. इतक्या लांबचा प्रवास म्हणजे पैशाची गरज पडणारच. पुन्हा प्रवास आम्ही दोघीच करणार, कोणाही पुरुषाच्या सोबतीशिवाय. तीन वर्षांपूर्वी काबूलमधील उद्रेकांपासून जीव वाचवण्यासाठी आम्ही पलायन करून असेच आलो होतो. बरोबर त्याच्या विरुद्ध दिशेला. अफगाणिस्तानात अजून तालिबान्यांचंच राज्य होतं आणि बॉर्डरच्या भागात विशेषत: पेशावरजवळ त्यांचं वर्चस्व होतं.

ज्या स्त्रीनं आमची क्वेट्टयात मुलाखत घेतली होती तिनं काही दुसरा मार्ग उपलब्ध नाही असं सांगितलं होतं. इस्लामाबादेतल्या अमेरिकन एम्बसीचा पत्ता असलेली चिठ्ठी तिनं मला दिली. तिथल्या जवळच्या हॉटेलचाही पत्ता आणि नाव त्यावर लिहिलेलं होतं. 'इस्लामाबादेत गेलात की सरळ त्या हॉटेलातच जा.' तिनं सल्ला दिला होता. 'एम्बसी सकाळीच गाठा. तुमच्या अर्जाचा स्वीकार झाला तर ते तुम्हाला क्वेट्टयाला परत जाण्याचा खर्च देतील; पण इस्लामाबादेला जाणं ही तुमची जबाबदारी राहील. मला असं वाटतं की तुम्हाला मार्ग मिळेल; पण आम्ही जरी तुमची निवड केलेली असली तरी एम्बसीनं तुमचा मार्ग मोकळा केल्याशिवाय तुम्ही U. S.ला (अमेरिकेला) जाऊ शकणार नाही. ह्या मुलाखतीवरच सगळं भविष्य अवलंबून आहे. मुख्य म्हणजे मुलाखतीच्या वेळी योग्य त्या गोष्टी त्यांच्या कानावर घाला. अल्ला तुम्हाला यातून मार्ग दाखवेल अशी मला आशा वाटते.'

आम्हाला जर एम्बसीनं नाकरलं तर काय? हे तिनं अध्याहृतच ठेवलं. अर्थात त्याचा आशय असा होता की आम्हाला नाकारलं तर आम्ही अमेरिकेला जाऊ शकणार तर नाहीच पण क्वेट्टयाला परतीचा खर्च आमचा आम्हालाच करावा लागेल.

गरजेपेक्षा कमी खर्च करून, वाचवून आम्ही पै न पै साठवत होतो. कसं तरी करून आगगाडीच्या तिकिटासाठी पुरेसे पैसे, इतर वरकड खर्चासाठी काही पैसे

शिवाय आणिबाणीसाठी म्हणजे अचानक उद्‌भवणाऱ्या खर्चासाठी काही रक्कम आम्ही जमा केली. मला वाटतं साधारण हजार रुपये म्हणजे अमेरिकन वीस डॉलर्स आम्ही साठवले.

'त्या' भयानक आगगाडीत बसून आम्ही उत्तरेकडे निघालो. दोन दिवस, दोन रात्री आणि शिवाय तीन चार तास आणखी पेशावरच्या पुढे. पूर्वी केला होता तसाच प्रवास. आम्ही कधीच इस्लामाबादेला गेलो नव्हतो पण आता तीन वर्षं पाकिस्तानात काढल्यावर निदान भोवतालच्या संस्कृतीशी तरी आमची तोंडओळख होती. ह्यावेळी 'तितकी' भीती वाटली नाही. वखवखलेल्या नजरेनं पाहणारे, मोठी मुंडाशी बांधलेले, डोळ्यात सुरमा घातलेले ते पुरुष त्यांची ह्यावेळी तितकीशी भीती वाटली नाही कारण अशा लोकांची आता थोडीफार सवय झाली होती. कोणत्याही माणसानं काय परिधान केलंय किंवा डोळ्यात सुरमा घातलाय यावरून तो तालिब आहे की नाही याच्यापेक्षा त्याच्या आत काय धुमसतंय याला महत्त्व आहे हे आता आम्हाला कळून चुकलं होतं, ह्यावेळी 'हो आपल्याला जमेल की' अशा थोड्या आत्मविश्वासानं आम्ही आमच्या मोहिमेसाठी रवाना झालो.

इस्लामाबादेत पोहोचल्याबरोबर टॅक्सी ठरवून आम्ही आमच्या हॉटेलचा पत्ता ड्रायव्हरला सांगितला. तो टॅक्सीचा ड्रायव्हर स्वत: अफगाणी असल्याचं आमच्या नजरेनं लगेच टिपलं; पण हजारो विधवांना अमेरिकेला नेणार असल्याची बातमी त्याला ठाऊक होती. डोक्याला रुमाल बांधलेल्या दोन गरीब मुस्लिम स्त्रिया पाश्चात्त्य आणि महागड्या हॉटेलचा पत्ता विचारताहेत हे कळल्यावर लगेच त्यानं प्रतिक्रिया दिली, 'या अल्ला, तुम्ही दोघी त्या यादीत आहात तर म्हणजे तुम्ही पैसेवाल्या असणार.'

मग लगेच त्यानं हिशेब करून तिथे जायला किती पडतील ते सांगितलं. आम्ही घासाघीस करणारच नव्हतो.

'जरा लांबच्या मार्गानं गेलो तर तुम्हाला काही खास ठिकाणं पहायला मिळतील. तुमचं सामानही मी उचलीन, उद्या सकाळी तुम्हाला एम्बसीत घेऊन जाईन, सगळा दिवस तुमच्यासाठीच राखून ठेवीन. पण मी मागितलेल्या भाड्यात मात्र जराही कमी करणार नाही.'

थोडक्यात काय त्याला हव्या असलेल्या रकमेच्या मोबदल्यात तो जास्त सेवा पुरवून आमच्यावर मेहेरबानी करणार होता.

'तुम्ही अमेरिकेला जाणार आहात. मी मात्र माझं सगळं आयुष्य गाडी हाकण्यात आणि या इथल्या नरकयातना भोगण्यात घालवणार आहे. मग मी मागितलेलं भाडं देणंसुद्धा तुमच्या इतकं का जीवावर येतंय?' हा त्याचा युक्तिवाद होता.

शेवटी वैतागून आम्ही म्हणालो, 'बरं बाबा, तू म्हणशील तसं; पण आम्हाला

त्या हॉटेलात घेऊन चल.’

अखेर आम्ही निघालो. हॉटेलपासून आम्ही दहा मिनिटांच्या अंतरावर असताना एक मोटरसायकल आमचा पाठलाग करतेय असा आम्हाला शोध लागला. दोन पाकिस्तानी पोलीस आमच्या मागावर होते. गाडी आडवी घालून त्यांनी आमची टॅक्सी अडवली. त्यांच्यातला एकजण पुढे आला आणि टॅक्सीच्या खिडकीतून आमच्याकडे रोखून पाहू लागला. आम्ही घाबरून अगदी कोपऱ्यात सरकलो. क्षणार्धात त्याच्या लक्षात आलं की आम्ही दुरून दुसऱ्या कोणत्या तरी गावातून इथे आलोय. आम्ही घाबरलोय हे त्या दोघांनी झटकन् हेरलं.

‘यांना कुठे घेऊन जातोयस?’ त्यांनी ड्रायव्हरला प्रश्न केला.

‘अमेरिकन एम्बसी जवळच्या हॉटेलात. त्यांची उद्या सकाळी तेथे मुलाखत आहे.’

त्या पोलिसानं ओठांचा चंबू करून अम्मीला विचारलं, ‘तुम्ही कोठून आलात?’ माझी अम्मी इतकी घाबरून गेली होती की तिच्या तोंडून उत्तर आलंच नाही.

‘कोठून आल्यात या दोघी?’ मग त्यानं ड्रायव्हरला प्रश्न केला.

‘सर, त्या क्वेट्टयाहून आल्यात, अफगाणी आहेत.’

‘मला वाटलंच.’ असं म्हणून त्यानं टॅक्सीच्या खिडकीतून सरळ माझा हात घट्ट धरला आणि पुढे विचारलं. ‘तुमचे पासपोर्ट कुठेत?’

‘पासपोर्ट?’ मी गोंधळले. आमच्याकडे पासपोर्ट नव्हते. अफगाणिस्तानातून पलायन करून आम्ही आलो पण आमच्याकडे कसलेही कागदपत्र नव्हते. बॉर्डर ओलांडून आम्ही स्मगलर्सच्या वाटेनं आलो. आम्हाला पासपोर्टबद्दल काही माहीतच नव्हतं. ‘आमच्याकडे पासपोर्ट नाहीत. अमेरिकन एम्बसीत आम्ही एकाला भेटायला आलो आहोत. तो आमची मुलाखत घेणार आहे.’

हे उत्तर देऊन आम्ही परतलो. त्यांनी हातावरची पकड घट्ट करून पैशाची मागणी केली.

‘पैसे? कशाबद्दल? आम्ही गरीब आहोत. आमच्याजवळ पैसे नाहीत.’

‘वा! आणि तरीही अमेरिकेला जायची स्वप्नं बघताय? पैसे नसताना तुम्ही इथपर्यंत आलातच कशा? पैसे असलेच पाहिजेत तुमच्याकडे. तुम्ही सांगताय त्यावर विश्वास ठेवण्याइतके आम्ही मूर्ख नाही आणि कोणाला थापा मारताय ते कळतंय ना? काय तुमच्याकडे असेल ते न बोलता देऊन टाका.’

मी काहीच उत्तरले नाही. माझ्या घशात श्वास अडकला. आमच्यापाशी असलेले हजार रुपये आणि काही चिठ्ठ्या मी हळूच हातानं चाचपून पाहिल्या.

पोलिसानं माझा हात सोडला आणि ड्रायव्हरकडे वळून तो म्हणाला, ‘चल रे माझ्याबरोबर पोलीस स्टेशनवर यांना जेलची हवा खायला पाठवतो. पासपोर्टशिवाय

बेकायदेशीर इथे आलात? हरामखोर अफगाणी. आपण सहज सुटून जाऊ शकू असं यांना वाटतं.'

ड्रायव्हर आमच्याकडे वळून त्यांना ऐकू जाणार नाही अशा आवाजात म्हणाला, 'बहेनजी, उगीच इन्कार करू नका. त्याला थोडेफार पैसे द्या. आपण पैसे दिल्याशिवाय तो आपल्याला जाऊ देणार नाही. हॉटेलपासून एम्बसीपर्यंत कसं जायचं याची चिंता करू नका. मी तुम्हाला फुकट घेऊन जाईन. तो पोलीस मागतोय तेवढी रक्कम त्याला द्या, नाहीतर आपण सगळेच अडचणीत येऊ. मला माहीत आहे की हे सगळं सहजासहजी देणंही अवघड गोष्ट आहे. कदाचित तो मागतोय ते दिलं तर तो आपल्याला जाऊ देईल.'

माझे हातपाय गार पडले. इस्लामाबादेत पैशाशिवाय आम्ही काय करणार होतो? तो विचारही मला सहन होईना. माझ्या उरात धडकीच भरली.

'चला, चला, लवकर,' तो पोलीस गुरगुरला. 'तुमच्यापेक्षा तुमच्या ड्रायव्हरलाच जास्त कळतंय. मला आठशे रुपये हवेत. तपासा खिसे सगळे. मला ठाऊक आहे तुमच्याकडे इतके नक्कीच आहेत.'

आमच्या ड्रायव्हरनं आमच्यासाठी त्याच्याकडे रदबदली केली. 'साहेब, गस्त घालण्याचं खूप जोखमीचं काम तुम्ही करताय. तुम्ही कायद्याचं संरक्षण आम्हाला दिलं नसतं तर आमची काही धडगत नव्हती. तुमचं बरोबर आहे, तुम्हालाही या कामाचा मोबदला मिळालाच पाहिजे. मी तर म्हणतो त्यावर तुमचा हक्कच आहे. अल्लाच्या मर्जीनं तुम्हाला तो मिळेलही; पण साहेब या दोघी अगदी गरीब दिसताहेत. तुमच्याही ते लक्षात आलं असेल. एक वेळ यांना सोडून द्या. पुढच्यावेळी त्यांच्यापाशी नक्की पासपोर्ट असतीलच मी खात्री देतो. साहेब त्या फार तर चारशे देऊ शकतील. तुमच्या या उदारपणाबद्दल अल्ला तुमच्यावर मेहेरबान होईल.'

मोटारसायकलवरच्या त्याच्या दोस्ताकडे पाहून त्या पोलिसानं नेत्रपल्लवी केली. मग वळून म्हणाला, 'ठीक आहे. तुमची कीव करून माझं नुकसानच मी करून घेतोय. पण ठीक आहे. द्या चारशेच. आता मी तुम्हाला जाऊ देतोय पण अशी कायदेशीर कागदपत्रं हातात नसताना पुन्हा असं सापडलात तर तुम्हाला तुरुंगाचीच हवा खावी लागेल, लक्षात ठेवा. माझ्या अखत्यारीत असलेल्या ह्या रस्त्यावर सापडलात हे नशीब समजा. दुसऱ्या एखाद्या माझ्यापेक्षा कडक पोलिसानं पकडलं असतं तर काही खैर नव्हती तुमची. काढा लवकर पैसे.'

माझ्याकडच्या पैशातून त्याला हवी असलेली रक्कम मी हळूच बाजूला काढली. त्याची नजर त्यावर पडावी अशी माझी इच्छा नव्हती. माझ्या हातून पैसे हिसकावून घेऊन तो आपल्या मोटरसायकलवरून चालता झाला आणि आमच्या ह्या नव्या दोस्तानं टॅक्सी ड्रायव्हरनं आम्हाला हॉटेलात नेऊन सोडलं.

ते अगदी आलिशान, स्वच्छ आणि सुंदर हॉटेल होतं. परदेशी लोक तिथे उतरत. आम्ही आत शिरल्यावर युनिफॉर्ममधल्या एका माणसानं आम्हाला अडवून काय हवंय ते विचारलं. आमची नावं सांगून आम्ही क्वेक्कयातील त्या स्त्रीनं दिलेली ती चिठ्ठी त्याला दाखवली. त्यावर लिहिलेलं ते हॉटेलचं नाव आणि मुलाखतीची वेळ पाहून तो आपल्या टेबलापाशी गेला. त्याच्याकडे असलेल्या रजिस्टरमध्ये त्यानं आमची नावं असल्याची खात्री करून घेतली. कोणत्या तरी यादीत आमची नावं होती म्हणजे पर्यायानं त्या हॉटेलनं आम्हाला आसरा दिला होता. तेवढ्यात कोठुनसा एक माणूस पळत पळत आला आणि आमची गाठोडी उचलू लागला. आम्ही अर्थातच त्याला आमचे सामान उचलू दिले नाही तेव्हा खांदे उडवून 'तुमची मर्जी' असं पुटपुटत तो आम्हाला लिफ्टकडे घेऊन गेला. आम्ही वर गेलो. एक अतिशय सुसज्ज खोली आमच्यासाठी राखून ठेवण्यात आली होती. दोन छान कॉट्स आणि एक छोटीशी बाथरूम. फक्त आम्हा दोघींसाठीच असलेली.

'जेवण हवं असेल तर फोनवरून अमूक एक नंबरला कळवा म्हणजे जेवण खोलीतच मिळेल. जर खाली रेस्टॉरंटमध्ये जाणार असाल तर तिथेही आम्ही जेवण देऊ.' असं त्या हॉटेलच्या माणसानं सांगितलं.

मी आणि अम्मी खोलीत जरा स्थिरस्थावर झालो. बेडवर थोडा वेळ आडव्या झालो. मग हात, पाय, तोंड धुतलं. अम्मीची खाली जायची तयारी नव्हती. 'काही झालं तर?' ती अडखळली. 'इथे खोलीतच सुरक्षित वाटेल.' ते ऐकून मी फोनवर जेवण वर पाठवून द्यायला सांगितलं.

थोड्याच वेळात एक माणूस जेवणाचा ट्रे घेऊन वर आला. पाकिस्तानी जेवण होतं ते – डाळ, भात, मटण. लोकांनी खाऊन टाकलेलं उष्टं होतं. ते जेवण पहाताक्षणीच हे माझ्या लक्षात आलं कारण हे असले उष्टे खरकटे ट्रे खोल्यांच्या दाराबाहेर ठेवलेले मी वर येतानाच पाहिले होते. उघड उघड त्यानं दोन तीन ट्रे मधलं अन्न गोळा करून आमच्यासाठी आणलेलं दिसत होतं.

मी नाक मुरडलं, 'जेवण आणायची ही पद्धत नाही. आम्हाला नीट स्वच्छ प्लेटमधूनच जेवण आणून द्या.' वेटरनं कपाळाला आठ्या घातल्या. 'हे चांगलंच अन्न आहे. तुम्ही नाकं मुरडण्याचं काहीच कारण नाही.'

'इतर लोक जेव्हा जेवणाची ऑर्डर देतात तेव्हा त्यांनाही तुम्ही असंच, उरलेलं, टाकलेलं अन्न देता का?'

'नाही, पण ते लोक पैसे देतात आणि ते परदेशी असतात.' त्यानं स्पष्टीकरण दिलं.

आम्ही इथे आलो तेव्हाचं मी आठवून पाहिलं. त्या चिठ्ठीवरची आमची नावं वाचून पैशाचं काही एक न विचारता त्यानं आम्हाला खोलीत आणून सोडलं होतं.

यासाठी लागणारा खर्च कोणीतरी करत होतं आणि जर त्यांनी आमच्या राहाण्याचा खर्च दिला असेल तर त्यांनी आमच्या जेवणाचीही व्यवस्था केलीच असेल ना नक्की! माझ्या मनात आलं, आमच्या जेवणासाठी लागणारे पैसे ह्या हॉटेलला कोणाकडून तरी आधीच मिळालेले आहेत आणि हे लोक आता त्यात काटकसर करताहेत.

मी माझ्या मुद्द्यावर ठाम राहिले. हे असं कोणाचं तरी उष्टंमाष्टं स्वीकारायला मी नकार दिला आणि त्याला ते घेऊन जायला सांगितलं.

'हॉटेलातल्या इतर गिऱ्हाईकांसारखेच आम्ही आहोत तेव्हा त्यांच्यासारखीच वागणूक तुम्ही आम्हाला द्यायला हवी. त्यांना जे जेवण देता ते घेऊन या आमच्यासाठी. खरंतर तुमच्या इथे रेस्टॉरंट आहे म्हणजे मेन्यू कार्डही असणार. ते घेऊन या.' या माझ्या बोलण्यावर तो वेटर निरुत्तर झाला. मला आलेली शंका बरोबर होती. आमच्यासाठी दिलेला खर्च त्यांनी घेतला होता; पण आता आम्हाला जेवण देताना त्यांची कुरकूर चालू होती. आमच्याकडे दुर्लक्ष केलं तरी चालणार होतं किंवा ते जी वागणूक देतील त्याच्यावर चकार शब्दसुद्धा न बोलता येण्याइतके आम्ही लाचार होतो असं त्यांना वाटत असावं. पण माझ्याबाबतीतले त्यांचे अंदाज साफ खोटे ठरले. ते ट्रे घेऊन वेटर गेला आणि मेन्यूकार्ड घेऊन परतला, पण दुर्दैवानं मला वाचता कुठे येत होतं. मी त्याला वाचून दाखवायला सांगितलं आणि हे, हे पदार्थ घेऊन ये असं सांगितलं. आम्हाला हवे असलेले पदार्थ आम्ही खाल्ले. अगदी तृप्त होऊन त्या मऊमऊ बिछान्यावर आम्ही आडव्या झालो आणि काय? एकदम सकाळीच जाग आली. अगदी ताज्यातवान्या होऊन उठलो. अर्थात मुलाखतीचे विचार मनात कुठेतरी घोळत होते आणि मनावर एक दडपण येत होतं.

खाली आमचा नवा दोस्त – टॅक्सी ड्रायव्हर वाटच पाहत होता. काल आमचा निरोप घेण्यापूर्वीच त्यानं मुलाखतीची वेळ विचारून घेतली होती. एम्बसीत गेल्यावर आम्ही आमचं काम आटपून परत येईपर्यंत तो आमची वाट पाहाणार होता. आणि मग पुन्हा हॉटेलवरही परत सोडणार होता. अर्थात त्याबद्दल तो पैसे घेणार होता आणि मी म्हणते का घेऊ नयेत? तोच तर त्याच्या पोटापाण्याचा व्यवसाय होता ना; पण त्यानं आम्हाला मनापासून मदत केली. एकदा त्याच्या हातात सगळी सूत्रं दिल्यावर, त्या अनोळखी शहरात आपण कुठेतरी चुकू, हरवू किंवा मुलाखतीची वेळ बरोबर गाठू की नाही अशी भीती बाळगण्याचं आम्हाला काहीच कारण नव्हतं. आम्ही निश्चिंत होतो. आम्ही सगळं लक्ष मुलाखतीवरच केंद्रित केलं होतं.

एम्बसीच्या अतिशय आलिशान ऑफिसात एका पाकिस्तानी स्त्रीनं आमची मुलाखत घेतली. प्रश्न सगळे अगदी नेहमीचेच होते.

'आम्ही किती होतो? कुठून आलो होतो? आम्हाला अमेरिकेला का जायचं

होतं?' इ. इ. पहिल्यापेक्षाही उंची फर्निचरनं सजवलेल्या खोलीत मग तिनं आम्हाला थांबायला सांगितलं. वेळ अगदी कूर्म गतीनं पुढे सरकत होता. थोड्या वेळानं ती स्त्री फिरून आली आणि आमचा अर्ज स्वीकारल्याचं सांगून तिनं आमचं अभिनंदन केलं.

आम्ही 'आ' वासून तिच्याकडे पाहतच राहिलो. वाटलं, आपण काही चुकीचं तर नाही ना ऐकलं? आपल्या डोक्यात नीट काही शिरतच नाहीये. 'या खुदा, मी स्वप्नात तर नाही ना?' आम्ही बधीर होऊन खिळून राहिलो. तिनं मग आम्हाला आणखी आतल्या एका खोलीत नेलं. त्या ऑफिसचा थाट तर डोळे दिपवून टाकणाराच होता. तिथं ह्या पाकिस्तानी स्त्रीच्या वरची एक अधिकारी तिची बॉस – एक वयस्क अमेरिकन स्त्री होती. एका अतिशय प्रचंड टेबलामागे ती बसली होती. टेबलाचं पॉलिश इतकं चकाकत होतं की नितळ पाण्यात पडावं इतकं तिचं स्पष्ट प्रतिबिंब त्यात दिसत होतं. आम्ही आत प्रवेश केल्याबरोबर ती उठून उभी राहिली आणि पुढे येऊन आमचे हात हातात घेऊन तिनं आमचं अभिनंदन केलं.

'अभिनंदन, तुम्ही अमेरिकेला जाऊ शकता.'

अमेरिकेबद्दलची एक व्हिडिओ फिल्म पाहायला आम्हाला त्या दोघी घेऊन गेल्या. अशीच अमेरिकेला जाणारी आणखी तीन अफगाणी कुटुंबं पण तिथे होती. अमेरिकेविषयीचं आमचं सामान्यज्ञान वाढवण्यासाठी तसंच आमच्या अपेक्षा काय असाव्यात याची माहिती त्यातून मिळेल अशी ही सोय होती. सर्वसामान्यांचं आयुष्य तिथे कसं असतं? वेगवेगळी शहरं, रस्ते, मोठमोठी दुकानं हे सगळं त्यातूनच आम्हाला कळलं. डोक्याचे मोठे रुमाल, चादरी अशातऱ्हेचे कपडे तिथे वापरले तर सरकत्या जिन्यात ते अडकून काही अपघात घडू शकतो हे आम्हाला नवीनच होतं. अमेरिकेत प्रवेश करणाऱ्या आमच्यासारख्या अफगाणी कुटुंबाचं स्वागत करणारे मोठे फलक घेतलेले तिथले स्थानिक लोक. त्यांच्या हातातल्या त्या बोर्डसवर इंग्रजीत आणि फारसीत लिहिलेला स्वागताचा मजकूर हे सगळं सगळं त्या फिल्मनं आम्हाला दाखवलं.

त्या फिल्ममध्ये निवेदन करणारा होता एक इराणी. तो त्याच्या कुटुंबाला घेऊन निर्वासित म्हणून अमेरिकेत गेला. आता तो एका चांगल्या अपार्टमेंटमध्ये राहातो. त्याच्या त्या अपार्टमेंटची व्हिडिओ फिल्म आम्ही पाहिली. त्याची मुलं शाळेतून आल्यावर ज्या मैदानावर खेळतात अगदी ते ही त्यानं आम्हाला दाखवलं, त्यामुळे आमचं आयुष्य कशाप्रकारचं असू शकेल याची आम्हाला थोडी कल्पना आली. त्याच्या घरातलं फर्निचर, टी. व्ही. आणि इतर सुखसोयी सुसज्ज किचन त्यातली इलेक्ट्रिसिटीवर चालणारी उपकरणं, घरातलं फ्रीजही त्यानं उघडून दाखवला होता. फ्रीजमध्ये अन्नपदार्थ खूप सारे होते आणि अम्मी हे सगळं डोळे फाडून पाहत होती. पहिल्यांदाच तिला असं वाटून गेलं की, आम्ही उचललेलं पाऊल योग्य दिशेनं

जातयं. अमेरिकेत पोहोचताक्षणीच या सर्व गोष्टी आणि इतकं चांगलं अपार्टमेंट आम्हाला मिळेल असं अम्मीला वाटून गेलं.

ती फिल्म संपल्यावर त्या अमेरिकन स्त्रीनं आम्हाला सल्ला दिला की, 'आता क्वेट्टयाला परत जा आणि थोडी वाट पाहा. सगळी व्यवस्था होण्यास आणि कागदपत्रं तयार होण्यास काही अवधी लागेल. पण काळजी करून नका. तिकिटे येण्यास वेळ लागेल; पण आम्ही तुमच्या संपर्कात राहू. तुम्हाला काळजी वाटणं स्वाभाविक आहे. आतापर्यंतचं सगळं आयुष्य तुम्ही काळजी करण्यातच घालवलेलं आहे; पण आता तो सगळा भूतकाळ आहे. आता थोड्या संयमाची, सबुरीची गरज आहे. तुम्ही लवकरच अमेरिकेला जाणार आहात हे लक्षात ठेवा.'

त्या पाकिस्तानी स्त्रीनं आम्हाला त्या तिच्या अमेरिकन बॉसचं म्हणणं सगळं फारसीत अनुवाद करून सांगितलं. तिनं अम्मीच्या चुलत बहिणीचा फोन नंबर घेतला जेणेकरून आमच्याशी संवाद करणं तिला शक्य होणार होतं. अम्मीच्या हातात एक लिफाफा देऊन ती अमेरिकन अधिकारी म्हणाली, 'हे पैसे तुमच्या क्वेट्टयाला प्रवासासाठी आणि इतर खर्चासाठी पुरेशी रक्कमही त्यात आहे. ती तुम्हाला परतीच्या प्रवासात उपयोगी पडेल. आणखी एक रात्र तुम्ही त्या हॉटेलात राहू शकता कारण क्वेट्टयाच्या गाडीची तिकिटे उद्या सकाळची आहेत. परंतु सकाळी लवकरच हॉटेल सोडा कारण दुपारनंतर तुमच्याकडून आणखी एक दिवसाचा आकार हॉटेलवाले घेतील आणि दुर्दैवानं तसं झालं तर ते पैसे तुम्हाला तुमच्या खिशातून द्यावे लागतील.'

तो लिफाफा सुरक्षित ठेवण्यासाठी अम्मीनं लगेच माझ्या स्वाधीन केला. ह्या सगळ्या गोष्टी इतक्या वेगानं घडत गेल्या की आम्ही अक्षरश: गोंधळून गेलो होतो. त्याच मन:स्थितीत कसेबसे आभाराचे शब्द उच्चारायचा आम्ही प्रयत्न केला आणि अधीरतेनं अमेरिकन एम्बसीतून बाहेर पडलो. आमचा दोस्त टॅक्सी ड्रायव्हर बाहेर वाट पाहत उभा होता.

'काय झालं?' त्यानं प्रश्नार्थक मुद्रेनं पाहिलं. 'बहेनजी, काय काय झालं? तुमच्या अर्जाची त्यांनी दखल घेतली का?'

मधेच कुठेतरी माशी शिंकली आणि आमचा सगळा बेत फिसकटला तर या भीतीनं 'आमचा अर्ज त्यांनी स्वीकारलाय आणि आम्ही खात्रीपूर्वक अमेरिकेला जाणार आहोत.' हे मला त्याला सांगावसं वाटेना.

'ते सगळं आता अल्लाच्या मर्जीवरच अवलंबून आहे, पण आमचं इथलं काम आता संपलंय. तेव्हा उद्या सकाळीच आम्ही क्वेट्टयाला परत जाऊ.' मी कसंबसं उत्तरले.

आम्हाला हॉटेलवर परत आणून सोडल्याबद्दल मी त्याला चांगली घसघशीत

रक्कम दिली आणि मला ती देणं आता शक्यही होतं. दुसऱ्या दिवशी सकाळी पुन्हा येण्याचं आश्वासनं देऊन तो निघून गेला.

त्यानं त्याचा शब्द पाळला. आम्ही सकाळी दहा वाजताच स्टेशनवर जाण्यासाठी निघालो. प्रवासासाठी काही खाद्यपदार्थ घेण्याचं अम्मीच्या मनात आलं. प्रवास खूप मोठा होता. त्यामुळे पुरेसे खाद्यपदार्थ आधीच खरेदी करून ठेवले तर मग लोकांच्या समोर बटवा खोलायला नको. हो, कारण आमच्या बटव्यावर कोणाची नजर पडू नये एवढीच तिची माफक इच्छा होती.

एका चांगल्या मोठ्या बाजारात ड्रायव्हरनं आम्हाला नेलं. बरीच दुकानं पालथी घालून आम्ही फ्रूट ज्यूस, ब्रेड, सुकामेवा असं काहीबाही खरेदी केलं. पुन्हा टॅक्सीत येऊन बसलो. तोपर्यंत रस्त्यावरची रहदारी खूप वाढली होती. इस्लामाबादेत असे त्यावेळी रस्ते गर्दीनं खूप फुललेले असतात हे आम्हाला कुठे पाहीत होतं? आम्ही त्या गर्दीत बघता बघता अडकलो. टॅक्सी पुढेही जाईना आणि मागेही घेता येईना. आम्ही अगदी इंचभर पुढे सरकत होतो. ड्रायव्हरही काही करू शकत नव्हता. शेवटी कसंबसं स्टेशनवर पोहोचलो. ड्रायव्हरनं बिचाऱ्यानं आमची गाठोडी बाहेर काढली. आम्हाला अल्लाच्या स्वाधीन करून आमच्या प्रवासासाठी शुभेच्छा देऊन आमचा निरोप घेतला. ह्या दोन दिवसात आम्ही नकळत जवळ आलो होतो. मैत्रीचा धागा जुळला होता. अंतःकरणापासून त्यानं दिलेल्या शुभेच्छांनी माझं हृदय हेलावलं. तोंड वळवून तो टॅक्सीत बसला आणि निघून गेला आमची आता पुनःश्च भेट होणार नव्हती.

घाईगर्दीनं आम्ही स्टेशनात शिरलो आणि आमच्या गाडीची चौकशी करू लागलो. गाडी कोणत्या प्लॅटफॉर्मवर येईल आणि कधी सुटेल? हे आमचे प्रश्न ऐकून लोक हसू लागले.

'क्वेट्टयाला जाणारी गाडी का? ती तर आताच गेली. तुमची अगदी थोडक्यात चुकामूक झाली.'

आम्हाला अगदी वेड लागण्याचीच वेळ आली. त्या आमच्या टॅक्सीवाल्याला शोधायला आम्ही रस्त्यावर धाव घेतली. आम्हाला कुणाचा तरी सल्ला हवा होता. पण तो तर केव्हाच नाहीसा झाला होता. एकदा आम्हाला स्टेशनवर सोडल्यावर तिथे रेंगाळण्याचं त्याला काहीच कारण नव्हतं.

आम्ही पुन्हा स्टेशनात शिरलो. आमची तिकिटे खिडकीवर दाखवली. पुढची गाडी कधी आहे हे जाणून घ्यायचा प्रयत्न केला. खिडकीतल्या माणसानं नाकावरचा चश्मा सावरीत अभ्यास केल्याच्या थाटात वरपासून खालपर्यंत आमची तिकिटं वाचली.

'आता उद्यापर्यंत नाही. दिवसातून एकच गाडी असते; पण आता ही तिकिटं

काहीच कामाची नाहीत. ती आजची होती आणि आता उद्यासाठी तुम्हाला नवीन काढायला हवीत.' त्यानं माहिती पुरवली.

आम्ही हबकलोच. आता पुढे काय? खिडकीपासून दूर होता होता माझ्या मनात विचार आला. 'मग आता आपण काय आणि कसं करायचं?' अम्मी अगदी हताश होऊन विचारत होती. 'दुसऱ्या टॅक्सीनं पुन्हा ते हॉटेल गाठायचं का?' नाही हेच त्याचं उत्तर होतं ते तिलाही ठाऊक होतं. एम्बसीतल्या अमेरिकन स्त्रीनं सांगितलेल्या गोष्टीची मी तिला आठवण करून दिली. आम्हाला परत हॉटेलात जाता येणारच नव्हतं. एम्बसीनं फक्त दोन रात्रींच्या वास्तव्याचा खर्च दिला होता. आणखी एक रात्र तिथं काढायची म्हणजे आमच्याच खिशातनं पैसे खर्च करावे लागणार होते. ते आम्हाला परवडण्यासारखंच नव्हतं. खरंतर कोणतंही हॉटेल आम्हाला परवडणारच नव्हतं. एम्बसीनं दिलेले पैसे आम्ही आमच्या परतीच्या प्रवासातल्या तरतुदींवर खर्च केले होते. अम्मी मटकन खालीच बसली. निराश झाली. दु:खावेगानं ती रडू लागली. तिच्या गळ्यात हात टाकून तिचं सांत्वन करण्याचा मी निष्फळ प्रयत्न केला. माझ्या मिठीत थरथर कापणारं तिचं शरीर पाहून माझ्याच हृदयाचा बांध फुटला. मीही रडू लागले. स्टेशनवरच्या त्या ऐन गर्दीत कोणाचाही आधार नसल्याचं जाणवून आम्ही दोघी रडत होतो.

माझे डोळे हे असे मुक्तपणे वाहत असताना अचानक एक पाकिस्तानी पोलीस आमच्याच दिशेनं येत असल्याचं माझ्या लक्षात आलं. आमच्याजवळ अजूनही कसलीही कागदपत्रं अथवा पासपोर्टस नव्हते. आता मनात येऊनही उपयोग नव्हताच तरीही मनात विचार आला की 'अरे मी एम्बसीत याविषयी का बरं विचारणा केली नाही? कोणत्याही तऱ्हेचा लेखी पुरावा मी का बरं मागितला नाही? ह्या मुलीला आणि तिच्या अम्मीला कसलाही त्रास देऊ नये अशातऱ्हेचा काही मजकूर लिहिलेला कागद मी त्यांच्याजवळ का बरं मागितला नाही? यांची जबाबदारी आता अमेरिकन एम्बसीनं घेतली आहे.'

पण आता त्याला फारच उशीर झाला होता. तो पोलीस आमच्यापासून आता काही फुटांवरच होता. आम्हाला तो आता तुरुंगात टाकणार. आमचा अमेरिकेला जाण्याचा बेत खरंतर आता अगदी शेवटच्या टप्प्याला आला होता. या अल्ला, मी आता काय करू? तो तर आता आमच्या अगदी पुढ्यातच येऊन उभा होता. भरदार, धिप्पाड आणि देखणा. काबूलमध्ये अशा माणसांना पीळदार शरीरयष्टीचा असं म्हणतात.

'काय झालं?' त्यानं पुढं येऊन म्हटलं. 'आमच्याकडे अजिबात पैसे नाहीत द्यायला' हे शब्द माझ्या तोंडून फुटेचनात. शब्द घशातच अडकले. पैसे नाहीत असं सांगणं हे खोटं बोलणंच होतं. आमच्याजवळ थोडेफार पैसे होते. 'जे काय

आमच्याजवळ आहे ते अशातऱ्हेनं हिरावून घेऊ नकोस, या अल्ला!' माझ्या मनात आलं.

'काय झालं? का रडताय? मला सांगा', 'तो पुन्हा पुन्हा विनवत होता.

त्याच्या स्वरातलं आर्जव मला जाणवलं. मग माझ्या लक्षात आलं की, तो आम्हाला पकडू इच्छित नव्हता आणि पैसेही मागत नव्हता. त्याला फक्त आमची अडचण जाणून घ्यायची होती. तो मदतीला आला होता आणि तरीही माझ्या हुंदक्यातून शब्द फुटेनात. अम्मीचीही काही याहून वेगळी अवस्था नव्हती. शेवटी चाचरत मी जे काही थोडंफार अर्धवट बोलले, त्यातून त्याला आमच्या परिस्थितीची थोडी कल्पना आली असावी.

'शांत व्हा पाहू आधी,' तो मोठ्या प्रेमळपणे म्हणाला. 'सगळं संपलंय आता काही मार्गच नाही असं नाही काही. तुम्ही रडणं थांबवा आणि आपण काय करता येईल याचा विचार करू या. तुम्हाला नक्की काय हवंय? तिकिटं? उद्याच्या क्वेट्ट्याला गाडीची तिकिटं हवी आहेत का? ठीक आहे. तुमची जी तिकिटं काढलेली आहेत ती द्या माझ्याजवळ आपण स्टेशन मास्तरला विचारू काय करता येईल ते. चला माझ्याबरोबर.'

आमची वरात तिकिट खिडकीशी आली. खिडकीतल्या माणसाला त्यानं ठणकावून सांगितलं, 'या दोघी बिचाऱ्या खूप लांबून आल्यात. वाहतुकीच्या कोंडीमुळे त्यांची गाडी चुकली. त्यांच्याकडे जास्त पैसेही नाहीत. त्यांच्या वर दया करा साहेब. तुम्ही एकच करा. त्यांच्याकडे तिकिटं आहेत ना ती उद्याच्या प्रवासाला चालतील असा त्यावर शिक्का मारून द्या म्हणजे झालं. त्यांनी तर पैसे अगोदर दिलेलेच आहेत. मग बिघडलं कुठे? गाडीत जागा नसेल तर त्या जमिनीवर बसतील.'

शेवटी बरीच हुज्जत घातल्यावर खिडकीवरच्या माणसानं तिकिटावर दुसऱ्या दिवशीचा शिक्का मारून दिला एकदाचा. मग स्टेशनवरच्या वेटिंग रूम्स त्यानं आम्हाला दाखवल्या. नाममात्र भाडं देऊन एक खोली रात्रीपुरती मिळवता येईल आणि तिथं रात्रीची थोडी विश्रांती घेणं सहज शक्य होईल हे याच्याकडूनच कळलं; पण त्या भल्या माणसानं (पोलिसानं) आम्हाला खोली फुकटात उपलब्ध करून दिली. ज्या जास्त भाड्याच्या आरामदायी खोल्या होत्या त्यात तर झोपण्यासाठी पलंगाचीही सोय होती; पण तेही आमचं नशीबच म्हणायचं. उघड्या जमिनीवर आमची बोचकी उशाला घेऊन डोक्यावरचे रुमाल अंगावर पांघरून आम्ही झोपलो. आमचं रक्षण करण्यासाठी दरवाजा होता आणि त्याला कुलूपही होतं. शरीराचं मुटकुळं करून आम्ही त्या रात्री निर्धास्तपणे झोपलो.

याचा अर्थ कित्येकदा आपण एखादी गोष्ट नुसती बघूनच तर्क लढवू शकत

नाही. त्या पोलिसाला पाहून त्याच्या त्या वर्दीमुळे दोन दिवसांपूर्वी त्या दोघा पोलिसांनी आपल्याला काय वागणूक दिली होती ते आठवून मी घाबरून गेले होते. यानं काही तसा झटका दिला नाही आम्हाला उलट मदतीचा हात केला आमच्यापुढे. आमचं दु:ख आवरायला लावून आम्हाला रात्रीपुरता आसराच मिळवून दिला. मनुष्य स्वभावाची आपल्याला कल्पना येत नाही हेच खरं!

दुसऱ्या दिवशी सहा-साडेसहाच्या आसपास आम्ही उठलो. गाडी दुपारी होती; पण आम्ही स्टेशनातून हललोच नाही. गाडीचे दरवाजे उघडल्यावर लगेच डब्यात शिरलो आणि आणखी काहीही कटु प्रसंग न येता सुखरूपपणे क्वेट्टयाला परतलो. तीन वर्षांपूर्वी क्वेट्टयाला येतानाचा तो खडतर प्रवास यावेळी सहज सोपा वाटून गेला. आमच्या पुन्हा पहिल्या आयुष्याला सुरुवात झाली. एकीकडे आम्ही एम्बसीतून येणाऱ्या फोनची वाट पाहू लागलो.

ही सगळी कहाणी ऑगस्ट २००१ मधली. काही दिवसांनंतर अचानक ती अकरा सप्टेंबरची घटना घडली. दहशतवाद्यांनी चार विमानांचं अपहरण करून त्यातील दोन युनायटेड स्टेट्स न्यूयॉर्कमधील त्या प्रसिद्ध इमारतींवर धडकवली. एक विमान वॉशिंग्टन डी. सी. च्या पेंटागॉनच्या इमारतीवर धडकवलं. या सगळ्यात हजारो अमेरिकन माणसं मेली.

आम्ही वेडंपिसं होऊन क्वेट्ट्यातल्या त्या एम्बसीत फोन लावला. आमची उड्डाणं तर यामुळे रद्द होणार नाहीत ना हे आम्हाला जाणून घ्यायचं होतं.

'कसली उड्डाणं?' त्यांनी तर कानावर हातच ठेवले. अमेरिकेला जाणारी सगळी उड्डाणं रद्द करण्यात आल्याची त्यांनी घोषणा केली. हजारो अफगाणी विधवा आणि मुले यांना अमेरिकेला नेण्याचा बेत कधीच फिसकटला होता. ओसामा बिन लादेननं अफगाण्यांची स्वप्नं धुळीला मिळवली होती. 'परिस्थिती कधी बदलेल किंवा बदलेल की नाही हे आम्ही काही सांगू शकत नाही' असं त्यांनी जाहीर करून टाकलं.

पुढच्याच आठवड्यात एम्बसीतून आम्हाला फोन आला. 'सामान बांधू नका, अमेरिकेला कोणीच जाऊ शकत नाही. आमचा बेत बदलला तर आम्ही पुन्हा तुमच्याशी संपर्क साधू.'

अकरा सप्टेंबरपूर्वी काही आठवडे आम्ही अमेरिकेला जाण्याची स्वप्नं रंगवत होतो. आम्ही मोठ्या आशेनं वाट पाहत होतो. आमच्यात एक वेगळाच उत्साह संचारला होता. आमच्या विझलेल्या आयुष्याला टवटवी आली होती. मिटल्या डोळ्यांनी स्वप्नं पाहताना जराही भीती वाटत नव्हती. आमची स्वप्नं खरी ठरणार असल्याचा कुठेतरी आत आत्मविश्वास होता.

अकरा सप्टेंबरच्या घटनेनंतर अम्मी म्हणाली, 'सगळं काही संपलंय आता.'

औदासिन्यानं आम्हाला ग्रासून टाकलं. आमच्या सगळ्या सगळ्या आशा कोमेजून गेल्या. मेल्या मनानं आला दिवस ढकलत होतो. इकडेतिकडे हालचाल करणारी ही आमची शरीरं नव्हतीच. ते आमचे मृतात्मेच होते. जसा काही आता कशाचाच परिणाम आमच्यावर होत नव्हता. आमच्यातलं सगळं चैतन्यच संपून गेलं होतं.

पण तरीही आत खोल मनाच्या गाभ्यात मला कुठेतरी कसली तरी खात्री वाटत होती. आकाशातल्या त्या निखळलेल्या ताऱ्याला मी पाहिलं होतं. त्या सर्वशक्तिमान परमेश्वरानं आपली ताकद मला जाणवून दिली होती. या मागे काहीतरी निश्चितच कारण असणार. एखाद्या बलदंड जीवाला तो क्षणात नरकात ढकलून देऊ शकतो अथवा एखाद्या कर्मदरिद्री जीवाला तो क्षणात स्वर्गात नेऊन ठेवू शकतो. परमेश्वरानं मला याचं जणू प्रत्यंतर आणून दिलं होतं. तो काहीही करू शकतो याचीच मला आता कुठेतरी खात्री वाटत होती.

आणि खरोखरच तसं घडलं. सहा महिने कसेतरी उलटले. वेगानं चक्र फिरली आणि सात महिन्यांनी आम्हाला एम्बसीतून निरोप आला. 'अफगाणी निर्वासितांना अमेरिकेला नेण्याच्या बेताचा आम्ही फेरविचार केलाय. तुम्ही तुमचं सामान बांधा. आम्ही लवकरच तुम्हाला तिकिटं पाठवू.'

तिकिटं हातात आल्यावर पुढच्याच आठवड्यात क्वेट्टयाहून इस्लामाबादला आम्ही जाणं अपेक्षित होतं. तेथूनच आमची अमेरिकेला पाठवणी होणार होती. हे सगळं इतक्या झटपट घडलं, अगदी जादूची कांडी फिरवल्याप्रमाणे!

अमेरिकेला जाण्यासाठी विमानात पाऊल ठेवेपर्यंतची माझ्या आयुष्यातली पहिली चौदा वर्षं मला स्वप्नांप्रमाणेच वाटतात. आता मागे वळून पाहताना वाटतं तेव्हा घडून गेलेली प्रत्येक गोष्ट एकेक स्वप्नच होतं. सगळ्या जगावर नियंत्रण ठेवणाऱ्या त्या अद्भूत शक्तीचं अल्लाचं अस्तित्व आपण समजून घेणं, त्यावर श्रद्धा ठेवणं हेच किती महत्त्वाचं असतं. आपलं चित्त शुद्ध असावं. प्रत्येकाच्या अंत:करणात फक्त पावित्र्य आणि सत्याचा झरा असावा. तेच आपल्या जगण्याचं ध्येय असावं. ही माझी श्रद्धा आहे.

अमेरिकेत आगमन

एप्रिल २००२ मध्ये आम्ही पाच अफगाणी कुटुंबांनी अमेरिकेला जाण्यासाठी इस्लामाबाद सोडलं. प्रवासात आम्ही एकत्र होतो. त्यामुळे आमचा परस्परांशी चांगला परिचय झाला. आम्ही दोस्त झालो. एका कुटुंबात एक पुरुष आणि त्याची मुलगी होती. दुसऱ्या तीन कुटुंबात तीन विधवा आणि त्यांची प्रत्येकाची चार/पाच मुलं. त्यात मुलगेही होते. आमच्याच कुटुंबात कोणी पुरुष माणूस नव्हतं.

हॉलंडमध्ये विमान थोडावेळ थांबलं होतं. मग तेथून आम्ही न्यूयॉर्क गाठलं. तिथं आम्हाला उतरवण्यात आलं. एका गटानं आम्हाला कस्टम्सकडे नेलं. त्या गटात एक अफगाणी होता आणि बाकीचे सगळे अमेरिकन होते. इस्लामाबादेत एम्बसीनं आम्हाला काही प्लॅस्टिक बॅग्ज पुरवल्या होत्या. त्यावर काही विशिष्ट खुणा होत्या. एम्बसीतून आम्हाला असं सुचवण्यात आलं की, अमेरिकेत जेव्हा आम्ही प्रवेश करू त्यावेळी त्या बॅग्ज इमिग्रेशन अधिकाऱ्यांच्या ठळकपणे नजरेस पडतील अशा ठेवाव्यात म्हणजे आम्ही कोण आणि तेथे का आलोय हे त्यांच्या लक्षात येईल. नाहीतर दहशतवादी समजून आम्ही पकडले जाऊ. त्या बॅग्जमध्ये आमची सर्व महत्त्वाची कागदपत्रे ठेवली होती आणि अमेरिकेत प्रवेश करण्यासाठी ती आवश्यक होती.

अमेरिकेत प्रवेश करण्यासाठीचे आवश्यक ते सोपस्कार पार पडल्यावर त्या प्रतिनिधी मंडळानं आमचे दोन गट केले. त्यात चार कुटुंबं एका गटात होती आणि आम्ही दुसऱ्या गटात होतो. त्या कुटुंबांना विमानतळावरून सरळ हॉटेलात नेण्यात येणार होतं. रात्री तिथेच मुक्काम करून दुसऱ्या दिवशी सकाळी त्यांची रवानगी कॅलिफोर्नियात होणार होती.

अम्मी आणि मी मात्र लगेच पुढे शिकागोला जाणाऱ्या विमानात चढणार होतो. अम्मी चक्रावून गेली. तिनं याला विरोध केला. बाकीच्या अफगाणी कुटुंबांबरोबरच तिला राहायला आवडलं असतं. ती सगळी कुटुंबं कॅलिफोर्नियाला निघाली असतील तर आपणही त्यांच्यातच सामील व्हावं असं तिला वाटत होतं.

पण त्या अफगाणी गृहस्थानं 'तुमची तिकडे व्यवस्था केलेली नाही' असं सांगितलं. तो वर्ल्ड रिलिफ ऑर्गनायझेशनचा कार्यकर्ता होता. त्यानं आमची भीती दूर करण्याचा आटोकाट प्रयत्न केला. 'हे पहा, कॅलिफोर्निया आणि शिकागो ही दोन्ही ठिकाणं चांगलीच आहेत. त्यांच्यात काहीही फरक नाही. एक दुसऱ्याहून जास्त चांगलं आहे असं काही नाही. प्रश्न फक्त तुमची व्यवस्था दोन्हीपैकी कोणत्या ठिकाणी केली आहे एवढाच आहे.'

अम्मीचा त्यावर विश्वास बसेना. 'हो. आमच्याकडे कोणी पुरुष माणूस नाही म्हणून हे आमच्या वाट्याला,' तिनं अगदी कडवटपणानं म्हटलं.

'त्यांच्यात मुलगे आहेत म्हणून त्यांना तेवढं लगेच हॉटेलात नेणार, त्यांनाच फक्त कॅलिफोर्नियाला नेणार. आम्ही दोघी बायकाच मग आम्हाला आराम मिळावा असं त्यांना कशाला वाटणार आहे? समजा आमच्यात कोणी मुलगा असता तर त्यांनी आम्हालाही कॅलिफोर्नियाला जायला परवानगी दिली असती. पण नाही, तसं कुठे असणार आहे आमच्या नशिबात? आम्ही बायका म्हणून आम्हाला शिकागोला पाठवताहेत मेले!'

पाकिस्तानातून निघाल्यापासून आमच्या इतक्या मोठ्या लांबलचक प्रवासात आम्हाला झोप अशी फारशी मिळालीच नव्हती आणि पुन्हा न्यूयॉर्क ते शिकागो या शेवटच्या टप्प्यात तर मुळीच मिळाली नाही. आपलं नशीबच फुटकं आहे ह्या विचारानं अम्मीनं झोप पार उडवूनच लावली होती. 'हे जे होतंय ते काही योग्य नाही' असंच तिच्या मनानं घेतलं. शिकागोला उतरल्यावर आता पुढे आपल्याला कशाला तोंड द्यायचंय आणि आपल्यापुढे काय काय आणखी वाढून ठेवलंय या विचारानं माझीही झोप उडाली!

केव्हातरी मध्यरात्री आम्ही शिकागोला उतरलो. विमानातून बाहेर आलो आणि मनानं एकदम विचार आला, 'अल्ला! आम्हाला मदत कर. बाप रे, केवढा हा दिव्यांचा लखलखाट! काय ही भाऊगर्दी! नेत्राकर्षक मालानं खचाखच भरलेली केव्हढाली ती दुकानं! मोठमोठ्या इमारती, चकाकणाऱ्या फरश्या, तऱ्हेतऱ्हेची पेंटिंग्ज, किती वैविध्य, किती विपुलता, किती गडबड! किती गोंधळवून टाकणार आहे हे सगळं! लाऊड स्पीकर्सवरून होणाऱ्या घोषणा, घुमणारे आवाज. आम्हाला काहीच कळेनासं झालं!'

विमानतळावरच्या त्या प्रचंड पसाऱ्यात मी आणि अम्मी अगदी किडा मुंगीच वाटत होतो. आम्ही आपल्या आमच्या स्वागताचे फारसी आणि इंग्रजीत लिहिलेले फलक हातात घेतलेले लोक कुठे दिसताहेत का हेच शोधत होतो. भाबडेपणानं पण तसं काही कुठे आढळलं नाही. गेल्या दोन तीन वर्षांत पाकिस्तानात जमवलेल्या आमच्या मालकीच्या किरकोळ गोष्टी ज्या ट्रंकेत आम्ही ठेवल्या होत्या त्या ट्रंका

कुठे शोधायच्या तेही आम्हाला कळेना. विमानातून बाहेर पडणाऱ्या प्रवाशांच्या अथांग प्रवाहात आम्ही बुडालो होतो. त्या सगळ्यांनाच आपापले मार्ग होते. आपापले उद्योग होते. एकसारखा पोषाख केलेल्या सुटाबुटातल्या दोघा इसमांनी माझं लक्ष वेधून घेतलं.

'ते काय करताहेत तसंच आपण करू या. ते पण नक्कीच त्यांच्या बॅग्ज शोधायला जात असतील. आपण त्यांच्या मागोमाग जाऊ या.' असं मी अम्मीला सुचवलं.

आता नेमकं पुढे काय करायचं हे अम्मीला तरी कुठे माहीत होतं? तिचं स्वत:चं काहीच मत नव्हतं. माझा हात तिनं घट्ट पकडून ठेवला होता. आपल्यालाच आता सगळे निर्णय घ्यायला हवेत असं मी ठरवून टाकलं. त्या दोघा इसमांच्या पाठोपाठ आम्ही दोन मोठी कॉरिडॉर्स पार केली. त्यांचा पाठलाग करणं फारच अवघड होतं कारण त्यांच्याचसारखा पोषाख केलेले अनेक दुसरे लोक त्या कॉरिडॉर्समध्ये दिसत होते. चुकून त्या दोन इसमांना सोडून त्या गर्दीत मी भलत्याच कोणाच्या तरी मागे जाईन अशी मला भीती वाटू लागली. त्यांच्याबरोबर राहाण्यासाठी पटपट पावलं उचलणं भाग होतं; पण अम्मीला पावलं उचलणं फार जड जात होतं; 'अगं, जरा हळू चाल' असं ती मला सारखं विनवत होती.

'अम्मी अगं, ते दोघं इतके झपाझप पुढे जाताहेत की आपल्यालाही घाई करायला हवी. आपल्याला अजून आपल्या बॅग्ज शोधायच्या आहेत. आपल्याला नेण्यास आलेली माणसंही आपली वाट पाहत असतील ना,' मला फार घाई झाली होती.

शेवटी सगळे प्रवासी आपलं सामान घेत होते त्या हॉलपाशी आम्ही पोहोचलो एकदाच्या! आमचे सहप्रवासीही मी ओळखले. आम्हीही त्यांच्या जोडीने आमच्या सामानाची वाट पाहू लागलो. आमचा बॅग्ज, ट्रंका, खोकी सगळं मिळालं एकदाचं!

सामान मिळालं पण आता पुढे काय? आम्हाला त्यांची भाषाही बोलता येत नव्हती. त्यांच्या खुणा कळत नव्हत्या आणि त्यांचे नियमतर त्याहूनही ठाऊक नव्हते. मी आपली वेड्यासारखी पुन्हा ते वेलकम बोर्डस कोठे दिसताहेत का ते पाहू लागले. कोठेही ते दिसेनात. वर्ल्ड रिलिफ ऑर्गनायझेशनची जी कार्यकर्ती आम्हाला नेण्यास येणार होती ती रहदारीच्या घोळात सापडली. वेळेवर विमानतळावर पोहोचता यावं म्हणून तिनं खूप धडपड केली. पण व्यर्थ! तिला शेवटी उशीर झालाच.

बाकीचे प्रवासी आपापल्या सामानासकट केव्हाच निघून गेले होते आणि आम्ही दोघीच अजागळासारख्या गोंधळून तेथेच खिळून राहिलो होतो. आम्ही ज्यांच्या मागोमाग जात होतो ते दोघे इसमही केव्हाच चालते झाले होते. नाहीतरी त्यांच्या

मागोमाग जाण्यानं आम्ही काहीच साधणार नव्हतो. पारंपरिक अफगाणी वेशभूषा केलेल्या आम्ही दोघी, त्या भव्य इमारती आणि लखलखत्या दिव्यांच्या उजेडात अगदी अगदी बापुडवाणेपणानं उभ्या होतो. आमच्या नम्रतेचं प्रतीक असलेले ते रुमाल आमच्या डोक्याभोवती हनुवटीभोवती, खांद्याभोवती घट्ट गुंडाळून घेतलं, की अपरिचितांपासून स्वत:चा बचाव करता येत असे. पण इथे मात्र अशा पोषाखात उभं राहिल्यावर साखरेच्या वाडग्यात मुंग्या शिरल्यात असं वाटण्यासारखंच होतं. आमच्यासारखा पोषाख कोणाचाच नव्हता. जाणारा प्रत्येकजण थबकून आमच्याकडे रोखून पाहतोय असाच भास होत होता. शेवटी तिथे अम्मीनं रडायला सुरुवात केली. अगदी इस्लामाबादेत त्या रेल्वेस्टेशनवर केली होती अगदी तश्शीच!

अर्थातच मलाही रडू फुटलं. आम्ही इथे काय करतोय? मी अमेरिकेत येण्याचा हट्ट का बरं धरला? यातून आता कसा काय मार्ग काढायचा? आता या सामर्थ्यशाली विश्वाच्या पसाऱ्यात आपल्यासाठी सुरक्षित ठिकाण कसं शोधायचं? मी काहीतरी भयंकर मोठी चूक केलीये.

इतक्यात दोन माणसं अत्यंत घाईघाईनं आमच्याच रोखानं येत आहेत असं मला दिसलं. पुढे येऊन त्यांनी आमच्याकडे पाहत हात हलवला. मी श्वास रोखून धरला होता.

'चला सुटलो! हेच आम्हाला न्यायला आलेले असणार' मी सुटकेचा नि:श्वास टाकला. मी त्यांना प्रथमच पाहत होते. दोन मुस्लिम बायका डोक्याला रुमाल बांधलेल्या, हातात दवाइतनं बांधलेली आपली बोचकी धरून सामानाच्या खोक्यांवर बसलेल्या. कोणी ओळखीचं दिसत नाही म्हणून रडत असलेल्या, ह्या आमच्या अवतारावरून त्यांनी आम्हाला लगेच ओळखलं असणार! हेच ते आपले अफगाणी पाहुणे!

आम्हाला मदत करणारी सोशलवर्कर 'झैनाब' सुदानहून आली होती. काही वर्षांपूर्वी. ती ही अशीच निर्वासित होती आमच्यासारखी! वर्ल्ड रिलिफनंच तिला अमेरिकेत आणलं होतं. आता इथेच तिची मुलं रुजली होती. इथेच येऊन तिनं शिक्षण पुरं केलं, पदवी घेतली आणि आता ती ऑर्गनायझेशनचं काम करत होती. ती आणि तिची सहाय्यक दोघींनी आमचं स्वागत केलं. तिची असिस्टंट अकिला अफगाणी होती. तिला फारसी येत होतं. तिनं सांगितलं तीच आमच्याबरोबर येणार आहे. आमच्या नव्या घरी त्या आम्हाला घेऊन जाणार होत्या.

आम्ही अगदी आज्ञाधारकपणे त्यांच्यामागून पार्किंग एरियाकडे निघालो. विमानतळाच्या टर्मिनलपासून खूप लांब चालत निघालो. एका व्हॅनमध्ये सामानासकट चढलो. पुढे झैनाब आणि अकिला आणि मागच्या सीटवर मी आणि अम्मी. अकिलाच्या हातात गाडीचं चाक होतं. अम्मी अगदी उत्सुकतेनं खिडकीतून बाहेरचं

दृश्य पाहत होती. मीही 'आ'वासून बाहेरचं दृश्य बघू लागले. ते दिवे, ती रहदारी एकमेकांना विळखे घालणारे मोठे मोठे हायवेज, वर खाली अगदी सापाच्या वेटोळयाप्रमाणे.

आम्ही अगदी नुकत्याच विमानतळावरून बाहेर पडलो होतो आणि अगदी वेगानं शहराकडे धावणाऱ्या गाड्यांच्या प्रवाहात सामील झालो होतो. झैनाबनं मागे वळून आम्हा दोघींना एकेक पाकीट दिलं.

'हे तुमच्यासाठी खास,' तिनं सांगितलं. मी उघडून आत पाहिलं. एक टूथब्रश आणि एक पेस्ट, छोटीशी शांपूची बाटली, एक साबणाची वडी, आणखी अशाच काही आपल्या नेहमीच्या गरजेच्या वस्तू त्यात होत्या. आणखी काय ते आता नीट आठवत नाही.

लगेच मनात विचार आला, 'खुदाची आपल्यावर मेहेरबानी आहे. आम्ही आत्ताच आलोय काही मिनिटांपूर्वी पण त्यांनी आम्हाला लगेच काही भेटवस्तू दिल्यासुद्धा!'

मी सुखावले. 'हं! अमेरिकेला येण्याचा निर्णय चुकीचा नव्हता तर! जर्मनीसारखाच अनुभव इथे अमेरिकतसुद्धा येईल तर!'

पण तरीही तेवढ्यात एक चमत्कारिक गोष्ट मनात आली. अम्मीपण माझ्याजवळ सरकून कानात कुजबुजली, 'अगं फराह, हे आपल्याला का दिलंय त्यांनी?'

'अगं, काही नाही. अगदी छोटीशी भेट आहे ही, आपल्या येण्याचा आनंद व्यक्त करण्यासाठी दिलेली.'

'अगं, पण हे आता इथे गाडीत देण्याचं काय कारण?' तिच्या मनात पुन्हा पुन्हा पाल चुकचुकत होती.

'इथे देण्यापेक्षा ज्या अपार्टमेंटमध्ये आपण राहाणार आहोत तिथेच नाही का ठेवायचं आपल्यासाठी?'

तिच्या या शंकेने मी वैतागून म्हणाले, 'अगं, इथे काय आणि तिथे काय, त्यानं काय विशेष फरक पडणार आहे?'

'अगं, मुली तुझ्या कसं लक्षात येत नाही, अपार्टमेंट इ. काही नसणार आहे. आपल्या नशीबात फक्त टूथपेस्ट, ब्रश, शांपू, साबण वडी एवढंच असणार आहे. एवढ्याचीच आपल्याला गरज असणार आहे.'

'छट्. काहीतरीच काय ग अम्मी तुझं? तू अगदी काळजीचं टोकच गाठतेस लगेच. अगं आपल्याला एव्हढी मदत करताहेत चांगली. नव्या घरी नेताहेत आपल्याला. विमानतळावरच नाही का सांगितलं त्यांनी.'

'हो तुला पटणारच त्यांचं. अगं आपण गाडीत काहीही प्रतिकार न करता बसावं यासाठी हे आमिष होतं.' अम्मीच्या आवाजात कडवटपणा अगदी पुरेपूर

भरला होता.

तितक्यात गचकन् ब्रेक लावून गाडी थांबली आणि एका घराच्या पुढ्यात जाऊन उभी राहिली. झैलाब खाली उतरली. तिनं माझ्या बाजूचं दार उघडलं. अकिलानं अम्मीला हात देऊन उतरण्यास मदत केली. त्याचवेळी त्या घराचे मालक बाहेर आले. अम्मीनं त्यांच्याकडे पाहिलं मात्र तिचा चेहरा साफ पडला.

झैनाबनं इंग्लिशमधून माझ्याशी संवाद साधत सांगितलं, 'वर्ल्ड रिलिफला अजून तुमच्यासाठी योग्य असं घर मिळालं नाही त्यामुळे या लोकांनी काही काळासाठी त्यांच्या घरात तुमची सोय करायचं मान्य केलंय. तुम्ही त्यांचे पाहुणे आहात. फक्त दोन आठवडेच त्यांच्याकडे राहायचं आहे. फारतर आणखी तिसरा आठवडा पण तोपर्यंत तुमची राहाण्याची कायमची चांगली सोय करायला वर्ल्ड रिलिफला वेळ मिळेल.

मी अगदी जिवाचा कान करून लक्ष्यपूर्वक तिचं बोलणं समजून घेण्याचा प्रयत्न करत होते. पण मला नीटसं तिचं बोलणं कळलं नाही. एक तर झैनाब इंग्लिशमधून बोलत होती आणि अकिला व्हॅनच्या दुसऱ्या बाजूला अम्मीला समजावून सांगण्याचा प्रयत्न करत होती. पुन्हा पुन्हा 'हे लोक अगदी चांगले आहेत. मी तुम्हाला अगदी खात्रीपूर्वक सांगते' असा युक्तिवाद करत होती आणि यापैकी कशावर विश्वास ठेवावा तेच मला कळेना. आधीच आम्ही अतिशय मोठा प्रवास करून आलो होतो. झोपेविना कित्येक तास काढून थकलो होतो. प्रत्यक्ष विमानतळावर उतरल्यानंतर झालेला गोंधळ आणि आता कुठेतरी अगदी वेगळ्याच ठिकाणी आम्हाला त्यांनी आणलं होतं. माझी विचारशक्ती कामच करत नव्हती. मी सुद्धा अम्मीला पुन्हा पुन्हा दिलासा द्यायचा प्रयत्न करत होते; पण माझ्या बोलण्यातसुद्धा आत्मविश्वास नव्हता, ठामपणा नव्हता. माझ्या बोलण्यावर विश्वास ठेवण्यापेक्षा तिला मनातून ज्या भीतीची जाणीव झाली होती, तीच जास्त खरी वाटत होती. तिच्या मनातली भीती दूर होण्यापेक्षा माझ्या बोलण्यानं ती अधिकाधिक नाउमेदच होत होती. माझ्या बोलण्याकडे लक्ष न देताच मान हलवत ती म्हणाली, 'नाही बेटा, आता खरी माझ्या डोळ्यावरची झापडं दूर झाली आहेत. आता माझ्या डोक्यात खरा प्रकाश पडतोय. पाकिस्तानात आपल्या शेजाऱ्यांनी काय सांगितलं होतं तेच खरं होतं.'

तिच्या बोलण्यातल्या ठामपणानं माझ्याही मनात आंदोलनं सुरू झाली. झैनाब आणि अकिलाला तिच्या बोलण्याचा संदर्भ लागेना, पण तिला काय म्हणायचंय ते माझ्या केव्हाच लक्षात आलं होतं. तिची आणि माझी भीती आता एक झाली होती. 'आपण आता गुलाम झालो' असाच तिच्या बोलण्याचा अर्थ होता. आमच्यासाठी आरामशीर घर – अपार्टमेंट काहीच असणार नव्हतं, शाळा-बिळा तर आता सगळं

विसरून जायला हवं. आमच्या मालकीचं काय होतं तर एक टूथपेस्ट, ब्रश, शांपूची बाटली आणि एक नवीन मालक!

अम्मीनं मला दूषणं द्यायला सुरुवात केली. 'ही सगळी तुझी स्वप्नं होती. तू मोठीच चूक केलीस. बेटा, मी तुला वारंवार सांगत होते की या मोहात पडू नकोस. पण तुला तुझाच हेका चालवायचा असतो. या अल्ला, तुला सगळी खरी परिस्थिती माहीत होती तूच म्हणत होतीस ना? तू जर्मनीला जाऊन आली होतीस.'

अकिलाच्या हातात अम्मीचा हात होता. हळुवारपणे तिला आपल्याकडे ओढून घेत ती चार समजुतीच्या गोष्टी सांगू पाहत होती. पण अम्मी आता गाडीतून खालीच उतरणार नव्हती.

इतक्यात त्या घराचे मालक मेरी आणि जॉन – मला त्यांची नावं खूप मागाहून कळली – आमच्या गाडीपाशी आले. जवळजवळ येत असताना ते अधिकाधिक मोठे धिप्पाड वाटू लागले. आम्ही हाजरा जमातीचे लोक इतके उंच नसतो. ठेंगणे ठुसकेच असतो. आमच्यापुढे ते अगदी राक्षसच वाटत होते. अम्मीनं त्यांना वाकून व्हॅनच्या खिडकीपाशी आलेलं पाहिलं. इतके उंचनिंच धिप्पाड की अम्मीची भीतीनं बोबडीच वळली. अकिलाच्या तावडीतून सुटण्याचा तिनं निष्फळ प्रयत्न केला. अकिला तिला पुन्हा पुन्हा गाडीतून बाहेर येण्यासाठी ओढत होती; पण अम्मी सीटवर खिळून राहिली होती. इतकी की तिनं सीटबेल्टसुद्धा काढला नाही. झैनाबला आता मात्र हसू आवरेना. 'घाबरू नका. काळजी करू नका. हे तुम्हाला काहीही इजा करणार नाहीत.' अर्धवट हसत तिनं आमची समजूत काढली.

कसाबसा प्रयत्न करून आम्हाला गाडीतून उतरवून घरात नेण्यात त्यांना यश आलं. जवळजवळ ओढतच नेलं त्यांनी आम्हाला. मला आता वाटतंय की आमच्या गोंधळानं आसपासचे सगळे शेजारी जागे झाले असतील. श्लेन एलिनच्या शांत सुंदर भागात मेरी आणि जॉन राहात होते. दोन घाबरलेल्या अफगाणी बायकांना असं खेचून आरडा-ओरडा करून व्हॅनमधून उतरवून त्यांच्या घरात आणतंय कोणी तरी अशातऱ्हेचे प्रकार तिथे रोज रात्री घडत असण्याची काही शक्यताच नव्हती. तसा तो भागच नव्हता.

एकदा त्यांच्या घरात गेल्यावर अम्मीचा विरोध संपला आणि रडणंही थांबलं. तिचा आवाजच बंद झाला. हाताची घडी घालून, तिला कोचावर जिथे बसवलं होतं, तिथेच ती गुपचूप बसून राहिली. आपलं रक्षण आपण केलं पाहिजे अशा विचारात, डोक्याला बांधलेला रुमाल अर्धवट घसरून खाली आलेला, सताड उघडलेले घाबरलेले डोळे अशा अवतारात. तिची छाती प्रत्येक श्वासाबरोबर जोरात धपापत होती. जॉन आणि मेरीला ते सगळं पाहून काय वाटलं असेल? बहुतेक त्या क्षणी या असल्या पाहुण्यांना आपण घरात आसरा दिल्याचा त्यांना पश्चात्ताप झाला

असणार. या लोकांचं आपण दोन आठवडे कसं आदरातिथ्य करणार आहोत? असा त्यांना नक्कीच प्रश्न पडला असेल.

मध्यंतरात झैनाब आणि अकिला निरोप घेऊन निघून गेल्या. त्यांनी त्यांचं काम पुरं केलं होतं. ह्या सगळ्या गोष्टी पार पडेपर्यंत बराच वेळा गेला होता. एकदा त्या घरात आम्ही नीट आसरा घेतलाय हे त्यांच्या लक्षात आल्यावर, नीट झोप घेऊन विश्रांती घेण्याचा सल्ला आम्हाला देऊन, उद्या सकाळी भेटण्याचं आश्वासन देऊन दोघी निघून गेल्या. त्या भयानक राक्षसांच्या ताब्यात आम्हाला देऊन!

जितक्या सौजन्यानं बोलता येईल, तितक्या सौजन्यानं त्या राक्षसांनी आमच्याशी गुजगोष्टी करायचा प्रयत्न केला; पण आमच्या नजरेला ते सौजन्य काही दिसेना. तेवढ्यात घरातून कुठून तरी एक मोठा कुत्रा पाय घासत आला आणि मग काय विचारता? ह्या नव्या जनावराला पाहून अम्मीची भीतीनं गाळणच उडाली. अफगाणिस्तानात किंवा पाकिस्तानात कोणीच आपल्या घरात कुत्रे पाळत नाही. कुत्रा हा अगदी अस्वच्छ प्राणी समजला जातो. त्यामुळे असला काहीतरी प्राणी घरात असल्याचं पाहून आम्हाला धक्काच बसला. आमच्या अंगावर चढून आपलं नाक आमच्या जवळ आणून त्यानं हुंगायला सुरुवात केल्यावर तो आम्हाला आता चावणारच ह्या भीतीनं आमची अगदी घाबरगुंडी उडाली. डोकं हलवल्याबरोबर त्याचे केस अम्मीच्या अंगावर पडले. आम्हाला ते अगदी विचित्र वाटलं. इकडे आमच्या देशात याचा आम्ही कधीच अनुभव घेतला नसल्यामुळे अम्मीला कुत्र्याच्या केसांची ॲलर्जी आहे हे तोपर्यंत आम्हाला ठाऊकच नव्हतं.

ते राक्षस आमच्याशी बोलतच होते. अनेक महिन्यांनंतर त्या रात्री नक्की काय झालं याचा आम्हाला झैनाबमुळे शोध लागला. मेरी आणि जॉननं त्यांच्या कुत्र्याचं नाव आम्हाला सांगितलं, 'त्या बिचाऱ्या कुत्र्याला घाबरण्याचं काहीच कारण नाही' असं त्यांनी आम्हाला समजावलं. त्यांची दोन मुलं त्यावेळी वर झोपलेली होती. आम्हाला अगदी हळू आवाजात बोलण्याची त्यांनी विनंती केली. आम्ही अगदी आरामात मोकळेपणानं त्यांच्याकडे रहावं अशी त्यांची इच्छा होती. पण आम्ही अगदी मख्खपणे त्यांच्याकडे पाहत होतो. आमच्या कानावर फक्त त्यांचा आवाज पडत होता. शब्द पडतच नव्हते. त्या अवाढव्य स्त्रीनं आम्हाला भूक लागली असल्यास काय खायला आवडेल याचीही विचारणा केली. तिच्या घशातून येणारा आवाज आमच्या कानावर पडत होता पण अर्थातच आमचे चेहरे कोरेच होते, कशाचंच आकलन होत नसल्यासारखे. आम्हाला खरी भूक लागली असली तरी ते आम्ही मान्य करणार नाही हे विचारात घेऊन त्या भल्या गृहस्थानं आमच्यासाठी दूध आणलं. थोडी बिस्किटे, थोड्या कुकीज, आमच्या पुढे ठेवल्या. अम्मी इतकी कापत होती की तिचा तिच्यावर ताबाच राहिला नव्हता. तिनं त्या कुकीज दूध कशाहीकडे

ढुंकूनसुद्धा पाहिलं नाही. स्वत:ला अगदी आकसून घेऊन ती ऊब आणण्याचा प्रयत्न करत होती. भीतीनं आपण गारठून जातो ना! तिला त्या पुढ्यातल्या अन्नाचीसुद्धा भीती वाटत होती. इस्लाम धर्माच्या नियमानुसार जे पदार्थ खायला मज्जाव आहे ते पदार्थ त्या अन्नात असतील ही तिची भीती होती. पाश्चात्त्य लोक अल्कोहोल वापरून कुकीज आणि गोड पदार्थ बनवतात हे ती ऐकून होती. त्यामुळे तिला कुकीज वर्ज्य होत्या. इस्लाम धर्मानं वर्ज्य मानलेल्या पदार्थांपेक्षासुद्धा तिला त्या कुकीजमधे काही झोपेची औषध अथवा विष घातलेलं असेल का हा प्रश्न सतावत होता.

मुलं नीट झोपली आहेत ना की या गोंधळात ती जागी होऊन घाबरलेली नाहीत ना हे पाहण्यासाठी तो भला माणूस वर गेला. आणि त्याच्या बायकोनं खाणाखुणा करून तिच्या मागोमाग येण्याविषयी आम्हाला सुचवलं. सगळं घर हिंडून दाखवायाची तिची इच्छा दिसत होती. त्यामुळे कदाचित आम्हाला जास्त मोकळेपणा वाटेल असाही विचार तिच्या मनात आला असावा. ती आम्हाला स्वयंपाकघरात घेऊन गेली. तिनं फ्रीज उघडून त्यातले अन्नपदार्थ दाखवले. तिनं अगदी बाथरूमसुद्धा आम्हाला दाखवली. शॉवर घेतल्यावर अंग कोरडे करण्यासाठी ठेवलेले टॉवेलसुद्धा दाखवले. त्यांची गरज आम्हाला दुसरे दिवशी पडणार होती. हे सगळं ती आम्हाला का दाखवत्येय असंच आम्हाला वाटत होतं. आम्ही अगदी निर्विकारपणे तिच्यामागून जात राहिलो आणि ती दाखवत असलेल्या गोष्टी पाहत राहिलो.

आमच्यासाठी त्या दोघांनी एक बेडरूम तयार करून ठेवली होती. ती खरी त्यांच्या एका मुलाची खोली होती; पण आम्ही तिथे असेपर्यंत दोघे मुलगे एकच खोली वापरणार होते आणि आमच्यासाठी ती खोली रिकामी असणार होती.

आम्हाला त्या खोलीत सोडून good night असं प्रेमळपणे सांगून गोड हसून त्यांनी आमचा निरोप घेतला.

आता खोलीत आम्ही दोघीच उरलो. अम्मीनं खोलीवरून नजर फिरवली. 'चला' म्हणजे ही आता आपली तुरुंगातली खोली. स्वयंपाकघर, बाथरूम हे सगळं मालकिणीनं आपल्याला दाखवलं ना हिंडून, त्यात एकच उद्देश होता उद्यापासून आपल्याला आता तिथे काम करायचंय. बाथरूम साफ करणं, त्यांच्यासाठी स्वयंपाक करणं, फरशी स्वच्छ करणं, अगदी सगळी कष्टाची कामं करावी लागतील! अगं, सगळं घर अगदी कसं आरश्यासारखं स्वच्छ होतं ते पाहिलंस का? आता उद्यापासून कंबर कसून कामाला लागावं लागणार. सगळं आपोआप स्वच्छ होणार नाही. तुला अगदी आनंद झाला असेल ना फराह? हे सगळं तुझ्यामुळे झालंय,' अम्मी अगदी त्रासिकपणे म्हणाली.

आम्ही आळोखेपिळोखे देऊन अंथरुणावर आडव्या झालो. पण रात्रभर डोळ्याला डोळा लागला नाही. उद्या काय काय करावं लागणार याचीच चित्रं रंगवत होतो.

दुसऱ्या दिवशी सकाळी झैनाब आणि अकिला आल्या. काल रात्रीच्या विरोधाचं कारण अकिलानं आम्हाला विचारलं. अम्मीनं लगेच तिला वाटत असलेली भीती स्पष्ट केली. ते ऐकून अकिला म्हणाली, 'तुम्ही अगदी चुकीचा अर्थ लावलात. तुम्हाला वाटतंय ना तसं इथे काहीही होणार नाही. अमेरिकन कायद्यानं गुलामगिरी हा गुन्हा आहे. अशा तऱ्हेच्या गोष्टी तुम्ही अमेरिकेत घडलेल्या ऐकल्या असतील. पण हे लोक गुन्हेगार नाहीत. ते लोक चांगले आहेत. तुम्हाला गुलाम करण्यासाठी त्यांनी अमेरिकेत नक्कीच आणलेलं नाही. हे कुटुंबसुद्धा एक प्रतिष्ठित कुटुंब आहे. त्यांच्याबद्दल सगळीकडे अगदी आदरानंच बोललं जात.

पण इतक्या खात्रीपूर्वक केलेल्या विधानावर त्यावेळी तरी आम्ही विश्वास ठेवणं शक्यच नव्हतं. अम्मीच्या शिरा अजूनही उडत होत्या. तिनं अकिलाचा हात घट्ट धरून ठेवला होता.

'अकिलाजान, आम्ही तुझ्याबरोबर येतो तुझ्या घरी.'

'मला माफ करा चाचीजान; पण माझं अपार्टमेंट अगदी छोटं आहे. तुमच्यासाठी माझ्याकडे स्वतंत्र खोली नाही. घरात माझी मुलंही आहेत. इथंच राहा काही दिवस. या लोकांनी उदारपणे आश्रय दिलाय तुम्हाला हा त्यांच्या खरंच चांगुलपणाच आहे. मी रोज फोन करीनच तुमचं कसं चाललंय ते पाहायला.' इतकं बोलून ती निघून गेली.

'हं, म्हणजे तीही त्यांच्या कटात सामील असणार. ती त्यांच्यासाठी काम करत असेल. तिला त्यासाठी पैसेसुद्धा मिळत असतील. आपल्याला शांत करून चुचकारून इथं राहायला राजी करायचं म्हणजे मग नकळत आपण गुलाम असल्याचं मान्यसुद्धा करून टाकू' अम्मीनं दुःखानं सुस्कारा टाकला.

आम्ही आमच्या खोलीत जाऊन दरवाजा लॉक करून टाकला. दोन दिवस आम्ही स्वतःला त्या खोलीत कोंडून घेतलं. न खाता, न पिता, न झोपता खिन्नपणे आम्ही फक्त रडत होतो. ते लोक दरवाजावर सतत टकटक करत होते. आम्ही बाहेर यावं म्हणून विनवण्या करत होते. आम्ही खावं, त्यांच्याशी गप्पा माराव्यात, आम्हाला कशाची काळजी वाटतेय ते त्यांच्याजवळ बोलावं. म्हणून जिवाचं रान करत होते.

आम्ही दरवाजा उघडलाच नाही. बिच्चारे! त्यांना काय वाटत होतं ते अल्लालाच माहीत. दुसऱ्या दिवशी रात्री आमच्या सामानातून अम्मीनं तिच्या चुलत बहिणीचा फोन नंबर लिहिलेला कागदाचा चिटोरा शोधून काढला. क्वेट्टयाच्या त्या मावशीनं आम्हाला निघताना तिचा नंबर दिला होता. अमेरिकेत सुखरुप पोचलात की मला फोन करा असं तिनं बजावलं होतं. तो कागद माझ्या सुपूर्द करत अम्मी म्हणाली, 'रात्री ते सगळे झोपले की बाहेर जाऊन या नंबरवर फोन कर. मावशीशी बोल. तिला

सांग की लोकांनी आपल्याला जे सांगितलं होतं ना ते सगळं अगदी खरं होतं. आता आपण फक्त इतकंच करू शकतो. आपल्या चुकांपासून बाकीच्यांना तरी धडा घेता येईल. आपल्यासारखे नशिबाचे भोग त्यांच्या तरी वाट्याला येणार नाहीत. आपल्याला मदतीची गरज आहे हे तिला सांग. आपण गुलाम झालोय हे तिला कळू दे.'

आणि खरंच त्या रात्री म्हणजे मध्यरात्रीनंतर मी लॉक उघडून हळूच बाहेर आले आणि अगदी कोणालाही कळणार नाही अशा सावधपणानं घरात फोन कुठे आहे ते पाहिलं. स्वयंपाकघरात फोन पाहिल्याचं मला स्मरत होतं. मी हळूच स्वयंपाकघराकडे मोर्चा वळवला आणि फोन खरोखरच तिथे होता. कॉर्डलेस त्याच्या जागेवर ठेवलला.

मी दिवा लावला नाही. गॅसवर जो दिवा लावलेला होता त्याचा अंधुक उजेड त्या कागदावरचा नंबर वाचण्यासाठी पुरेसा होता. बाहेरच्या जगाविषयी मी अगदी अनभिज्ञ होते. इंटरनॅशनल कोड, एरियाकोड, कंट्रीकोड किंवा टेलिफोन कार्ड ह्या कश्या कश्याचीही मला माहिती नव्हती. अम्मीच्या बहिणीनं दिला होता तो तिचा क्वेक्ष्यातला स्थानिक फोन नंबर होता. मी ते आकडे दाबले पण काहीही झालं नाही. तितक्यात आपोआप त्यातून शब्द आले ते ही इंग्लिश. माझ्या काळजाची धडधड वाटली. काय करावं मला काही सुचेना. मी अगदी घाबरत घाबरत खोलीतल्या अंधारावरून एक नजर फिरवली. मग पुन्हा फोन उचलून मी तो मघाचाच नंबर परत दाबला. पुन्हा एकदा ते मघाचेच शब्द घुमले आपोआप.

त्याचक्षणी मला कसली तरी चाहूल लागली. मी पटकन् नजर वर केली. तो घरमालक राक्षस वरून खाली येत होता. मी तात्काळ आमच्या खोलीत घुसले आणि दार लॉक करून की होलमधून तो राक्षस माझा पाठलाग करत येतोय का ते पाहू लागले. तो कॉर्डलेस फोन तेथून (जागेवरून) उचलून त्यानं वर नेलेला मला दिसला. झालं! मग काय? कुत्री पाठीमागे लागली की कोंबड्या कशा स्वैर धावत सुटतात ना अगदी तसेच माझे विचार सैरावैरा धावू लागले. म्हणजे मी अम्मीला जो काय थोडाफार विरोध करत होते, त्याचीही पार वाट लागली. (तो ही मावळला). आम्हाला कोणालाच फोन करता येऊ नये म्हणूनच त्यानं तो फोन वर नेला असणार नक्की. कोणत्याच शंकेला मी पहिल्यांदा मनात थारा दिला नव्हता. आता मला वाटू लागलं की अम्मीचंच म्हणणं खरं होतं. आम्ही त्यांच्या जाळयात पुरते सापडलो होतो. आम्ही खरोखरीच गुलाम झालो होतो त्यांचे.

फोनवर कोणी भेटलं का ते मला अम्मीनं विचारलं. मग झालेली सगळी हकिकत मी अम्मीच्या कानावर घातली. दु:खानं हात चोळत अम्मी खिडकीपाशी जाऊन बाहेर पाहू लागली. समोर होतं मेरी आणि जॉनच्या घराचं सुरेखसं बॅकयार्ड.

ती म्हणाली, 'बेटा उद्या सकाळी अगदी उजाडायच्यासुद्धा आधी तू इथून बाहेर

पड. फराह, तू पळत सूट. हे राक्षस तेव्हा झोपलेले असतील. तू पळून जाशील असं त्यांना कधीच वाटणार नाही बाहेर पडलीस ना की अगदी वाऱ्यासारखी पळत सूट. काही मदत मिळते का ते पहा. मदत नाही मिळाली तरी तशीच पळत राहा. माझी मुळीच काळजी करू नकोस. मी काय म्हातारी झालीये, मरायलाच टेकल्येय पटकन् मरून जाईन. मरताना गुलाम असले काय अन् नसले काय काहीच फरक पडणार नाही. पण तू तुझी इथून सुटका करून घेणं सगळ्यात महत्त्वाचं आहे.'

'अगं अम्मी, मी तिला अडवत म्हणाले, 'अगं, ह्या माझ्या पायानं मी अशी कितीशी जाऊ शकेन? मला किती जोरात पळता येईल असं तुला वाटतं? इथेही पोलीस आहेतच की. ते कुत्र्यांना धाडतील माझ्या मागावर. अगदी मी ह्या घरातून माझी सुटका करून घेतली तरी मी कुठे पळून जाऊ शकणार आहे? अमेरिकेत तर माझ्या ओळखीचं कोणीच नाही. आपल्याला इथंच राहायला हवं आणि काय होतंय ते पाहण्याखेरीज आपल्याला आता गत्यंतरच नाही.'

आणखी एक रात्र भीतीनं थरथरत आम्ही त्या खोलीत काढली. सकाळी मालकीणबाई स्वयंपाकघरात काम करताहेत असं पाहून अम्मी त्यांच्याजवळ जाऊन म्हणाली, 'कृपा करून ज्यांनी आम्हाला इथे आणलं त्यांच्याकडे आम्हाला घेऊन चला,' तिला म्हणायचं होतं की वर्ल्ड रिलिफ; पण ते नाव कुठे तिला ठाऊक होतं.

अम्मी बोलत होती फारसीत आणि बिचाऱ्या मेरीला तिला काय हवंय ते कळत नव्हतं. आमच्या मनासारखं करायचं असं मेरीनं ठरवलं. पण कितीही डोकं लढवलं तरी काय करता येईल ते तिला कळेना. शेवटी ती वर्ल्ड रिलिफच्या ऑफिसमध्ये डायरेक्टरशी बोलणी करायला आम्हाला घेऊन गेली.

मेरी आणि ती अधिकारी आपसात चर्चा करत होते आणि आम्ही नुसत्या उभ्या होतो. मग ती आमच्याकडे वळून काहीतरी म्हणाली. कदाचित त्याचा आशय असा असावा, 'तुम्हाला कशाची भीती वाटते? भीती बाळगण्याचं काही कारण नाही.'

आम्ही मात्र मनात म्हणत होतो की ती म्हणतेय 'आता ह्या शेवटच्या काही घटका मजा करून घ्या काय ती. कारण उद्या सकाळी तुझ्या अम्मीला आम्ही सोप फॅक्टरीत घेऊन जाणार आहोत.'

दरम्यान ऑफिसातल्या कोणीतरी त्यांच्या माहितीतल्या एका अफगाणी स्त्रीला फोन केला. तिचं नाव फातिमा. अमेरिकेत येऊन तिला एकच वर्ष झालं होतं. त्यांच्या मनात विचार आला की तीही आमच्यासारखीच नव्यानं आलेय अमेरिकेत तेव्हा तिला कदाचित आमची अडचण जास्त चांगली समजू शकेल. तिला ऑफिसात बोलावून घेण्यात आलं. काय झालंय ते तिच्या लक्षात आलं. अकिलाप्रमाणेच तिनंही पुन्हा पुन्हा आमची समजूत काढायचा प्रयत्न केला, आम्हाला विश्वासात घेतलं. 'तुम्ही घाबरू नका. यात घाबरण्यासारखं काही नाही. तुम्हाला वाटतंय तशी

अमेरिका नाही.’

अम्मीनं धीर करून म्हटलं, ‘मग आम्ही तुमच्याबरोबर का नाही राहू शकत?’

‘ठीक आहे माझ्याबरोबर माझ्या घरी चला. आपण जेवण करू.’ फातिमानं सुटकेचा नि:श्वास टाकला. मग त्या वर्ल्ड रिलिफच्या डायरेक्टरकडे वळून ती म्हणाली, ‘मी ह्या दोघींना थोडा वेळ माझ्या घरी घेऊन जाते. मी त्यांच्याशी बोलते. तुम्ही काय करणार आहात ते ही त्यांना पटवून देते. माझं घर अगदी लहान आहे. पण मी त्यांच्याशी बोलेन आणि त्यांना पुन्हा त्यांचे अमेरिकन स्पॉन्ससरर्स मेरी आणि जॉन यांच्याकडे पोहोचवेन. कदाचित त्यांची खात्री पटून त्या थोड्या शांत होतील.’

आमच्या स्वाऱ्या फातिमाकडे दाखल झाल्या. एव्हाना दुपार झाली होती. तिनं आम्हाला बीन्स स्ट्यू खायला दिलं. ते आपल्या ओळखीचे अन्नपदार्थ, त्यातून पुन्हा एका अफगाणी स्त्रीनं बनवलेले. अम्मीच्या जिवात जीव आला. त्यात पोर्क किंवा अल्कोहोल नसणार अशी तिला खात्री वाटली. आम्ही अमेरिकेत आल्यापासून काहीही शंकेला थारा न देता आणि न घाबरता खाल्लेले ते पाहिलेच अन्नपदार्थ होते जेवणानंतर आम्ही निर्धास्तपणे ताणून दिली कारण फातिमाच्या घरी आम्हाला सुरक्षित वाटत होतं.

संध्याकाळ झाली आणि आमची मूळची दुभाष अकिला आली. तिनं आम्हाला सगळ्यांनाच तिच्या घरी रात्रीच्या जेवणासाठी नेलं. शांतपणे जेवण पार पडल्यावर, ‘चाचीजान, थोडं संयमानं घ्या. घाईघाईनं कसलेही निष्कर्ष काढू नका. हे सगळं वातावरण तुम्हाला नवीन आहे. म्हणजे तुमचे काही अंदाज किंवा कल्पना चुकीच्या असू शकतात हे लक्षात घ्या. तुम्हाला भीती वाटत्येय त्यात काहीच नवल नाही पण घाबरून एकदम काहीतरी निर्णय घेण्यापेक्षा या लोकांना थोडं समजून घ्यायचा प्रयत्न करा. त्यांचे नियम, त्यांच्यापद्धती थोड्या वेगळ्या आहेत. इथला कारभार कसा चालतो ते हळूहळूच समजेल तुम्हाला. एकदा का ते कळलं की मग तुम्हाला स्वस्थता मिळेल. तुमच्या आधी इथे येऊन जे स्थानिक झाले आहेत त्यांच्यावर थोडा विश्वास ठेवा. आमच्या सांगण्यावर थोडा विश्वास ठेवा कारण आमच्या इथल्या गोष्टी आता परिचयाच्या आहेत. तुमच्या नाहीत.’

आम्ही तेथेच जेवलो आणि त्या रात्री तिच्याकडेच मुक्काम केला पण फक्त ती एकच रात्र. पण तेवढ्यातही आम्हाला चांगली झोप आणि पुरेशी विश्रांती मिळाली. पण सकाळ होताच मेरी आणि जॉनकडे परत जाण्यासाठी तिनं आम्हाला राजी केलं.

पण त्या दिवशी सकाळी अम्मीच्या श्वासाचा विचित्र आवाज ऐकून मला जाग आली. तिला अतिशय धाप लागली होती. तो आवाज माझ्या चांगल्याच परिचयाचा होता. अम्मीला अस्थमाचा जोरदार ॲटॅक आला होता. मी अंथरूणातून ताडकन

उठले. घाईघाईनं माझा पाय लावला आणि अकिलाला शोधायला बाहेर आले.

अकिलानं फोन करताच जोरजोरात आवाज करत एक ॲम्ब्युलन्स आली. दोन माणसांनी झटकन अम्मीला एका स्ट्रेचरवर ठेवलं आणि व्हॅनमध्ये चढवलं. हे सगळं अगदी क्षणात घडलं.

'थांबा, मला येऊ दे.' मी वेड्यासारखी ओरडत त्यांच्यामागे धावले.

अकिलानं माझा ताबा घेतला. 'बेटा, तुला त्या गाडीतून जाता नाही येणार. आपण माझ्या गाडीतून त्यांच्या पाठोपाठ जाऊ हॉस्पिटलमध्ये.'

ॲम्ब्युलन्स अगदी क्षणार्धात दिसेनाशी झाली पण अकिलाला हॉस्पिटलचा रस्ता ठाऊक होता. आम्ही हॉस्पिटल गाठेपर्यंत अम्मीला त्यांनी खोलीतसुद्धा हलवलं होतं. अकिलानं खोली शोधून काढली. त्या नर्सेस, क्लार्क आणि मेडिकल स्टाफशी बोलणं मला जमलंच नसतं. मी कोण? कुठून आलेय आणि मला काय हवंय हे त्यांना सांगणं मला जमलंच नसतं. पण अकिला माझ्या मदतीला धावून आली. तिनंच अम्मीचा खोली शोधून मला तिथं जाण्याची परवानगी देण्याची विनंती केली.

प्रत्येक श्वासासाठी धडपडणारी अम्मी हॉस्पिटलच्या बेडवर पडून डोळ्यांची जोरात उघडझाप करत होती. इमर्जन्सीतला सगळा मेडिकल स्टाफ तिच्याभोवती गोळा झाला होता. ते सगळे नेमके काय करताहेत आणि अम्मीच्या प्रकृतीत सुधारणा होतेय की नाही हे मला जाणून घ्यायचं होतं. ती शेवटच्या घटका तर मोजत नाही आहे ना? पण हे सांगायला कोणालाच वेळ नव्हता.

'अगं, त्यांना त्यांचं काम करू दे.' अकिला मला समजावत मागे खेचत म्हणाली.

हॉस्पिटलचे कर्मचारी मी आत जाऊ नये यासाठी मला अडवत होते. हात लांब करून मी सैरावैरा धावत असताना एक डॉक्टर अम्मीला शिरेतून इंजेक्शन देताना मला दिसला. त्यानं सुई टोचून शिरेतून औषध दिलं. अम्मीचा एअर पॅसेज मोकळा व्हावा यासाठी त्यांचे प्रयत्न चालू होते. पण अम्मीला त्या औषधाची ॲलर्जी असलेली त्यांना कुठे माहीत होती. त्यांनी मला विचारायचे कष्टच घेतले नाहीत. मला त्यांची भाषा येत नव्हती, त्यांना कसं सांगावं तेच मला कळेना. ते डॉक्टर आहेत, ते तज्ज्ञ आहेत आणि ही अमेरिका आहे तेव्हा त्यांना सगळ्या गोष्टी योग्य तऱ्हेने करता येतीलच. इथेही जर्मनीसारखंच असणार अशी माझी कल्पना होती. ते डॉक्टर इंजेक्शन देत असताना मी नुसतीच बघत राहिले आणि एका क्षणात अम्मीच्या शरीरानं जोराचा झटका दिला. तिचा देह क्षणभर उडाला. तिनं डोळे मिटले आणि तिची मान उशीवर कलली. ती अगदी निश्चेष्ट पडली– मृतवत्.

ह्या सगळ्या घटनेनं डॉक्टर्स एकदम दचकले. आपापसात कुजबूज लागले.

पुढच्या उपचारासाठी एकमेकांना सूचना देऊ लागले. अचानक आणखी नवीन उपकरणं खोलीत मागवण्यात आली, औषधे आली आणि काय काय– मला तर कळेचना. हॉस्पिटलचा सर्व मेडिकल स्टाफ जमा झाला. वेगवेगळ्या उपकरणांचे खटके चालू झाले. चित्रविचित्र आवाज ऐकू येऊ लागले.

ह्या सगळ्या गोंधळात मी ओरडू लागले. मला पकडून ठेवणाऱ्या लोकांना ढकलून मी अम्मीकडे धाव घेऊ लागले; पण मला यातलं काहीच करता येईना. पुन्हा पुन्हा ते मला मागे खेचत राहिले. शेवटी मला त्यांनी खोलीतून बाहेर ढकललं.

'फराह, आपल्याला खोलीत थांबता येणार नाही. डॉक्टरना त्यांचं काम करू दे.' अकिलनं मला पुन्हा पुन्हा समजावण्याचा प्रयत्न केला.

'पण ते अम्मीला काय करताहेत? ते डॉक्टरच आहेत ना. मला ते डॉक्टरच वाटले होते. 'मी जोरात दु:खानं किंचाळलेच. मला खरोखर वाटलं. की अम्मीला त्यांनी मारून टाकलंय. मी निराश झाले. माझा स्वत:वरचा ताबाच सुटला. अम्मीला त्या खोलीत सोडून इतरत्र कुठेही बसण्याची कल्पनाच मला सहन होत नव्हती. मला तिला जवळ घ्यायचं होतं, माझ्या नजरेपुढून तिनं हलू नये असा माझा प्रयत्न होता. हे जग तिनं सोडून जाऊ नये म्हणून मी तिला घट्ट पकडून ठेवणार होते.

पण अकिला आणि त्या साऱ्यांनी मला हॉलमध्येच जखडून ठेवलं होतं. अकिला माझं पुन्हा पुन्हा सांत्वन करत होती. 'बेटा, तुझी अम्मी लवकरच बरी होईल. अगदी नक्की. डॉक्टरांना त्यांचं काम करू दे फक्त.'

काही क्षणांनंतर टॉवेलला हात पुसत एक डॉक्टर बाहेर आले. 'तिला सांगा,' त्यांनी अकिलला सांगितलं, 'की तिच्या अम्मीची तब्येत आता स्थिर आहे. आम्ही तिला रेस्पिरेटर लावलाय आणि आता तिला ऑक्सिजन व्यवस्थित मिळतोय. पहिल्यापेक्षा बरी आहे. अजूनही ती बेशुद्ध आहे; पण सगळी इंद्रिय नीट काम करताहेत.'

अकिला माझ्याकडे वळून म्हणाली, 'अम्मीला झोप लागलीय. डॉक्टर म्हणताहेत ती लवकरच बरी होईल. तू मात्र धीर धर.'

आता ह्यापैकी कशावर विश्वास ठेवावा याच भ्रमात मी होते; पण काही क्षण का होईना त्यांनी मला खोलीत नेलं अम्मीच्या. अम्मीची छाती वरखाली होत होती म्हणजे ती नक्की जिवंत होती. ती मला सोडून गेलेली नव्हती. ती झोपल्यासारखीच वाटत होती. खरंतर ती बेशुद्धावस्थेत होती. अशा पेशंटच्या कुटुंबियांना सर्वसाधारणपणे हॉस्पिटल स्टाफ चोवीस तास तरी पेशंटच्या खोलीत जाऊ देत नाही; पण माझी अवस्था वेगळी होती. अकिलनं ते त्यांना सगळं स्पष्ट केलं होतं. त्यामुळे केवळ मला आत जाऊन अम्मीला बघण्याची परवानगी मिळाली होती. अम्मीला तिथंच टाकून मी कुठेच जाऊ शकले नसते. मला आत्तासुद्धा ती कल्पना असह्य वाटतेय.

म्हणजे ग्लेन एलिनला मी, मेरी आणि जॉनच्या घरीही नक्कीच जाऊ शकले नसते. कर्मधर्मसंयोगानं मला जावंही लागलं नाही. अम्मीच्या पलंगाजवळ माझ्यासाठी पलंग ठेवण्यात आला. रात्री मी तिथेच झोपले. दुसऱ्या दिवशीही मी तिच्या शेजारी तिचा हात हातात घेऊन बसून राहिले.

एक आठवडा ती बेशुद्ध होती. तरीही तिच्या सगळ्या सिस्टिम्स व्यवस्थित काम करताहेत असा डॉक्टर पुन्हा पुन्हा मला दिलासा देत होते. ती लवकरच शुद्धीवर येईल हा त्यांना विश्वास होता. तो सगळा आठवडा मी धास्तावलेलीच होते.

अखेर एका सकाळी तिनं हळूच डोळे उघडले. त्या क्षणी डोक्यावरच्या छतातून येणारी सूर्यकिरणं मला गुदगुल्या करताहेत असा मला भास झाला. माझं सगळं जडत्व नष्ट झालं. मन पिसासारखं हलकं हलकं झालं. वाटलं हवेत उडावं.

काही दिवसांनी झैनाब आली. ती म्हणाली, ‘ठीक आहे. माझ्या लक्षात आलंय की तुम्हाला अमेरिकन कुटुंबात राहायची इच्छा नाहीये. मी तुमच्यासाठी चांगली बातमी आणलेय. आम्ही तुमची व्यवस्था एका अपार्टमेंटमध्ये केलीये. तिचं बोलणं फारसीतून सांगायला अकिलाही होतीच बरोबर.

अम्मीला हॉस्पिटलमधून सोडण्यात आलं. सुसान स्पिअरी नावाच्या वर्ल्ड रिलिफच्या एका कार्यकर्तीनं आम्हाला परस्पर एका नव्या अपार्टमेंटमध्ये नेलं. एक झोपायची खोली, एक छोटं स्वयंपाकघर आणि एक बाथरूम असलेलं छोटंसं अपार्टमेंट होतं ते. एक कोच, दोन पलंग, टेबल असं इतरही काही फर्निचर होतं.

मला वाटलं पण त्यांनी इस्लामाबादेत आम्हाला जी व्हिडिओ दाखवली होती. त्यातल्यासारखं काही ते अपार्टमेंट नव्हतं.

पण अम्मी म्हणाली, ‘तसं नसलं तरी तू वाईट वाटून घेऊ नकोस बेटा, हे आपलं स्वतंत्र आहे, आपण इथे कसंही वावरू शकतो म्हणजे आपण गुलाम नाही. आपण स्वतंत्र आहोत. या विरुद्ध आता तक्रारीचा सूर नको. हे छान आहे. मस्त आहे.’

हळूहळू आम्ही त्या घरात स्थिरावलो. काही प्रमाणात तरी अम्मीला तिच्या विवंचनातून मुक्ती मिळाली आणि आत्मसन्मान– जो गेली वीस वर्षं ती जपत आली होती!

अमेरिकेचा शोध

आमचे पहिले काही महिने वेगवेगळ्या सरकारी ऑफिसात खेटे घालण्यात गेले. निरनिराळ्या संस्थांच्या मदतीनं कागदपत्रं तयार करण्यात, कसले कसले अर्ज भरण्यात, हजारो ठिकाणी कागदपत्रांवर सह्या करण्यात, रांगेत उभं राहून वाट पाहण्यात आणि त्यांच्या सतराशे साठ प्रश्नांना उत्तरं देण्यात आम्ही अनेक महिने घालवले.

या सगळ्या भानगडीत झैनाबची मोठीच मदत होत होती. कारण हे सगळं वर्ल्ड रिलिफचंच काम होतं. जगभरातल्या निर्वासितांना त्यांच्या भयानक अवस्थेतून सोडवायचं आणि अमेरिकेतल्या स्थलांतरासाठी त्यांना मदत करायची.

कायम वास्तव्यासाठी अमेरिकन सरकारची परवानगी घेणं हे महत्त्वाचं होतं. आम्ही निर्वासित असल्याचं सिद्ध करायचं होतं. झैनाबनं त्यासाठी आवश्यक ते फॉर्म भरून घेतले. त्यानंतर समाजाकडून काही मदत मिळत्येय का ते पाहिलं. वर्ल्ड रिलिफचे आभार मानावेत तेवढे थोडेच आहेत. मला आणि अम्मीला त्यांनी अन्नपदार्थांसाठीची कूपन्स मिळवून दिली. सोशल सिक्युरिटी योजनेचं छत्र मिळणं आवश्यक होतं. कारण त्यामुळे आम्हाला अपंगांना मिळणारा भत्ता मिळणार होता. डॉक्टर आणि इतर वैद्यकीय मदत मिळण्याचीही त्यात तरतूद होती. सरकारी मदतीतून मिळणाऱ्या हाऊसिंग कॉम्प्लेक्समध्ये वर्ल्ड रिलिफनं आमच्यासाठी अपार्टमेंट शोधलं होतं. त्यांचे भाड्याचे दर खूप असतात. पण अपंगांना मिळणाऱ्या आमच्या भत्त्यातून आम्ही ते भागवू शकत होतो.

पहिले काही महिने मला आणि अम्मीला वैद्यकीय मदत खूप मोठ्या प्रमाणात घ्यावी लागली. यासाठी वेगवेगळ्या डॉक्टरांच्या मुलाखतीच्या वेळा ठरवण्याचं काम झैनाबच करत असे. कारण फोनवर कसं सांगायचं? काय सांगायचं? कोणाला सांगायचं? फोनवरील व्यक्ती आम्हाला काय सांगत्येय आणि आम्ही लागणारे पैसे कसे देणार आहोत हे आम्हाला सांगता येत नसे.

डॉक्टरकडे जाण्यायेण्यासाठी मी आणि अम्मी टॅक्सी घेत असू. या टॅक्सी ड्रायव्हरांची मला आणि अम्मीला फार भीती वाटत असे. एक तर ते अखंड

सिगारेटस ओढत असत आणि त्यांच्या टॅक्सीत मागच्या सीटवर रिकाम्या दारूच्या बाटल्या रचून ठेवलेल्या असत. गाडीत तंबाखूचा भपकारा येई. आणि गाडी चालवतानाही ते अखंड सिगारेट्स ओढत असत. कुत्र्यांचे केस गाडीत पडलेले असत. त्यामुळे अम्मीच्या फुप्फुसांचा विकार बळावत असे. त्यामुळे त्या हॉस्पिटलच्या चकारांचा आम्ही धसकाच घेतला होता.

आमच्या इच्छित स्थळी जाण्यासाठी टॅक्सीवाले इतके गोल घुमवत की टॅक्सीचं भाडं चांगलं गलेलठ्ठ होई. आम्ही जरी त्यांना पैसे देणार नव्हतो तरी कोणीतरी ते देणारच होतं ना!

अमेरिकेत ही दोन्ही ठिकाणं बहुतेक वेळा एकमेकांपासून खूप दूर असतात याची कल्पना मला हळूहळू येऊ लागली. डॉक्टरकडे जाऊन येण्यास सुमारे तास ते दीड तास खर्च होई. पण वाहतूक जर सुरळीत असेल तर वीसच मिनिटे लागत.

टॅक्सीवाले दरवेळी उशीर करून आमच्यापुढे प्रश्नचिन्ह निर्माण करत. एकदा शिकागोच्या कृत्रिम अवयव केंद्रात भेटीची माझी वेळ ठरलेली होती. नवीन पाय घेण्यासाठी माझ्या पायाची स्थिती त्यांना जाणून घ्यायची होती. कारण माझा तो पाय अगदी झिजला होता आणि ते लाकडी पाऊल पाकिस्तानातून घेतलेलं, त्याला भेगा पडल्या होत्या. त्या दिवशी अर्थातच टॅक्सीवाला उशीरा आला. मी लॅबमध्ये पोहोचल्यावर 'आत्ताच्या आत्ता तू परत जा' असं लॅबमधल्या लोकांनी मला खडसावलं. तुमची वेळ एक वाजताची होती आणि आता किती वाजलेत ते पाहिलंत का? आता आम्ही काही करू शकत नाही. पुन्हा पुढची अपॉइंटमेंट घे.' आमच्या डोक्याला याचा खूप त्रास झाला. कारण परत नवीन अपॉईटमेंट एक महिन्यानंतरची मिळाली!

त्यावेळी मी फक्त चौदा वर्षांची होते; पण कुटुंबप्रमुख असल्यासारखं सगळे मला वागवत. माझी भूमिका अम्मीची असे आणि अम्मी माझं छोटं मूल. एकतर ह्या सगळ्या गोष्टी सहन करण्याची ताकद माझ्यात जास्त होती आणि दुसरं म्हणजे मला आता इंग्लिश बऱ्यापैकी येऊ लागलं होतं. अमेरिकेत आम्ही पाय ठेवला आणि ग्लेन एलिनच्या भागातल्या आमच्या घरी जायला निघालो. अगदी तेव्हाही काही नवे शब्द मी आत्मसात केले होते आणि आता रोजच मी काही ना काही नवीन गोष्टी शिकत होते. अगदी त्या भाषेतील वाक्प्रचार इ. सुद्धा. मला सगळ्या गोष्टींची सूत्रं हातात घ्यावीच लागली. कारण अम्मी निर्णय घ्यायला समर्थ नव्हती. अम्मीचं मन इतकं दुर्बल झालं होतं की, कोणत्याही गोष्टीत मी तिचा सल्ला घ्यायला गेले की ती म्हणे, 'बेटा, तूच ठरव काय करायचं ते. तुलाच माझ्यापेक्षा या गोष्टी जास्त चांगल्या कळतात.'

आता आपण शाळेत जावं असं मला वाटत होतं. कारण आम्ही आलो

त्यावेळी शाळेचं वर्ष संपत आलं होतं. कोणत्याही शाळेत प्रवेश हवा असेल तर मला इंग्लिश येणं आवश्यक होतं. मग आमच्या केसवर्करला 'मी एखादा इंग्लिशचा अभ्यासक्रम आता सुरू करू शकते का?' असं विचारल्यावर तिनं त्याला संमती दिली. तिथल्या एका चर्चमध्ये इंग्लिश ही दुसरी भाषा असलेल्या अभ्यासक्रमासाठी तिनं मला प्रवेश मिळवून दिला. सकाळी आठ ते बारा अशी त्याची वेळ होती. आठवड्यातून चार दिवस चायना, इथिओपिआ, मेक्सिको आणि अशाच इतर काही देशातून आलेल्या निर्वासितांसाठी वयानं माझ्या एवढ्या किंवा अगदी केस पिकलेल्या वृद्धांसाठी सुद्धा.

अम्मीला हे माझं जाणं पसंत नव्हतं. मी तिच्याबरोबर घरीच थांबावं म्हणून ती विनवण्या करी. मी एकटीनंच जाणं ह्या गोष्टीची ती भयंकर चिंता करीत असे आणि अपार्टमेंटमध्ये एकटं राहाणंही तिला रुचत नसे. तिला एकटेपणाची फार भीती वाटे. खरंतर आता तिला कशाचीही भीतीच वाटे. अमेरिकेत आता आपण अगदी चांगल्या वस्तीत चांगल्या लोकांच्यात रहातो हे मला आत मनात कुठे तरी जाणवलं होतं. इथे आपल्याला उगीचच कोणीही इजा करणार नाही, याचीही खात्री होती. पण मीसुद्धा कित्येकदा गोंधळून जात असे. हरवून गेल्यासारखीच वागत असे. माझ्यापेक्षाही तिला अमेरिकी हे एक अजब जग वाटत असे. आजपर्यंत अफगाणिस्तानातील घराचं आवार आणि फार तर पाकिस्तानातल्या त्या निर्वासितांच्या छावण्या एवढंच जग तिनं पाहिलं होतं. त्यामुळे अमेरिकेत सुरक्षित काय किंवा असुरक्षित काय हे कसं ठरवायचं याचा तिला काही अंदाजच येत नसे. इथला गजबजाट, आवाज, जाहीरपणे होत असलेल्या गोष्टी या सगळ्यानं तिच्या जाणिवा बधीर झाल्या होत्या. सार्वजनिक ठिकाणी ती इतकी भांबावलेली असे की धड ना इकडची, धड ना तिकडची अशी तिची अवस्था होऊन जाई.

जे जग आम्ही दृष्टीआड केलं होतं त्याहून हे जग किती भिन्न होतं याची तुम्ही कल्पना करून बघा. अमेरिकेत सगळ्या गोष्टी अगदी वेगानं घडत असतात. एखाद्या मागासलेल्या पाकिस्तानसारख्या देशातून जर तुम्ही येथे आला असाल तर हा फरक अधिकच चटकन नजरेत भरतो. तुमच्या मनात विचार चमकून जावा इतक्या वेगानं घटना घडत असतात. तुमच्या खिडकीबाहेरची वाहतूक सतत वेगानं वाढतच असते. बाहेर पडलात तर तुमच्या प्रश्नांना उत्तरं द्यायला कोणाजवळ वेळच नसतो. तुमच्या समोर आलेल्या एखाद्या माणसाचं स्वत:चं उद्दिष्ट काही वेगळं असतं. पण जर तुम्हाला मदतीची गरज असेल, तुम्हाला भाबडे वेडपट प्रश्न पडले असतील तर खरं सांगायचं तर ते चांगुलपणानं तुमच्याशी वागतील.

किराणा अथवा धान्य घेताना दुकानात मधल्या मोकळ्या जागेत ढकलगाडी घेऊन ते पटापट कामं उरकतात. आपल्याला काय हवंय आणि ते कुठे सापडेल

याचं त्यांना अचूक ज्ञान असतं. प्रत्येक पॅक केलेल्या पिशवीत आत काय असेल याचा वरच्या चित्रावरून त्यांना अंदाज करता येतो. त्यावरचा मजकूर वाचूनही कळतं. चेक आऊट करण्यासाठी असलेली रांग भराभर पुढे सरकत असते. तुम्हालाच त्याच्याशी शर्यत करावी लागते. कॅश काऊंटरवरचा माणूस थोड्या गोष्टीची यादी झाली की मध्येच थांबून कोणाशीही गप्पा मारण्यात अथवा चहा पिण्यात वेळ घालवून मग पुढची यादी करतोय, मग पुन्हा मधेच थांबून एखाद्याच्या मुलाबाळांची चौकशी करतोय, उगीचच वेळ घालवतोय असं कधीच आढळणार नाही. जर ह्या गोष्टी रेंगाळत होऊ लागल्या तर लोक लगेच चिडतात. इथे त्यांची यंत्रच होतात. तुम्ही खरेदी केलेलं त्या पट्ट्यावर ठेवल्यावर तुमची पाळी येईल तेव्हा तुम्ही बिल चुकवण्यास अगदी तत्परच असलं पाहिजेत.

जर एखाद्या व्यक्तीबरोबर तुमची भेट ठरलेली असेल तर तुम्ही घर सोडण्यापूर्वीच त्या ठिकाणी बरोबर कसं कोणत्या मार्गानं पोहोचायचं या बाबतची योग्य ती माहिती तुम्ही मिळवलेली असणं फार गरजेचं असतं. तेथे पोहोचण्यास बरोबर किती वेळ लागतो याची जर तुम्हाला माहिती असेल तर तुम्ही वेळेवर घरातून बाहेर पडू शकता. आपल्या बेताप्रमाणे आपण सगळ्या गोष्टी नीट वेळेत पार पाडतोय की नाही यासाठी घड्याळावर तुम्ही नजर ठेवणं अपरिहार्यच असतं. एखाद्या ठिकाणी तुम्ही पूर्वी कधीच गेलेले नसाल तर त्या ठिकाणचा नकाशा जवळ असणं उचित असतं; पण जर तुमच्याकडे नकाशाच नसेल किंवा नकाशा कसा वापरायचा याचंच ज्ञान तुम्हाला नसेल आणि मग जर तुम्ही रस्ता चुकलात तर वाटेतल्या खाणाखुणा लक्षात ठेवणं फार महत्त्वाचं असतं; पण जर तुम्हाला वाचताच येत नसेल तर? एखाद्या सार्वजनिक ठिकाणी तुम्हाला काही मदतीची गरज पडलीच आणि तुम्हाला इंग्लिशच येत नसेल तर? तर काय होईल तुमची अवस्था? कारण कोणीही अपरिचित आणि तो सुद्धा फारसी बोलणारा असं सापडण्याची सुतराम शक्यता नसते. एखाद्या पिंजऱ्यात सापडलेल्या सशासारखे तुम्ही तुमच्या भाषेच्या पिंजऱ्यात अडकून बसता.

प्रत्येकवेळी मी आणि अम्मी जेव्हा घराबाहेर पडत असू तेव्हा आमची अवस्था बिळाबाहेर पडलेल्या भेदरलेल्या सशाहून वेगळी नसे. आमच्या सगळ्या संवेदना बधीर झालेल्या असत. साहसकथा वाचताना किंवा साहसपट बघताना आपण अगदी मजेत त्याचा आनंद लुटत असतो; पण प्रत्यक्ष आयुष्यात (जगताना) असल्या धाडसी गोष्टींची मजा वाटत नाही. त्याला तोंड देणं कठीणच वाटत असतं कारण त्याची परिणती कशात होणार आहे हेच आपल्याला ठाऊक नसतं. मी जेव्हा जेव्हा घराबाहेर पाऊल टाकत असे तेव्हा माझं रक्त जोराजोरात धमन्यातून वाहतंय असाच मला भास होत असे.

साधं अगदी ग्रोसरी, धान्य खरेदी करतानासुद्धा आमचा दोघींचा अगदी पिट्ट्या पडत असे. कारण आम्हाला चौफेर लक्ष ठेवावं लागे. अकस्मात एखादं संकट तर येणार नाही ना या विचारानं आम्ही सदैव धास्तावलेल्या असायचो. कारण कोणतीच गोष्ट परिचयाची नसायची. सगळं धोकादायकच वाटायचं. त्यामुळे इतर आजूबाजूचे लोक काय करताहेत ते पाहून आम्ही यात काळजी करण्यासारखं नाही ना हे ठरवत असू. इतर लोक काय करताहेत तसंच करण्यासाठी आम्हाला फार सावध असावं लागे. म्हणूनच की काय पण कोणत्याही दुकानात जाताना आम्ही विचित्र मानसिक दडपणाखाली असायचो.

हे फक्त मानसिकदृष्ट्या कष्टाचं होतं असं नाही तर शारीरिकदृष्ट्याही ते फार त्रासाचं असे. आम्ही एका उपनगरात राहात होतो. तेथे अशी कोणत्या कोपऱ्यावर दुकानं नसत. स्वत:च्या मालकीच्या घरात अथवा फ्लॅटमध्ये राहाणाऱ्यांना काहीही हवंसं झालं तर गाडीत बसायचं आणि स्वत: चालवत दुकानात जायचं. पण आमच्याकडे गाडी नव्हती. आम्हाला दुकान लांब असलं तरी चालतच जावं लागे. पुन्हा वरचेवर दुकानात जावं लागे कारण एका वेळी फारसं जड सामान वाहून आणता येत नसे.

आमच्या अपार्टमेंटमध्ये अगदी जुजबी फर्निचर होतं. पाकिस्तानातून येताना कपड्याव्यतिरिक्त आम्ही काहीच आणू शकलो नव्हतो. एखादं दुसरं भांडं, काही थोड्या प्लेट्स, काही फोटोग्राफस इतकंच. त्या एका भांड्यातच अन्न शिजवावं लागे. जर दोन पदार्थ खावेसे वाटले कधी तर प्रथम एक बनवायचा, वाढून घ्यायचा, खाऊन टाकायचा आणि भांडं धुवून दुसरा पदार्थ बनवायचा. एखाद्या पाककृतीत दोन पदार्थ बनवायचे असतील एकाचवेळी तर आम्हाला चक्क तो पदार्थ करायचंच टाळावं लागे.

तसंच इतरांच्या संपर्कासाठी आमच्याकडे फोनही नव्हता. प्रत्येकवेळी आमच्या वर्ल्ड रिलिफच्या मदतनीसाला बोलावावं लागे. हे सार्वजनिक फोनही कोणत्या कोपऱ्यावर नसतात. असं करता करता किराणामाल आणायला स्टोअरमध्ये गेल्यावर फोन करायचा हे आम्हाला जमू लागलं. पण काहीवेळा आणीबाणी उद्‌भवे. उदाहरणार्थ, अम्मीला तातडीची वैद्यकीय मदत हवी असे. त्यावेळी जवळात जवळचा फोन शक्य तितक्या भराभर चालून मला गाठावा लागे आणि 'त्या' टॅक्सीसाठी वाट पहावी लागे.

तसं पाहिलं तर मी आणि अम्मी आता सुरक्षित होतो. पण तरीही मनात कुठे तरी असुरक्षितेतची भावना असेच आणि आयुष्यातली लढाई ही चालूच होती. भरीत भर म्हणजे एकाकीपणा मनाला कुरतडत असे. मला अम्मीखेरीज दुसरं जगच नव्हतं. आणि माझी अम्मी स्वत:च इतकी बदलून गेली होती की, माझ्या हृदयातली

अम्मी ती ही नव्हतीच. तिचे हाल अजून संपले नव्हते. तिचा अस्थमाच फक्त पुन्हा पुन्हा डोकं वर काढत असे असं नाही तर जोडीला मानसिक अस्वास्थ्य होतंच. दुसऱ्यांशी संवाद साधणं अथवा परिचय वाढवणं तिला जमत नसे. साध्यासाध्या प्रश्नांची उत्तरे देताना ती गडबडून जात असे. दोन तीन वाक्ये सलग बोलणेही तिला जड जाई. अपार्टमेंटमध्ये ती विमनस्कपणे येरझारा घालत राही. अतिशय दु:खी, घाबरलेली, स्वत:त बुडालेली, स्वत:च्या विचारातून ती बाहेर येऊच शकत नसे. मी इंग्लिश क्लासेस संपवून घरी परते; पण अम्मी, 'बेटा, कसे चाललेत तुझे इंग्लिशचे तास? आज काय शिकलीस नवीन?' असं कधीही विचारत नसे. स्वत:च्या दु:स्वप्नात बुडालेली, अगदी शांतपणे एकाकी बसलेली अम्मी पाहिली की माझं एकाकीपण मला खायला उठे.

वर्ल्ड रिलिफनं आमच्या भागातल्या इतर अफगाणी कुटुंबांशी आमचा परिचय करून दिला; पण त्यांना त्यांचं स्वत:चं जग होतं; त्यातच ती कुटुंबं मग्न होती. पोटापाण्यासाठी कित्येक जण दोन दोन नोकऱ्या करत होते. आमच्यासाठी द्यायला त्यांच्यापाशी वेळच नव्हता. तसंच ते आम्हाला आधीपासून ओळखत नव्हते. एकाच देशातून आलेल्यांचीही अशी आपोआपच मैत्री जुळत नाही आणि आम्ही कोणा अमेरिकानांनाही ओळखत नव्हतो. आयुष्यातलं एकाकीपण, रिकामपण संपतच नव्हतं. जे जग पुन्हा दिसू नये असं वाटे त्याच्याचसाठी बेचैन होत होतो. ते जग भयानक दु:स्वप्नासारखं नजरेपुढुन हलतच नव्हतं.

वर्ल्ड रिलिफनं ज्या गोष्टी आमच्याकरता करता येणं शक्य होतं त्यासाठी आम्हाला करारबद्ध केलं. आमच्यासाठी ते इतकंच करू शकत होते; पण त्यांच्या मर्यादा आम्हाला कळत नव्हत्या. त्यांनी केलेलं मार्गदर्शनही आमच्या अवाक्याबाहेरच होतं. जोपर्यंत आम्हाला मदतीची गरज आहे तोपर्यंत ते आमची काळजी घेतील असं आम्हाला वाटत होतं. पण अमेरिकेत येऊन तीन महिने होऊन गेले तरी आमची गरज संपतच नव्हती. अजूनही आमचे रोजचे प्रश्न सोडवायला आम्ही असमर्थ होतो. अशावेळी त्यांना शरण जाण्याखेरीज आमच्यापुढे पर्यायच उरत नसे.

काही एका विशिष्ट मर्यादेनंतर आम्हाला वर्ल्ड रिलिफची आर्थिक मदत मिळणं शक्य नव्हतं. संस्थेचा कर्मचारीवर्गही मर्यादित होता. त्याचं कार्यक्षेत्र खूप मोठं होतं आणि निर्वासितांची अमर्यादकाळपर्यंत काळजी घेणं त्यांना शक्य नव्हतं. जगभरातल्या जास्तीतजास्त ठिकाणच्या लोकांना मदत करता यावी यासाठी त्यांना त्यांचे फंड खर्च करायचे असतात. त्यामुळे त्यांच्या दफ्तरी ज्यांची सुटका केली आहे अशांच्या यादीत आमची गणना होत होती. आम्ही मदतीसाठी पुन्हा पुन्हा केलेल्या फोनमुळे झैनाबचं काम वाढतच असे. कारण आता तिच्याकडे निर्वासितांच्या नवीन केसेस होत्या आणि असे नवीन निर्वासित दर आठवड्याला येत असत.

एक दिवस अम्मीला मटण खायची इच्छा झाली. ती फक्त 'हलाल' मटण खात असे. म्हणजे इस्लामनं सांगितलेल्या पद्धतीनं कत्तल केलेल्या प्राण्याचं मांस म्हणजे हलाल मटण. त्या प्रथेप्रमाणे जर ते जनावर मारलेलं नसेल तर मुस्लिम लोक ते मटण अस्वच्छ किंवा खाण्यास अयोग्य समजतात आणि ह्याच कारणासाठी अम्मी बहुधा हॉटेलमध्ये मटण खात नसे. हे हलाल मटण कुठं मिळतं ते मला माझ्या इंग्लिश कोर्सला येणाऱ्या काही लोकांच्या बोलण्यातून कळलं होतं; पण ते अरब स्टोअर आमच्या अपार्टमेंटपासून खूप दूर होतं. मी आमच्या वर्ल्ड रिलिफच्या मदतनीसाला फोन करून मला त्या अरब स्टोअरमध्ये घेऊन चलण्याची विनंती केली.

'अम्मीला ते हलाल मटण हवंय' मी सांगितलं तेव्हा झैनाब म्हणाली, 'ओके. मी तुला तिथे घेऊन जाऊ शकत नाही. आता तुला माझ्या मदतीची गरज नाही. तू एकटीही त्या स्टोअरमध्ये जाऊ शकतेस.'

काय करावं ते मला कळेचना तिनं आम्हाला वाऱ्यावर सोडलंय अशी काहीशी माझी भावना झाली आणि मी सावध झाले.

असंच त्यानंतर एकदा मी झैनाबला म्हटलं, 'मला डॉक्टरची अपॉईंटमेंट हवीय.'

'हो जरुर घे,' झैनाबानं सांगितलं, 'मी तुला फोन नंबर देते ते फोन कर.' पुढे ती असंही म्हणाली, 'फराह, वर्ल्ड रिलिफनं जेवढी शक्य होती तितकी मदत तुम्हाला केली आहे. आता इथे ह्या देशात आमच्या मदतीशिवास कसं राहायचं ते तुमचं तुम्हालाच शिकायला हवं. तुम्ही तुमचा मार्ग आता शोधायला हवा. गुड लक.'

मला धक्काच बसला. कोणाच्याही मदतीशिवाय आम्ही कसं राहाणार होतो? इतर कुटुंबांना कदाचित आमच्यापेक्षा कमी अडचणी येत असतील. इतर कुटुंबांच्यात कदाचित एखाद्या तरी व्यक्तीला इंग्लिश बोलता येत असेल, शारीरिकदृष्ट्या सक्षम असलेली एखादी तरी व्यक्ती असेल. मला आणि अम्मीला फारसी खेरीज अन्य भाषाच येत नाही, आम्ही दोघीही अपंग. आम्हाला वैद्यकीय मदतीची गरज वारंवार पडते. रोजच्या आयुष्यात सगळ्याच आघाड्यांवर आमच्यासमोर आव्हानं होती. इंग्लिश कोर्सला जाण्याव्यतिरिक्त आणखी काय करायला हवं याबद्दल माझं अज्ञानच होतं. अचानक काहीतरी अडचणी, संकट समोर येणार नाहीत अशी फक्त आशा करायची. त्या शिवाय काय करायचं मला खरंच सुचत नव्हतं. आर्थिक मदत अचानक थांबली तर काय करायचं? कोणाकडे धाव घ्यायची? कोणापुढे हात पसरायचा? मी आत्तापर्यंत रोजचा दिनक्रम कसा नीट पार पडेल यावरच माझं लक्ष केंद्रित केलं होतं. फार तर फार उद्या काय करायचं इतकाच विचार मी करीत होते.

आता काळजात कुठेतरी श्रद्धा होती की इथवर मजल मारली आहे तर अल्ला आपल्याला वाऱ्यावर सोडून देणार नाही नक्कीच!

ॲलिस लिट्झचे आगमन

जूनच्या पाठोपाठ जुलै उजाडला. हवा अगदी दमट आणि ढगाळ होती. रोज माझे इंग्लिशचे तास संपवून मी घरी येई तेव्हा मी फार फार दमलेली असे. एकतर वर्गात मला लक्षपूर्वक ऐकणं फार जड जात असे आणि दुसरं म्हणजे सतत अनेक तास त्याच्यावरच लक्ष केंद्रित केल्यामुळेही असेल पण घरात शिरल्या शिरल्या मी अंथरूणावर स्वत:ला झोकून देई आणि मग चक्क एक दोन तास मला गाढ झोप लागत असे.

एक दिवस तास संपवून येताना मी काही खरेदी करण्यासाठी स्टोअरमध्ये गेले आणि मग घरी थोडी उशीरा परतले. त्या दिवशी माझा पाय दुखत होता. आणि का कोण जाणे पण मनातून मी कशाची तरी काळजी करत होते. त्यामुळे मी आडवी झाले, डोळे मिटले पण गाढ झोपले नाही त्या उलट अर्धवट जागी आणि अर्धवट स्वप्नात मला वाटत होतं की मी ९११ नंबरला फोन करत्येय; पण माझ्या फोनमध्ये हे आकडेच नव्हतेच. बाकी सगळे आकडे होते पण तेच नव्हते. मग अर्धवट स्वप्नात वाटलं की कोणीतरी दार ठोठावतंय, वाजवतंय. आम्हाला काहीतरी तातडीची मदत हवीये. अम्मी कोसळतेय आणि घरात आम्ही दोघीच आहोत.

दारावरची टकटक इतकी वाढली की त्या आवाजाने मी माझ्या स्वप्नावस्थेतून बाहेर आले. मग लक्षात आलं की हे स्वप्न नव्हतं. दार खरोखरीच कोणीतरी वाजवतंय. आजपर्यंत असं दार वाजवून कधीच कोणी आलं नव्हतं. मी जर काही कारणानं आमच्या वर्ल्ड रिलिफच्या मदतनीसाला फोन केलेला असेल तर ती येत असे. पण असं अनपेक्षितपणे कोणीच कधी आलेलं नव्हतं. कारण आम्ही कोणालाच ओळखत नव्हतो.

मी ताडकन् अंथरुणातून उठले. माझा खोटा पाय लावला आणि दाराकडे धाव घेतली. बाहेर वर्ल्ड रिलिफची सुसान स्पिअरी आणि तिच्याबरोबर दोन कोणी तरी अनोळखी अमेरिकन बायका उभ्या होत्या. उंच धिप्पाड, तपकिरी केस, गुलाबी कांती आणि अतिशय हसतमुख.

मी त्यांना आत बोलावलं आणि आमच्या गरीब जुन्यापुराण्या, फाटलेल्या एकमेव कोचावर बसण्याची विनंती केली. घरात एकही खुर्ची नव्हती. त्यामुळे मी उभीच होते. अम्मी पटकन् चहा, फळं आणि कुकीज वगैरे आपल्या पाहुण्यांसाठी घेऊन आली. त्या एकुलत्या एका भांड्यात पाणी उकळून तिनं चहा बनवला आणि पेपर कपमध्ये गाळून पाहुण्यांना दिला. पण तरीही माझ्या आणि अम्मीच्या चेहऱ्यावर आज वेगळंच समाधान होतं की 'आज आमच्याकडे कोणीतरी पाहुणे आले आहेत.' आमच्या अपार्टमेंटमध्ये पाहुण्यांचं असं आदरातिथ्य करण्याची संधी मिळाल्यानं आम्ही अफगाणी असल्याचं काही वेगळंच समाधान मिळालं होतं. आपलं स्वत:चं घर आहे ही भावना सुखावत होती.

अर्थात् एकीकडे ह्या का बरं आल्या असाव्यात? असा मला प्रश्न पडला होता.

सुझाननं त्यांची माझ्याशी ओळख करून दिली, 'ही ॲलिस,' उंच स्त्रीकडे बोट करीत ती म्हणाली. 'आणि ही लॉरेन.' ह्या वर्ल्ड रिलिफच्यासाठी स्वयंसेविका म्हणून काम करतात. आठवड्यातून एकदा येऊन त्या तुला इंग्लिश शिकायला मदत करतील. कशी आहे कल्पना? तुला आवडेल का?'

मी तिच्या ओठांच्या हालचालींकडे लक्ष देऊन ऐकत होते. जवळजवळ तीन महिने त्या इंग्लिशच्या क्लासेसना मी जात होते. त्यामुळे तिच्या बोलण्याचा सारांश मला कळत होता. ह्या बायकांना मला इंग्लिश शिकवण्याची इच्छा होती, हे माझ्या लक्षात आलं होतं. त्यामुळे मी अगदी उत्साहानं त्याला होकार दिला. मला गरज होती म्हणून फक्त मी हो म्हणत होते असं नाही, तर मला शिकवण्याच्या निमित्तानं आठवड्यातून एकदा तरी त्या आमच्या घरी येणार होत्या. कोणीतरी पाहुणे आमच्या घरी येणार होते. एकमेकांशी आम्हाला परिचय करून घेता येणार होता.

त्या दोघींनी मला विचारायला सुरुवात केली. त्या अगदी सावकाश पण स्पष्टपणे उच्चार करत होत्या कारण मला इंग्लिश फारसे येत नाही हे त्यांना ठाऊक होतं. मी अगदी लक्ष देऊन ऐकत होते. त्यामुळे त्या काय विचारताहेत ते मला जवळजवळ सगळं कळत होतं. मी उत्तरही देत होते. पण काय आणि कशी ते आता मला आठवत नाही. त्या संभाषणातून मला काही अर्थबोध होत होता की नाही ते मला आठवत नाही, पण मी काही काळानं ॲलिसला त्याबद्दल विचारलं असता ती म्हणाली, 'अगं, तुझं बोलणं बरोबर होतं. तू सगळ्या प्रश्नांची उत्तरं व्यवस्थित दिलीस. तुला चांगलं बोलता येत होतं.'

पण मला वाटलं की ती अतिशयोक्ती करत्येय. 'मला मिकी माऊस आवडतो' असं मी सांगितल्याचं तिला पक्कं स्मरतंय पण मला मात्र ते काहीही आठवत नाहीये.'

'तुझं नाव काय? तू मुळातली कुठली आहेस? तुझ्या कुटुंबात आणखी कोण

आहेत? तुम्ही दोघीच आहात का? तुम्हाला काय अडचणी येतात? तुला कशाकशाची गरज आहे? आम्ही तुला काय मदत करू?' असं सगळं त्यांनी मला विचारल्याचं तेवढं मला आठवतंय.

मी कशीबशी उत्तरले, 'हो अडचणी तर काय खूपच येतात. सगळ्यात पहिलं म्हणजे प्रवास. या शिवाय सामान आणायला जाणं, डॉक्टरची अपॉइंटमेंट घेणं आणि तिथे वेळेवर हजर राहाणं, ह्या प्रामुख्यानं आहेत.'

पुढे तिनं विचारलं, 'घरासाठी आणखी काही हवं आहे का?'

खरंतर आमच्याकडे काहीच नव्हतं. त्यामुळे त्याचं उत्तर अर्थात 'हो,' खूप काही हवंय असं होतं. क्षणभर मी विचारात पडले की सगळ्यात प्राधान्यानं हवी असलेली एकच गोष्ट सांगायची म्हटली तर ती कोणती? कशाची जास्त गरज होती मग विचार करून मी म्हणाले, 'टेलिफोन.' कदाचित त्या एका गोष्टीनं आमच्या दैनंदिन आयुष्यात खूप फरक पडेल.

तितक्यात त्यांच्यातल्या ॲलिसनं तिच्या बॅगमधून आमच्यासाठी वेगवेगळ्या भेटवस्तू काढल्या उदाहणार्थ, रंगवायची पुस्तकं, क्रेयॉनचे खडू, मार्कर्स ते सगळं तिनं माझ्या हातात ठेवता क्षणीच मला 'क्रिस्तीना'ची आठवण झाली. ती जर्मन स्त्री जिनं मला आपलंस केलं होतं. तिनंही माझ्यासाठी अशाच कलाकुसर करता येण्यासारख्या गोष्टी आणल्या होत्या. ते हातात पडता क्षणीच मी चक्क ते उघडून लगेच रंगवायला सुरुवात केली. मनाला गुंतवून ठेवणाऱ्या अशा गोष्टींसाठीच जणू काही मी भुकेली होते.

तुम्हाला काय वाटतं? की एखाद्या व्यक्तीनं खूप हालअपेष्टा सोसल्या असतील, जुलमातून, दडपशाहीतून स्वत:ची सुटका करून घेतली असेल तर 'मृत्यूच्या तावडीतून आपण सुटलो याबद्दल खुदाचे आभार मानून जिवंत राहिलो हेच खूप झालं.' असं समाधान मानावं आणि गप्प बसावं? त्याला इतर कशाचीच गरज नसते? माणसाचं मन लगेच अस्वस्थ होतं. त्याची भूक शमत नाही. त्याची जिज्ञासा कधी पूर्ण होत नाही. अम्मीबरोबर मी आता छोट्याशा का होईना पण स्वतंत्र अपार्टमेंटमध्ये राहात होते. दु:खातून बाहेर आले होते पण अजूनही काही मला हवंय अशी अपेक्षा करत होते. माझ्या मनाला ज्यानं उभारी मिळेल अशा काहीतरी उद्योगाची मला ओढ लागली होती. मला विरंगुळा हवा होता.

त्या मार्कर्स आणि रंगवायच्या पुस्तकांनी मला खूप आनंद दिला. मी सगळी दुपार चित्रं काढण्यात आणि रंगवण्यात घालवली. त्यात ॲलिसपण सामील झाली होती. अखेर आमच्या पाहुण्यांनी निरोप घेतला; पण त्यांनी पुन्हा दारावर टकटक करावं आणि पुन्हा एकदा पाहुणे होऊन आमच्या घरी यावं. त्यांच्या भेटीचा तो आनंद आपण परत परत अनुभवावा अशी मनाला फार ओढ लागून राहिली.

त्यानंतर काही कौटुंबिक कारणामुळे लॉरेन रिकामी नव्हती. ती लगेच पुढच्या आठवड्यात येऊ शकली नाही. पण ॲलिस आली. तिनं आमच्यासाठी आणलेला टेलिफोन स्वतः बसवून दिला. फोनची सेवा तात्काळ अपलब्ध झाली. अमेरिकेत आल्यापासून आत्ता पहिल्यांदाच आपण ज्या जागत राहातो त्याच्याशी आपला संबंध आहे असं वाटून गेलं.

'आणखी कशाची गरज आहे?' ॲलिसनं विचारलं. काही भांडी, पॅनस्, प्लेट्स अशी स्वयंपाकाची भांडी हवी आहेत असं सांगायचं मी धाडस केलं. ते सगळं तिनं आमच्यासाठी विकत आणलं आणि विचारलं, 'आणखी काय?'

हे सगळं प्रत्यक्षात उतरतंय यावर माझा विश्वासच बसेना. ही कोण देवदूती होती बरं? आणखी पुढे धाडस करून मी जे जे काय हवं होतं ते सगळं सांगितलं आणि ती ही मागणी तिनं पुरी केली.

आत्तापर्यंत आमच्या अंगावर आमचे पारंपरिक अफगाणी कपडेच होते. आमच्याजवळ दुसरे कपडेही नव्हते आणि ते खरेदी करायला पैसेही नव्हते. त्या पोषाखामुळे आम्ही सर्वांपेक्षा वेगळ्या उठून दिसत होतो. आमच्याकडे पाहाणारी प्रत्येक व्यक्ती 'हे परदेशी दिसतात, इथले वाटत नाहीत' असे उद्‌गार काढीत असे. त्याची प्रतिक्रिया म्हणून की काय पण आमच्या चेहऱ्यावर कदाचित वेगळेपणाची भावना दिसत असेल. इथल्या राहणीमानाशी, संस्कृतीशी मिळत्याजुळत्या कपड्यांची ॲलिसन आमच्यासाठी निवड केली. ते घालून जेव्हा बाहेर पडलो तेव्हा त्यांच्यात इतके बेमालूमपणे मिसळून गेलो की त्यांच्यातलेच वाटून गेलो आणि मग सार्वजनिक ठिकाणी अमेरिकन कपड्यात आम्हाला जास्त सुरक्षित वाटू लागलं.

एक दिवस जॉन लिट्‌झनं– ॲलिसच्या नवऱ्यानं येताना आमच्यासाठी टेलिव्हिजन आणला. काबूलमध्ये आमच्या घरी टी.व्ही. होता असं अम्मी म्हणे. पण मला तर कधी तो पाहिल्याचं स्मरत नव्हतं. मी तेव्हा लहान होते, कदाचित. पाकिस्तानात आम्ही टी. व्ही. पाहत होतो. अगदी रोज नाही तरी अधूनमधून. तिथे खूप प्रमाणात क्रिकेटच्या मॅचेस दाखवत असत. आम्हाला क्रिकेटची आवड नव्हती कारण तो खेळ कसा खेळतात, कशी सुरुवात करतात आणि खेळ कधी संपतो याबद्दल आम्हाला काहीच माहीत नव्हतं. क्वचित कधी पाहिलेले इंडियन सिनेमे मात्र आम्हाला आवडत. त्या फिल्मसना 'बॉलिवुड सिनेमे' म्हणत. कारण ते मुंबईत तयार होत. त्यात नाचगाण्यांना खूप प्राधान्य असे. क्वेट्ट्याला पाकिस्तानी फिल्म्स दाखवल्या जात. त्या लाहोरला बनवल्या जातात त्यामुळे त्यांना 'लॉलीवुड फिल्म्स' म्हणत. त्या बॉलिवुड फिल्म्ससारख्याच असत. कारण त्यातही नाचगाणी मोठ्या प्रमाणात असत. पण आम्हाला त्या आवडत.

पण इथे अमेरिकेत अम्मीला टी. व्ही.ची चक्क भीती वाटे. तिनं ऐकलं होतं

की अमेरिकन फिल्म्समध्ये लाजिरवाणे प्रकार असतात. असभ्य गोष्टीही दाखवल्या जातात, ज्या पहाताना आपल्याला खरोखर लाज वाटते. पाकिस्तानी लोकांच्या मते अमेरिकन टी. व्ही. वरच्या गोष्टी इतक्या अश्लील असतात की असलं एखादं जरी दृश्य माझ्यासारख्या तरुण मुलीनं जर पाहिलं तर ती खरोखरच बिघडेल. त्यामुळे सुरुवातीला अम्मी मला टी. व्ही. लावूच देत नसे. त्या भीतीपोटी अशा गोष्टी पाहाण्यापेक्षा आम्ही चॅनेल बदलत असू किंवा टी. व्ही.च बंद करत असू.

दिवसभर माझी इंग्लिश शिकण्याची झटापट चाले आणि जोडीला अमेरिकेतल्या दैनंदिन जीवनक्रमाशी जुळवून घेताना होणारी कुतरओढ या सगळ्यात मला थोडा बदल हवा असे. त्यामुळे मी रात्री टी. व्ही. पाहत असे. बऱ्याच प्रयत्नांनंतर टी. व्ही. लावण्यासाठी अम्मीचं मन वळवण्यात मला यश आलं. पण ती माझ्या शेजारून हलत नसे. मी काही अनैतिक गोष्टी पाहत नाही ना यावर ती लक्ष ठेवून असे. रात्री अगदी खूप उशीरापर्यंत टी.व्ही. पाहण्याची मला मोकळीक नव्हती आणि मी एकटीनं टी. व्ही. पाहणंसुद्धा अम्मीच्या तत्त्वात बसणारं नव्हतं.

अर्थातच ती अजूनही तिच्या या मतांना चिकटून आहे. फरक इतकाच की हल्ली रोज रात्री आम्ही टी. व्ही. पाहतो. ॲलिस आणि जॉन ह्यांनी एक दिवस केबलची एक योजना आमच्यासाठी आणली. त्याचं नाव 'फॅमिली पॅकेज'. माझ्या सारख्या तरुण मुलींनी पाहिले तरी चालतील असेच कार्यक्रम त्यात दाखवले जातात. 'फिअर फॅक्टर' नावाचा त्यातला एक कार्यक्रम आता मी रोज न चुकता पाहते. त्यात बक्षिसं जिंकण्यासाठी अप्रचलित गोष्टी करून दाखवायची स्पर्धा असते. बरीच लोकं त्यात भाग घेतात. उदा. मुंग्या किंवा गोगलगायी खाणे. म्हणजे ते बघताना खरं म्हणजे पोटात ढवळतं पण तरीही मला त्यात गंमत वाटते.

वेगवेगळे खाद्यपदार्थ कसे करावेत असा एक कार्यक्रम असतो. तो अम्मीला फार आवडतो. 'फिअर फॅक्टर' पेक्षा तो अगदीच वेगळा असतो. एका चॅनेलवर कपडे किंवा इतर गोष्टी वस्तूंची खरेदी विक्री चालते. तेही अम्मीला पाहायला आवडतं. ते ती अगदी मनापासून बघते.

हल्ली तर ती मला 'न्यूज' बघू देते. खरं बोलायचं झालं तर तिचा अगदी 'न्यूज पाहावी' असा आग्रहच असतो. ती स्वतः न्यूज अगदी उत्सुकतेनं पाहते. अगदी मी तेव्हा तिथे हजर नसले तरी आमच्या जगाविषयीच्या 'न्यूज' कडे तिचं बारीक लक्ष असतं. पाकिस्तान अथवा अफगाणिस्तानच्या बातम्या जर त्यात असतील आणि मी खोलीत नसेन तर ती जोरात ओरडून 'फराह, काबूल दाखवताहेत. लवकर ये. काय सांगतायेत बघ' असं मला सांगते. आम्हाला आता इथे आल्याला तीन वर्षं झालीत पण ती अद्यापही फारसं इंग्लिश बोलत नाही. अगदी काही थोडे शब्द बोलते. मी सगळ्याचा अनुवाद करावा असा तिचा आग्रह असतो.

नवीन भांडीकुंडी, प्लेट्स, फोन, कपडे, टी.व्ही. या सगळ्यांनी आमच्या आयुष्यात बदल घडवून आणला. पण सगळ्यात महत्त्वाचं म्हणजे ॲलिसच्या येण्यानं आमच्या आयुष्याला वेगळाच अर्थ प्राप्त झाला. आठवड्यातून एकदा येण्याचाच मुळात तिनं वायदा केला होता. पण ती वरचेवर येऊ लागली, त्याला आता कितीतरी काळ लोटलाय.

बऱ्याचशा लोकांशी मी सहजपणे गप्पा मारू शकत नाही. मला संवाद साधणं नीट जमतच नाही. मोठ्या जमावात तर मला तोंड उघडायची लाजच वाटते आणि मग माझे विचार माझ्या मनातच राहातात; पण ॲलिसनं माझ्याकडून काही गोष्टी काढून घेतल्या. मला आपले प्रश्न सांगायला लावले. मला बोलतं केलं. मला आत्मविश्वास मिळवून दिला. ॲलिसचे डोळे विलक्षण बोलके आहेत. तिनं आमच्या घरात पाऊल ठेवलं तेव्हाच तिच्या चेहऱ्यावरच्या त्या जादुई हास्यामुळे मला माझं हृदय तिच्यापुढे मोकळं करावंसं वाटलं. तिनं विचारलं, 'तुम्ही कोठून आलात?' तेव्हा माझा सगळा पूर्वेतिहास मला तिला सांगावासा वाटला. अगदी आमच्या प्रथम भेटीनंतर जेव्हा ती गेली तेव्हासुद्धा मी अंतर्बाह्य थरथरत होते. मी मनाशी म्हटलं, 'हिच्याजवळ मी न लाजता बोलू शकेन. मी माझं मन हिच्यापाशी मोकळं करेन. मी कशी आहे, कोण आहे हे ती समजून घेऊ शकेल. आमची मैत्री शेवटपर्यंत राहील.'

आम्ही एकमेकींच्या संगतीत वेळ घालवू लागलो आणि माझं इंग्लिश झपाट्यानं सुधारू लागलं. सर्व विषयांवर आम्ही चर्चा करीत असू त्यामुळे त्यासाठी लागणारे शब्द मला येऊ लागले. बागेत तण फोफावतं ना त्याप्रमाणे माझ्या शब्दकोशात भर पडू लागली. प्रश्न विचारण्यासाठी ॲलिस मला प्रोत्साहन देई आणि कितीही फाटे फुटले तरी माझी जिज्ञासा पूर्ण करण्यासाठी धडपडे. अमेरिकन प्रथा आणि संस्कृती याविषयी खूप माहिती पुरवून अमेरिकन जीवन पद्धतीशी कसं जुळवून घ्यायचं ते तिनं सांगितलं. इथे कोणते सणवार असतात आणि ते कसे साजरे केले जातात, हॉटेलमध्ये गेल्यावर कसं वागावं हे तिनंच शिकवलं. जेवताना नॅपकिन मांडीवर कसा पसरावा हे मी तिच्याकडून शिकले. ह्या गोष्टी मला ह्या पूर्वी ठाऊकच नव्हत्या.

एखाद्या लग्न समारंभाला जायचं झालं तर पार्टीत भेटवस्तू घेऊन जात नाहीत हे तिनं मला समजावलं. नवरी तिथल्या एखाद्या स्थानिक स्टोअरमध्ये जाऊन तिला तिच्या घरासाठी हव्या असलेल्या वस्तूंची यादी तिथे देऊन येते. मग पाहुण्यांनी तिथे जाऊन त्यातील एखादी वस्तू विकत घ्यायची. त्या खरेदी केलेल्या वस्तूंची यादी स्टोअरवाला त्या नवरा-नवरींना देतो म्हणजे मग त्याच त्याच वस्तू भेट म्हणून मिळण्याची शक्यता राहात नाही. बापरे! सगळं किती योजनाबद्ध!

इच्छित स्थळी इच्छित व्यक्तींशी भेटण्याचे संकेत कसे ठरलेले असतात, हे ॲलिसनं मला समजावून सांगितलं. मुख्य म्हणजे असं दोन व्यक्ती बाहेर गेल्या तर

याला काही भानगड वगैरे समजत नाहीत इतर लोक. ही अगदी सर्वसाधारण प्रथा आहे. एखादा तरुण पुरुष आणि एखादी तरुण स्त्री एकटेच त्यांच्या अम्मी आणि अब्बूंशिवाय किंवा इतर कोणीही वडीलधाऱ्या व्यक्तीशिवाय बाहेर भेटू शकतात आणि ह्यात काही कोणी विशेष आहे असं मानत नाहीत. खरं तर अमेरिकन लोक सगळे असेच भेटतात. हा शोध मला नवीनच होता.

ॲलिस आणि जॉन कसे भेटले आणि जॉननं तिला मागणी कशी घातली ह्याची मला उत्सुकता होती. तिनं सगळी गोष्ट सांगितली ती अशी.

ते दोघं कॉलेजमध्ये भेटले. ॲलिसच्या एका मित्राच्या मित्र म्हणजे जॉन. ॲलिसच्या 'त्या' मित्रानं ॲलिसला एक दिवस विचारलं, 'आज रात्री माझ्याबरोबर ड्रिंक घ्यायला येशील का? माझे काही मित्रसुद्धा येणार आहेत.' जॉन त्यांच्यापैकीच एक होता. तेव्हा त्यांची प्रथम भेट झाली. मग त्यांच्या वारंवार भेटी होऊ लागल्या. म्हणजे आता फक्त ते दोघेच भेटत.

शेवटी एका रात्री जेवण्यासाठी जॉननं तिला निमंत्रण दिलं. तेव्हा ॲलिसलाही आज रात्री बहुधा हा आपल्याला मागणी घालणार अशी शंका आली होती. पण जॉन फार लाजाळू होता आणि त्या रात्री तो नेहमीपेक्षाही जास्तच गप्प होता. हिला मागणी कशी घालावी या विचारानं थोडा अस्वस्थसुद्धा होता. जेवतानाही तो गप्पगप्पच होता. जेवण आटोपल्यावर ते तसेच तिथे बसून इतर फालतू गोष्टीच बोलत राहिले आणि जो मुख्य प्रश्न होता ते विचारायचं धाडस जॉनन केलं नाही. असेच तीनचार तास निघून गेले. ॲलिसला राग आवरेना. तिनं म्हटलं, 'शी, मला कंटाळा आलाय. घरी जावंसं वाटतंय. तुला काही बोलायचं असलं तर लगेच आत्ताच बोल.'

मग कसंबसं चाचरत तो पुटपुटला, 'माझ्याशी लग्न करशील?' अशा तऱ्हेनं सगळं पार पडलं. मग त्यांची सगाई झाली आणि वर्षभरानं निकाह.

पहिल्यावर्षी 'थँक्स गिव्हिंगला' ॲलिसनं तिच्या घरी येण्याचं आम्हाला निमंत्रण दिलं होतं. टर्की मी कधीच पाहिलेला नव्हता आणि टर्की म्हणजे काय हेच मला ठाऊक नव्हतं. इतका मोठा पक्षी असेल असा विचारसुद्धा माझ्या मनात का आला नव्हता. अम्मी तर हे असलं काहीच खात नाही. हे डुक्कर नाही कारण याला पंख आहेत इतकं तिच्या लक्षात आलं होतं. इस्लामच्या प्रथेनुसार मारलेला हा प्राणी/पक्षी नाही तेव्हा हे हलाल मटण नाही हा तिचा कयास बरोबर होता. तिनं आपले उकडलेले बटाटे आणि भाज्याच फक्त खाल्ल्या. ते तिला आवडलंही. थँक्स ग्रिव्हिंगविषयी बरीच माहिती मला ॲलिसकडून कळली आणि त्या संदर्भातले काही नवे शब्दही मला तिच्यामुळे माहीत झाले.

एखाद्या भाषेवर जेव्हा आपल्याला प्रभुत्व मिळवायचं असतं तेव्हा तुम्हाला जर ती भाषा बोलण्याची संधी मिळाली आणि का कू न करता न घाबरता तुम्ही

बोलण्याचा प्रयत्न केलात तर ती भाषा तुम्ही लवकर शिकू शकता. वर्गात मला बोलण्याची संधी फारशी मिळत नसे. शिक्षक कसं बोलताहेत इकडे लक्ष देण्यातच माझा सगळा वेळ जाई. जेव्हा वर्गात कधी काही आपले विचार व्यक्त करण्यासाठी सांगितलं जायचं तेव्हा अनेक लोक भोवती असत. सगळ्यांच्या नजरा आपल्यावर खिळलेल्या आहेत या विचारानं आपल्याला नीट बोलता येईल ना? आपण काही चूक तर करणार नाही ना? नाही तर सगळे आपल्याला हसतील असं एक दडपण यायचं. पण या उलट आपल्या मित्रमैत्रिणींशी बोलायचा प्रयत्न केला तर भाषेत चांगली प्रगती होते. आपल्या भावना जास्तीतजास्त चांगल्या पद्धतीनं व्यक्त करायचा प्रयत्न केला की मग भाषा चांगली आत्मसात होते. त्यामुळे ॲलिसबरोबरच्या संभाषणामुळे माझं इंग्लिश खूपच सुधारलं. म्हणजे इंग्लिश कोर्सला प्रवेश घेतल्यापासून तीन महिन्यात जितकी प्रगती झाली होती त्यापेक्षा कितीतरी अधिक प्रगती ॲलिसशी बोलून झाली.

म्हणजे ॲलिसनं फक्त माझं इंग्लिश सुधारावं यासाठी प्रयत्न केले असं सांगण्याचा माझा हेतू नाही. खरंतर आमच्या परिस्थितीतून बाहेर काढण्यासाठी जे काही प्रयत्न किंवा मदत करायला हवी होती. ते सगळं करताना तिनं मागं पुढं पाहिलं नाही. जणू काही ही आपलीच जबाबदारी आहे ह्या जाणीवेनं तिनं स्वत:ला यात झोकून दिलं. तिनं खरोखर सर्वार्थानं आम्हाला वाचवलं.

खाद्यपदार्थ मिळवताना काय अडचणी येताहेत ते लक्षात आल्याबरोबर ती स्वत: दुकानात जाऊन सगळा किराणामाल आमच्यासाठी आणू लागली किंवा कधी कधी ती स्वत: मला घेऊन स्टोअरमध्ये जात असे. आणि बराचसा किराणामाल, धान्य आणि इतर गोष्टी खरेदी करून कारमधून मला अपार्टमेंटमध्ये घेऊन येत असे.

अम्मीला वैद्यकीय मदतीची गरज आहे हे लक्षात आल्यावर मी स्वत: डॉक्टर बरोबर अपॉइंटमेंट घेऊन देत असे आणि अम्मीला त्या वेळेला तेथे घेऊन जात असे. सतत सिगारेटी फुंकणाऱ्या दारू पिणाऱ्या गलिच्छ टॅक्सीवाल्यांपासून ॲलिसनं आमची सुटका केली. आमच्या अपॉइंटमेंटच्या वेळी ती स्वत: हजर राहून डॉक्टरना विविध प्रश्न विचारी. ते प्रश्न कसं विचारावेत हाच आम्हाला प्रश्न पडे, खरं सांगायचं तर 'काय काय विचारायला पाहिजे' हेच आम्हाला ठाऊक नसे आणि ते सगळं ती डॉक्टरना विचारीत असे. चांगल्या प्रतीची वैद्यकीय सुविधा केवळ ॲलिसमुळेच आम्हाला मिळू शकली. कारण ॲलिस नसती तर आमच्याविषयीची फारशी माहिती डॉक्टरांना मिळालीच नसती. नाहीतर वैद्यकीय उपकरणांद्वारे जे काय निदान होईल त्यावरच त्यांना पूर्णपणे अवलंबून राहावं लागलं असतं. त्या दिवसात अम्मीला वारंवार अस्थमाचा त्रास होई. अगदी वाट्टेल त्या वेळेला मला तिला हॉस्पिटलमध्ये घेऊन जावं लागत असे. त्या प्रसंगात ॲलिसनं मला कधीच नाही

म्हटलं नाही. मध्यरात्री एक दोन वाजतासुद्धा मी फोन केला तर माझ्या हाकेला ती धावून येत असे.

अजूनही मी तो जर्मनीतलाच खोटा पाय वापरत होते. तो बनवल्याला आता पाचपेक्षा जास्त वर्षं झाली होती. तो आता अगदी जुना झाला होता आणि केव्हाही निखळून येत असे. पण नवा कसा करणार? मला काही सुचत नसे. झैनाब आमच्यासाठी काम करत असतानाच तिनं मला एकदा त्या लॅबची अपॉइंटमेंट मिळवून दिली होती. त्या एका टॅक्सीवाल्यामुळे ती चुकली होती. तरीही तिनं मोठ्या मनानं मला दुसरी अपॉइंटमेंट मिळवून दिली होती. टॅक्सीचीही व्यवस्था केली होती. दुसऱ्यावेळी मी वेळेवर पोहोचले होते. पण अशा कृत्रिम अवयवांसाठी तुम्हाला पैशाची मदत मिळू शकणार नाही हेच फक्त ऐकायला मिळालं होतं. त्यामुळे त्यातून काहीच निष्पन्न झालं नाही.

पाकिस्तानात बनवलेलं ते बेढब पाऊल लावून मी लंगडत लंगडत चालत्येय हे जेव्हा ॲलिसच्या लक्षात आलं तेव्हा तिनं ते काम मनावर घ्यायचं ठरवलं. असे कृत्रिम अवयव बनवणारं एक चांगलं ठिकाण किंवा लॅब म्हणू या हवं तर तिनं शोधून काढली आणि त्यांनी सांगितलेली रक्कम कशी देता येईल याची पण एक योजना तयार केली. मगच ती मला तिथं घेऊन गेली. त्या वर्षाच्या अखेरीला मला नवीन चांगला पाय आणि नीट मापात बनवलेलं योग्य असं पाऊल मिळालं. थोडक्यात आम्ही स्वत:साठी जितके कष्ट घेत होतो तितकेच ॲलिस आमच्यासाठी घेत होती. माझ्या मनात पुन्हा पुन्हा विचार येई की, 'चला, माझं असं आता कोणीतरी आहे.' ॲलिस आम्हाला भेटली नसती तर आमचं काय झालं असतं?

ॲलिस आणि जॉन भेटण्यापूर्वी मी आणि अम्मी आमच्याच अडाणीपणातून निर्माण झालेल्या कैदखान्यात खितपत होतो. ॲलिसनंच त्या कैदखान्याच्या बेड्या तोडून आम्ही आता राहात असलेलं नवं जग आम्हाला दाखवलं. एकदा त्या दोघांनी 'ट्युलिप फेस्टिवल' साठी आम्हाला हॉलंड, मिशिगनची सफर घडवली. आम्ही मनमुराद भटकलो. इतक्या सुंदर बागा मी आजवर कधी पाहिल्या नव्हत्या. बॉलिवुडच्या एका सिनेमात एक मुलगी ट्युलिपच्या ताटव्यात गाणं म्हणत असते, असं दृश्य मी पाहिलं होतं. त्याचीच मला आठवण झाली. हॉलंडच्या ट्युलिप फेस्टिवलमध्ये जणू काही 'ती' मुलगी म्हणजे 'मी'च होते.

आणखी असंच एकदा जॉन आणि ॲलिसबरोबर मी शिकागोतलं 'फिल्ड म्युझिअम' पालथं घातलं. तिथल्या अनेक गोष्टी मी विस्फारलेल्या नजरेनं पाहिल्या. खूप मजेदार गोष्टी होत्या. तो सगळा अनुभव घेताना माझं मन पुन्हा काही काळ मागे गेलं. मी पुन्हा ती दुसरीच्या वर्गातली छोटी मुलगी झाले. आमची ती लाडकी शिक्षिका 'मालिम साहिब' ताऱ्यांविषयी सांगत असलेल्या गोष्टी आम्ही ज्या उत्सुकतेनं

ऐकत असू तसाच काहीसा भास मला पुन्हा झाला. सुरुंगाच्या स्फोटानं हातून निसटलेला तो धागा पुन्हा पकडून माझं आयुष्य नव्यानं सुरू होतंय असं क्षणभर वाटून गेलं. त्या म्युझिअमनं माझ्यापुढे सगळं जग उलगडून ठेवलं. जग किती अवाढव्य आहे आणि त्याच्या पोटात काय काय दडलंय?

पोटात भुस्सा भरलेले सगळ्या जगभरातले प्राणी तिथे होते. जंगलात कोणत्या प्रकारचे प्राणी राहातात, वाळवंटात कोणते प्राणी सापडतात, उंचच उंच डोंगरावर राहाणारे प्राणी कोणते आणि समुद्राच्या पोटात असलेले प्राणी कोणते हे सगळं त्या त्या ठिकाणच्या परिसरात न जातासुद्धा मला कळलं.

फिल्ड म्युझिअममध्ये 'ममीज' सुद्धा होत्या. मी मात्र ह्या ममीजविषयी यापूर्वी कधीच काही ऐकलेलं नव्हतं. अशातऱ्हेच्या ममीज जगात अस्तित्वात असतील अशी मला सुतराम कल्पना नव्हती. पण इथं त्या खरंच होत्या. ज्या देशातल्या त्या होत्या त्या इजिप्तचे काही फोटोही तिथे होते. प्राचीनकाळी इजिप्शियन लोकांनी बनवलेले पिरॅमिड्स, देवालय आणि काही व्यक्तींची स्मारक यांचेही अनेक फोटो मी तिथे पाहिले. प्राचीनकाळी इजिप्शियन जनतेची राहणी कशी होती, त्यांचा कशावर विश्वास होता, त्यांचे राजे आणि तेथील प्रसिद्ध व्यक्तींच्या ममीज त्यांनी कशा केल्या याची तपशीलवार माहिती मला मिळाली. जगात दुसरे अनेक देश आहेत. तेथील लोक आगगाड्या चालवतात, डोक्यावर काहीही आच्छादन न घेता वावरतात, त्यांच्या भाषा आपल्या भाषेपेक्षा वेगळ्या असतात हे सगळं ऐकून मी इयत्ता दुसरीत असताना फार आश्चर्य करत असे. पण त्या माझ्या तेव्हाच्या चिमुकल्या जगापेक्षाही अधिकच हे जग अतिशय विविधतेनं आणि समृद्धतेनं नटलेलं आहे हा नवा शोध कल्पनातीत होता.

हे म्युझिअम ज्या भागात आहे त्या भागातलं लोकांचं आयुष्य दोनशे वर्षांपूर्वी कसं होतं हे दाखवणारे प्रसंग त्यांनी मोठमोठ्या दालनातून मांडले होते. तेव्हा तेथील स्थानिक रहिवासी कसे राहात – त्यांची घरं प्राण्यांच्या कातड्यांची बनवलेली असत, त्यांचे कपडे फरचे असत, बांबूपासून हाडापासून बनवलेली हत्यारं ते वापरत. धनुष्यबाण वापरून ते प्राण्यांची हत्या करत, झाडांच्या खोडांपासून बनवलेल्या तराफ्यांवर बसून ते नदी ओलांडत हे सगळे प्रसंग त्यांनी अगदी जिवंत केले होते.

खोलीसारख्या मोठ्या खोक्यात चित्रित केलेले हे दैनंदिन आयुष्यातले प्रसंग 'त्या' काळाच्या टप्प्यावर जणू गोठवून ठेवलेले होते. त्यातील पात्रांच्या प्रतिकृती अगदी खऱ्याखुऱ्या वाटत होत्या. पारंपरिक पोषाख त्यांच्या अंगावर चढवलेला होता. खऱ्याखुऱ्या वस्तू अगर पडाव, धनुष्य, कुऱ्हाडी यासारखी खरी हत्यारं त्यांच्या हातात होती. ते सगळं फार अद्भुत होतं. हे म्युझिअम ज्या जागी आता उभं आहे, तिथल्या रहिवाशांचं आयुष्य असं होतं म्हणजे फक्त काही वर्षांपूर्वीच –

अतिप्राचीन काळी नव्हे हे जाणून घेताना फार मजा वाटत होती. ते सगळे अमेरिकन होते. म्हणजे मूळचे अमेरिकन – पण इतके मागासलेले किंवा अप्रगत अगदी अफगाण्यांच्या तुलनेतसुद्धा. विज्ञान यंत्र, आधुनिक तंत्रज्ञान हे सगळं ब्रिटिश तिथे येईपर्यंत त्यांना ठाऊकच नव्हतं. काही संस्कृती टिकाव धरतात, फोफावतात, तर काही तग धरू शकत नाहीत आणि काळाच्या उदरात गडप होतात, ह्या विचारात मी अंतर्मुख झाले. अमेरिका आणि अफगाणिस्तान यांच्यात एवढी तफावत का? या विचारानं मला अस्वस्थ केलं. माझी मायभूमी इतक्या संकटात का रुतली आहे? आमचे स्वत:चे प्रश्न सोडवण्यात आम्ही अपयशी का?

डॉयनॉसोर सुद्धा मी ह्या म्युझिअममध्ये पाहिले. अमेरिकेत येण्यापूर्वी मी कधी त्या प्राण्याचं नावही ऐकलं नव्हतं. या महाकाय प्राण्यांचे सांगाडे, आणि त्यांच्या प्रतिकृती मी पहिल्यांदाच पाहत होते. डायनॉसोरची हाडं ज्यांना प्रथम सापडली त्यावरची फिल्मही मी पाहिली. ते सगळं काम त्यांना किती काळजीपूर्वक करावं लागलं हे पाहून आपण आश्चर्यचकित होतो. जमिनीत त्यांना असे जे अवशेष सापडले – कदाचित ती हाडंसुद्धा असतील – ते तुटू नयेत, त्यांचा चुरा होऊ नये म्हणून अतिशय नाजूक ब्रशनं त्यांनी कशी स्वच्छ केली ह्या सगळ्या गोष्टींनी मी फार प्रभावित झाले.

त्या म्युझिअमला आम्ही भेट दिली आणि त्यानंतर थोड्याच दिवसांनी मी डायनॉसोरवरची एक फिल्म टी. व्ही. वर बघितली. त्यावेळी माझ्याबरोबर ॲलिससुद्धा होती. त्या रात्री स्वप्नातसुद्धा मला डायनॉसोर दिसत होता. तो ज्या जंगलातून धावत होता, त्या जंगलात मी सुद्धा होते. तो माझाच पाठलाग करत होता. मी अगदी सर्व ताकद पणाला लावून पळायचा प्रयत्न करत होते. तो माझ्याजवळ पोहोचला नाही ना हे पाहायला मी डोकं वळवलं, त्याचवेळी एक सफाईदार वळण घेऊन त्यानं हवेत उंच उडी मारली आणि तो माझ्या रोखानं येऊ लागला. त्याच्या महाकाय सावलीत सूर्य झाकला गेला. ती सावली हळूहळू खाली माझ्याकडे येऊ लागली आणि धडाम्! त्याच्या शरीराच्या धक्क्यानं मी एकदम जागी झाले.

त्या हिसक्यानं मी जागी झाले कारण माझा टेडी बेअर शेल्फमधून माझ्या मानेवर पडला होता. माझ्या त्या अर्धवट गुंगीत मला तो अजूनही डायनॉसोरच वाटत होता. माझी आणि त्याची झटापट झाली. मी त्याला ठोसे लगावले. अत्यंत भयभीत होऊन मी त्याला जोरात फेकलं. भिंतीवर आपटून तो धाडकन् जमिनीवर पडला. दुसऱ्या दिवशी सकाळी मात्र मी त्या बिचाऱ्याला उचलून त्याची क्षमा मागितली.

अशा रितीनं माझ्या दिवास्वप्नांच्यात डायनॉसोरची भर पडली. पण खरं तर जागेपणी मला ते लक्ष वेधून घेणारे प्राणी वाटत. हल्लीच्या जगातल्या प्राण्यांपेक्षा

ते इतके वेगळे का? त्यांचं अवाढव्य आणि विचित्र शरीर! सगळ्यात गमतीचा भाग म्हणजे आता असे प्राणी अस्तित्वात नाहीत. एकेकाळी पृथ्वीवर त्यांची संख्या भरमसाठ होती. त्यांना कोणी तुल्यबळ नव्हतं आणि आता मात्र त्यांचा कोठेही मागमूस नाही, हे अगदी आश्चर्यकारक आहे. अशा माहितीमुळे आपल्या विचारांना चालना मिळते. कोणत्या गोष्टी टिकाव धरू शकत असतील आणि कोणत्या नाही याचा आपण विचार करू लागतो.

असंच एकदा जॉन आणि ॲलिसनं मला मिशिगन लेकमध्ये सेलिंगला नेलं होतं. जॉनच्या भावाची शिडाची बोट होती. उन्हाळ्यात एकदा दुपारी आम्ही सेलिंगला गेलो होतो. सेलिंगपूर्वी त्यांनी मला एक औषध दिलं होतं – सेलिंगचा त्रास होऊ नये म्हणून जे घेतात ते. पण तसं म्हटलं तर मला त्रास झाला नाही आणि मी अगदी धीटपणे सेलिंग केलं. आम्ही लेकमध्ये इतके आतपर्यंत बोट घेऊन गेलो की कोणत्याही दिशेला जमीन दिसेना. बोट वाऱ्याच्या दिशेनं वाऱ्यात ढकलली जात होती. त्यामुळे फारसा वेग नव्हता पण बोट इतकी वर खाली होत होती, मागे पुढे होत होती की ह्या सततच्या हालचालीनं मला चक्करल्यासारखं वाटू लागलं. विशेषत: मी रेलिंगला धरून उभी राहून बाहेर पाहू लागले त्या वेळी तर जास्तच पोटात ढवळत होतं. तिकडे मी लक्ष देऊ नये म्हणून ते दोघं मला सारखं खाऊ घालत होते. पण त्याचा काही उपयोग झाला नाही. पण हा सगळा अनुभव अगदी रोमांचकारी होता. नंतर माझ्या लक्षात आलं की, मी इतकी दमून गेले होते की घरी परतल्याबरोबर मी गाढ झोपून गेले. जवळजवळ दोन दिवस मला झोपच येत होती. मला धड उभं राहवत नव्हतं. याचा अर्थ त्या औषधाचा उपयोग झाला होता. मी मात्र पुन्हा सेलिंगला कधी गेले नाही. एक दिवस असं सेलिंग केल्यावर पुढचे दोन दिवस असे वाया जाणार असतील तर हा उद्योग काही फायदेशीर नाही असं माझ्या लक्षात आलं.

ॲलिसचा नवरा जॉन याच्याशी माझी अगदी छान मैत्री आहे. तो अगदी उमद्या स्वभावाचा, तरतरीत आणि खूप कष्टाळू आहे. मी त्याच्याबरोबर बरेचदा वेळ घालवते. एका उन्हाळ्यात तो रोज मला शाळेत पोहोचवायला येत होता. तो गाडी चालवत असताना आम्ही खूप वेगवेगळ्या गोष्टींवर चर्चा करायचो. जॉनचा स्वत:चा व्यवसाय आहे. व्यवसायातले अनुभव तो मला सांगतो. ते ऐकताना मला मजा वाटते. कोणी सांगावं काही दिवसांनी मी सुद्धा स्वत:चा व्यवसाय सुरू करीन. तो त्याच्या व्यवसायानिमित्त खूप ठिकाणी फिरत असतो. तिथले अनुभव परत आल्यावर त्याच्याकडून ऐकायला मला फार आवडतं आणि तो ही उत्साहानं मला सगळं ऐकवतो.

जॉनला गोल्फ खेळायला आवडतं. मीही त्याच्याबरोबर गोल्फ बघायला जाते.

मलाही त्यानं गोल्फ शिकवलंय. 'पण मला नीट जमतं की नाही?' असं विचारलं की तो सांगतो, 'अगं, तुला जमतंय, तुला कसं खेळायचं ते कळलंय.' मला बॉल जोरात मारणं जमतं पण तो खूपच उंच जातो.'

पिंगपाँग खेळण्यातली मजासुद्धा मी जॉनबरोबर लुटल्येय. पण कदाचित जॉननं शिकवल म्हणून असेल.

जॉन आणि ॲलिसला एक मुलगी आहे. तीही स्वभावानं चांगली आहे; पण माझा आणि तिचा फारसा परिचय नाही. कारण ती मोठी आहे आणि स्वतंत्र राहाते पण ती चांगली आहे हे मी खात्रीनं सांगू शकते कारण ॲलिसनं माझे कितीही लाड केले तरी तिला कधीच मत्सर वाटत नाही. पण माझ्या अम्मीनं जर असं कोणाचं कौतुक केलं असतं ना तर माझं अगदी नक्कीच पोट दुखलं असतं. तिच्या अम्मीचं प्रेम (ॲलिसचं प्रेम) माझ्या वाट्याला आलं यासाठी खरं तर मी ॲलिसच्या मुलीची फार फार आभारी आहे.

मी तशी खंबीर आहे. माझ्याकडेही जबर इच्छाशक्ती आहे. मला खूप खूप शिकायचंय. पण ॲलिस आणि जॉन भेटले नसते तर मी लटपटले असते. मला प्रोत्साहन देणारं कोणीच नव्हतं. माझ्या पदरी मग कदाचित निराशा आली असती. जगण्याची इच्छाशक्ती मी गमावत होते. ती मला जॉन आणि ॲलिस लिट्झनं परत मिळवून दिली. त्यांनी माझ्यावर खूप माया केली, माझे खूप लाड केले. सर्वार्थानं माझ्याकडे लक्ष पुरवलं. म्हणजे माझ्याकडे इतकं असं लक्ष आम्ही सगळे एकत्र होतो तेव्हा माझ्या कुटुंबानं सुद्धा कदाचित दिलं नसतं.

प्रामाणिकपणे कबूल करायचं झालं तर मला त्यांनी चक्क बिघडवून ठेवलंय. मी एखादी गोष्ट चांगली केली तर हे दोघं माझं अगदी भरभरून कौतुक करतात इतकंच नव्हे तर एखादी गोष्ट मला नीट जमली नाही तरी त्याकडे बघण्याचा त्यांचा दृष्टिकोन सकारात्मकच असतो. समजा मी एखादं चित्र काढलं तर ते फारसं चांगलं आलं नाही आहे एवढं मला कळतं. तेवढी नजर मला आहे. पण हे दोघं लगेच म्हणतील, 'तू अगदी उत्तम कलाकार आहेस. तुला फार चांगली समज आहे.'

'तू सुरेख आहेस, तुझ्यात गोडवा आहे.' असं मला हे दोघे सारखं म्हणत असतात. प्रेमानं 'हनी, स्वीटी' म्हणतात मला. त्यांनीच मला जगण्याची हिंमत दिली, उमेद दिली. खूप खूप प्रेम आहे माझंही त्यांच्यावर अल्लाची मर्जी असेल तर मी ही एक दिवस अशीच खंबीर, हिंमतवाली होईन. यशस्वी होईन. ॲलिस आणि जॉन जेव्हा वयस्क होतील तेव्हा त्यांची प्रेमानं काळजी घेणारं कोणीतरी मायेचं माणूस जवळ हवं. ते मी होईन. त्यांच्याकडे लक्ष देईन, त्यांनी माझ्यासाठी जितकी धडपड केली त्याची उतराई होण्याची संधी मला माझा खुदा देईल.

मी लहान असताना आमच्या मोठ्या कुटुंबात सगळे एकमेकांची काळजी घेत;

पण माझ्याकडे कोणी विशेष असं लक्ष कधी पुरवल्याचं मला आठवत नाही. प्रामाणिकपणे बोलायचं तर लहान मुलांकडे असं खास वैयक्तिक लक्ष पुरवण्याची अफगाणिस्तानात प्रथाच नाही. आमच्या कुटुंबात मी पाच भावंडातली एक होते. इतकंच नव्हे तर इतरही अनेक लहान मुलं माझ्या कुटुंबात होती, माझ्या आत्याची, काकाची. नंतर सुरुंगावर माझा पाय पडला त्यावेळीही माझं कोवळंच वय होतं. मी माझ्या कुटुंबाला माझ्या त्या विश्वाला दुरावले. पाठोपाठ मी माझ्या सबंध कुटुंबालाच गमावलं. मी पाकिस्तान गाठलं. ह्या सगळ्या प्रसंगात मी मोठी होत होते, पण त्या वाढत्या वयात काळजी घेणारं, प्रेम करणारं माझ्याजवळ होतंच कोण? अनेक दुःख पचवलेलं माझं बालपण अगदी एकाकी होतं. बालपण मी अभावानंच उपभोगलं. पाठोपाठ आलेल्या दुःखद घटनांनी माझं बाल्यच हिरावून घेतलं. मी अकाली प्रौढ झाले. खरं तर मी आता त्याच्या पलीकडे गेल्येय पण माझं हरवलेलं बालपण काही अंशी परत मिळवून दिलं, ॲलिस आणि जॉनच्या प्रेमानं. ती कधी कधी त्यांच्या संगतीत पोरकटपणा करते. चक्क लहान मुलासारखे हट्ट करते. अगदी वेड्यासारखी सुद्धा वागते कधी कधी. मला माझं बालपण उशीरा का होईना पण उपभोगता येतंय. कधीच न मिळण्यापेक्षा ते बरं ना! त्यांच्या सहवासात असताना मी आता एक तरुणी आहे हे सुद्धा विसरून जाते. मी आता मोठी समज आलेली मुलगी आहे; पण वयाला साजेसं वागलं पाहिजे असा विचारसुद्धा माझ्या मनाला शिवत नाही. त्या उलट मी खुशाल हुकूम सोडते, 'मला बाहेर जायचंय, आइस्क्रिम खायचंय.'

त्याचवेळी मनात येतं की, 'किती करतात आणि केलंय यांनी माझ्यासाठी. अल्लाचीही त्यांच्यावर अशीच मर्जी असू दे! छे! मला माझ्यावर ताबा ठेवायलाच हवा. एखाद्यानं मदतीसाठी हात पुढे केला तर त्याच्या खांद्यावर चढून बसू नये, असं अफगाणिस्तानात म्हणतात. पण मला माझं मन आवरताच येत नाही. ॲलिस जेव्हा भेटली तेव्हा मी गटांगळ्या खात होते. तिनं तिचा हात पुढे केला आणि मी तिच्या हाताच्या आधारानं चक्क खांद्यावरच चढायला लागले. आता मी काळजी घेईन, मनाला मोकळं सोडणार नाही. छे! तरीही मी लहान मुलीसारखीच वागते त्यांच्याशी!'

एकीकडे मी ॲलिसशी लहान मुलीसारखी वागते तर बरोबर या उलट गोष्ट म्हणजे मी माझ्या वयाच्या इतर मुलांपेक्षा प्रौढ वाटते. आयुष्यातील काही घटनांची मला गंभीर बनवलंय. अनेक दुःखद घटनांची अदृश्य साखळी माझ्या मनात कुठेतरी फेर धरून असते.

ॲलिसचं एक चांगलं आहे. ती माझ्या मनाची आंदोलनं अचूक हेरते. कधीकधी मी कसल्यातरी अदृश्य दडपणाखाली वावरत असते आणि भोवतालचं वातावरण मग मला अशांत वाटू लागतं. माझ्या भूतकाळातल्या आठवणी जाग्या होतात. मग कधी कधी माझा राग अनावर होतो तर कधी कधी मला फार एकाकी वाटतं. माझ्या

आत काहीतरी खदखदत असतं. माझ्या उचंबळणाऱ्या या भावना मी धडपणे व्यक्तही करू शकत नाही. अशा वेळी ॲलिस माझं मन सांभाळते. मी तिच्यावर संतापले, अंगावर धावून गेले तरी ती कधीच विरोध करत नाही. मला ठाऊक आहे मी कधी कधी फारच वाईट वागते. पण ॲलिस शांत असते, माझा धुमसणारा राग शांत होईपर्यंत. मग मला प्रेमानं मिठीत घेऊन म्हणते, 'चुकलंय माझं!'

अशा मला इतकं समजून घेणाऱ्या व्यक्तीवर मी प्रेम नाही करणार तर कोणावर करणार?

आमची दोघींची जडणघडण किती वेगळी तरीही काही बाबतीत आम्ही सारख्या आहोत. तिच्या अम्मीलापण काही मानसिक त्रास होता. तीन भावंडात ॲलिस शेंडेफळ आणि ती मोठी होत असताना तिच्याकडे फारसं लक्ष कोणी पुरवलं नाही. बालवयातला भयंकर एकाकीपणा तिनंही पुरेपूर अनुभवलाय.

'म्हणून तर माझ्या मुलीसाठी मी इतका वेळ दिला. ती वाढत असताना तिच्याकडे विशेष लक्ष पुरवलं. एकाकीपणा किती त्रासदायक असतो त्याच्या मला पूर्ण अनुभव आहे म्हणूनच मी तुला नीट समजून घेऊ शकते. ॲलिसचं मन किती मोठं आहे.'

एक दिवस ॲलिसनं मला एक गोष्ट सांगितली. ११ सप्टेंबरपूर्वी तिनं एक पुस्तक वाचलं होतं. त्याचं नाव होतं 'द प्रिंसेस'. सौदी अरेबियासारख्या इतर देशातल्या स्त्रियांचं आयुष्य कसं असतं हा त्याचा मुख्य विषय होता. त्यानंतर तिनं आणखी एक पुस्तक वाचलं. 'स्टोलन लाइव्ज' नावाचं त्यात तालिबान्यांच्या राजवटीतल्या अफगाणिस्तानातल्या स्त्रियांची काय परिस्थिती होती याचं वर्णन होतं.

ही पुस्तकं वाचून ॲलिस हेलावून गेली आणि त्या जगातल्या एखाद्या व्यक्तीशी संपर्क साधावा असं तिला तीव्रतेनं वाटून गेलं. अशा एखाद्या मुस्लिम स्त्रीबरोबर आपल्याला पत्रव्यवहार करता येईल का याचा शोध घेण्याचा प्रयत्न तिनं केला. तिला अशी एखादी 'पेन फ्रेंड' हवी होती; पण त्याचवेळी ती ११ सप्टेंबरची घटना घडली आणि मग एखाद्या अमेरिकेन स्त्रीनं अशा एखाद्या मुस्लिम स्त्री बरोबर संपर्क साधणं अशक्यप्राय होऊन बसलं. अगदी ह्या दोन जगातल्या कोणत्याही व्यक्तीनं एकमेकांविषयी काही जास्त जाणून घेणं दुरापास्त झालं.

कसंही करून एखादी 'पेन फ्रेंड' मिळावी यासाठी ॲलिसनं तिच्या गॉडला चक्क साकडं घातलं. तिचा धावा ऐकून त्यानं तिला प्रतिसाद दिला आणि तिच्या ध्यानीमनी नसताना तिची इच्छा पूर्ण झाली. हे सगळं जाणून घेण्यासाठी माझ्या रुपानं तिला एक खरीखुरी जिवंत व्यक्ती भेटली!

मग क्वेट्टयाला माझा अनुभव मी तिला ऐकवला. 'स्व' सोडून मी अल्लाला पूर्णपणे शरण गेले आणि एका क्षणी त्यानं माझी दखल घेतलीय, माझ्यासाठी त्यानं

काही योजून ठेवलंय असा मला झालेला साक्षात्कार याचा ॲलिसजवळ पुनरुच्चार केला. ह्या सगळ्यात ॲलिसचं स्थान महत्त्वाचं होतं. अल्लानंच आम्हाला एकमेकींसाठी निर्माण केलंय का मला माहीत नाही. पण अल्लानंच ॲलिसला इतकं मोठं मन दिलंय की त्यात ॲलिसनं मला स्थान दिलंय असं मला मनापासून वाटतं. अर्थात अशा कैक गरजू व्यक्तींना तिनं मदत केली आहे. 'लव्ह क्रिश्चन क्लिअरिंग हाऊस' नावाच्या संस्थेत ती निःस्वार्थीपणानं काम करत्येय. या संस्थेची ती अध्यक्ष आहे. ह्या भागातल्या ९४ चर्चेस त्यात सामील आहेत. निर्वासित, गरीब अथवा गरजू व्यक्तींसाठी ती स्वयंसेवकांची फौज उभी करते. मला भेटण्यापूर्वी तिचा स्वतःचा वेळ तिनं अनेकांसाठी सत्कारणी लावलाय. पण ॲलिसचं आणि माझं नातं वेगळंच आहे. आमच्यात नात्यापलीकडचे भावबंध निर्माण झालेत. मलाच नाही तर ॲलिसलाही असंच वाटतं. या गाठी अल्लानंच तर बांधल्या आहेत आमच्यासाठी!

अमेरिकेत आलो तेव्हा 'आपली मुलगी आपला मुस्लिम धर्म सोडून ख्रिश्चन झाली तर? अशी अम्मीला भीती वाटत होती. स्कार्फनं डोकं बांधायचं जेव्हा मी सोडलं तेव्हा तिला धक्काच बसला. सुरुवातीच्या काही दिवसात मी ॲलिसबरोबर जेव्हा बाहेर जात असे तेव्हा अम्मीची झोप उडत असे. ही बाई फराहला चर्चमध्ये नेऊन जबरदस्तीनं ख्रिश्चन करेल, कसल्यातरी असभ्य फिल्म्स दाखवेल, नाच गाण्यांच्या पार्ट्यांना नेईल आणि बिघडवून टाकेल असा घोर अम्मीच्या जिवाला सतत लागलेला असे.

पण ॲलिसचा केवळ माझी मानसिक अवस्था सुधारण्याचाच प्रयत्न होता. माझ्या प्रगतीकडे ती जास्तीतजास्त लक्ष पुरवत होती. माझ्या दिवसभरातल्या घडामोडी मी तिलाच सांगत असे. खरं तर प्रत्येकाला असा एखादा तरी श्रोता हवा असतो. माझ्यात रस घेणारी ॲलिस ही एकमेव व्यक्ती होती.

'पोर्क खाऊन तर बघ' किंवा 'थोडीशी वाइन घेतलीस तर लगेच काही जगबुडी येणार नाही. अम्मीचं काय ऐकतेस?' असं ॲलिस आणि जॉननं मला कधीच सांगितलं नाही. आम्ही जेव्हा केव्हा हॉटेलात जातो तेव्हा सगळं मेन्यूकार्ड काळजीपूर्वक वाचण्याची दक्षता ॲलिस घेते. ऑर्डर केलेल्या पदार्थात अल्कोहोल किंवा पोर्क नाही ना इकडे तिचं लक्ष असतं. 'तुमच्या धर्मात काहीच अर्थ नाही त्यापेक्षा आमचा धर्म कितीतरी चांगला आहे. धर्मांतर करून तू आमच्यात ये' असं त्यांनी कधीही सांगितल्याचं मला आठवत नाही.

मी आणि अम्मी जेव्हा ॲलिसकडे जातो तेव्हा आमच्या नमाजाच्या वेळेची आठवण ॲलिसला पक्की असते. 'ह्या खोलीत नमाज पढू शकता. ह्या दिशेला मक्का आहे.' हे ॲलिस आवर्जून सांगते या सगळ्याच गोष्टींकडे तिचं जाणीवपूर्वक लक्ष असतं. अम्मीला खाता यावं म्हणून ती हलाल मटणसुद्धा बनवते.

माझ्या धर्माविषयी तिला कुतूहल असतं. मी काय सांगते ते ती मनापासून ऐकते आणि समजून घेते. मी काही विद्वान नाही पण मला जी काही इस्लामबद्दल माहिती आहे ती मी तिला सांगते. अल्ला एकच आहे यावर इस्लामचा विश्वास आहे. दुसऱ्याच्या अंत:करणातील प्रकाश आपल्याला दिसायला हवा. डोळ्यातील नव्हे. जिझस ख्राईस्टवरही आमची श्रद्धा आहे. जिझसचा आम्हीही आदर करतो. आम्ही त्यालाही अल्लाचा प्रेषित मानतो. त्याचं अस्तित्व आम्हीही मानतो. जगाच्या अंताच्या क्षणी जिझसचं पुनरागमन होणार आहे यावर आम्ही विश्वास ठेवतो. हे माझं सगळं ॲलिस ऐकून घेते.

ॲलिस तिच्या श्रद्धांविषयी बोलते आणि मी ऐकते. असं एकमेकांना समजून घेण्यात काही गैर आहे असं मला कधीच वाटत नाही. तिला जितकी इस्लामविषयी उत्सुकता असते तितकीच मलाही तिच्या धर्माबद्दल असते. या अशा चांगल्या अगर गैरसमजुतींविषयी एकमेकींशी बोलणं यात आम्हाला कधीच कमीपणा वाटत नाही. कदाचित आम्ही एकमेकींत गुंतण्याचं हे सुद्धा एक कारण असावं.

ॲलिसवर मी प्रेम करते याला दुसऱ्याही अनेक बाजू आहेत. ॲलिसला विनोदाचीही जाण आहे. तिच्या बोलण्याला विनोदाची झालर असते. तिच्या सहवासात मी माझी दु:खं विसरून जाते. ॲलिस परदेशी आहे, अमेरिकन आहे असले विचारही माझ्या मनात येत नाहीत. ती माझ्यापेक्षा वयानं खूप मोठी आहे, ती प्रौढ स्त्री आहे असाही विचार माझ्या मनाला शिवत नाही. आमच्या वयातलं अंतर, धर्मातला फरक इतकंच काय पण आम्ही वेगवेगळ्या देशातल्या व्यक्ती आहोत हे सगळं आमच्या दृष्टीनं गौण आहे. तिची आणि माझी घट्ट मैत्री आहे. इतकंच आमच्या लेखी महत्त्वाचं आहे. दिवसातून एकदा तरी तिचा फोन येतोच आणि मग आम्ही सगळ्या विषयांवर गप्पा मारतो. मनातली प्रत्येक गोष्ट मी तिच्यापाशी बोलते. एकमेकींपासून आम्ही काहीच लपवत नाही!

हायस्कूल

अमेरिकेत पाऊल ठेवल्या क्षणापासून मला तेथील शाळेत जाण्याची फार इच्छा होती. मागे म्हटल्याप्रमाणे शैक्षणिक वर्ष संपता संपता आम्ही अमेरिकेत पोहोचलो. उन्हाळी सुट्टी सुरू व्हायला काही थोडाच अवधी होता. त्यामुळे शाळेत प्रवेश घेण्यासाठी मला सप्टेंबरपर्यंत वाट पाहावी लागली. अखेर ती वेळ आली. मग मी कोणत्या भागात राहाते? कोणत्या शाळेत जाणं मला सोईचं होईल हे सगळं ॲलिसनं शोधलं. नाव कधी रजिस्टर करायचं ही सगळी जबाबदारी ॲलिसनं पार पाडली.

काही कारणासाठी इतर मुलांपेक्षा निर्वासितांची शाळा एक आठवडा उशीरा सुरू होते. त्यामुळे मी जेव्हा शाळेत प्रथम पाऊल ठेवलं तेव्हा इतर मुलांचे वर्ग सुरू झाल्याला काही दिवस होऊन गेले होते. हॉलमध्ये वर्गात, शाळेच्या आवारात सगळीकडे शेकडो अमेरिकन मुलं मला पाय ठेवताक्षणीच दिसली आणि मी भीतीनं खचलेच.

ऑफिसमध्ये काही कागदपत्रं तयार करून झाल्यावर तेथील कर्मचाऱ्यांनी मला दुसऱ्या खोलीतील माझ्या समुपदेशकाला भेटायला सांगितलं. माझं टाइमटेबल त्यानं बनवून दिलं. अमेरिकन विद्यार्थी घोळक्याघोळक्यानं जिन्यावरून वर-खाली ये जा करत होते, हसत खेळत मस्ती करत होते. गळ्यात गळे घालत होते. जाता जाता हे सगळं माझ्या नजरेनं टिपलं. ती माझ्याच वयाची मुलं होती. मी त्यांच्यातलीच एक होते तरीही एक परकेपणाची भावना मनात जागी झाली. त्यांच्यातल्या काहींना डोक्यापासून पावलापर्यंत अगदी पायघोळ काळे कपडे घातले होते. त्यांच्या गळ्यात जाड साखळ्या होत्या. या त्यांच्या युनिफॉर्म्सची खासियत काय होती ते मला उमगलं नाही. त्या सगळ्यांना पाहून माझी भीतीनं गाळणच उडाली. विशेषत: त्या काळे कपडेवाल्यांना पाहून जास्तच.

कोणते क्लासेस मी घ्यायला हवेत याची चर्चा समुपदेशकानं माझ्याबरोबर केली आणि पुढल्या आठवड्यापासून सुरुवात केलीस तरी चालेल असं सांगितलं.

त्या नादातच मी घरी परतले. मनात एकच विचार होता, 'बापरे! इतक्या सगळ्या अमेरिकनांच्यात माझा कसा निभाव लागणार? ते माझ्याकडे डोळे फाडून बघतील, मी काही बोलायला तोंड उघडलं तरी माझी चेष्टा करतील. मला काही त्यांच्यासारखं अस्खलितपणे बोलता येणार नाही, मग काय? मी टिंगलीचाच विषय होईन त्यांच्या!' तो सगळा आठवडा मला डोळ्यासमोर हेच चित्र सारखं दिसत होतं की त्या अमेरिकन मुलांनी मला घेराव घातलाय, माझ्या चालण्याची ते टवाळी करताहेत, मी अशी का चालते? माझ्या पायाला काय झालंय? ह्याचीच त्यांना उत्सुकता आहे – मला ढकलताहेत – माझी टर उडवताहेत.

शेवटी तो दिवस उजाडला! मी शाळेत गेले. मी नव्यानंच प्रवेश घेतला होता; पण माझे सगळे सहाध्यायी पण 'इंग्लिश सेकंड लँग्वेज'चेच विद्यार्थी होते. मेक्सिकन, इंडियन, रशियन आणि अशाच इतर अनेक देशातले. माझ्या वर्गात त्या वर्षी अमेरिकन कोणीच नव्हतं. पण एका वर्गातून दुसऱ्या वर्गात जाताना दुपारी जेवणाच्या सुट्टीत अमेरिकन मुलं माझ्या अवतीभवती असत.

पण आश्चर्याची गोष्ट ही की कोणीही माझ्याकडे रोखून पाहिलं नाही, बोललं तर कोणीच नाही. मला त्यांनी नजरेआड केलं. मग मला धीर आला. आपण सगळं निभावून नेऊ शकू असं वाटून गेलं. माझ्याबरोबरची मुलं माझी चेष्टा करणार नव्हती कारण मी त्यांच्या खिजगणतीतच नव्हते. माझ्या अस्तित्वाची त्यांना दखलही घ्यावीशी वाटली नाही. त्यानंतर मात्र हळूहळू लोकांनी माझ्याकडे लक्ष द्यावं असंही मला वाटायला लागलं. पण सुरुवातीच्या दिवसात मात्र आपलं अस्तित्व नगण्य असल्याचा मला आनंदच झाला. मला एकदम मोकळं मोकळं वाटू लागलं.

पहिल्या आठवड्यात एक मदतनीस शिक्षिका माझ्याबरोबर सगळीकडे येत असत. शाळेच्या आवारातल्या सगळ्या गोष्टी म्हणजे वर्ग, कॅंटिन, लॉकर एरिया इ. मला दाखवायला शाळेची इमारत खूप मोठी आणि तीन मजली होती त्यामुळे मला मार्गदर्शनची गरजच होती. मी तर तिथे हरवूनच गेले असते. इंग्लिशचे क्लासेस तिसऱ्या मजल्यावर, गणिताचे दुसऱ्या आणि आर्टचे पहिल्या मजल्यावर असत.

ESL च्या वर्गात एक इंडियन मुलगी होती तिचं नाव अपर्णा. दोन अफगाणी मुलीही होत्या. माझ्या आधी एक वर्ष अमेरिकेत आल्या होत्या, त्यामुळे ह्या शाळेत माझ्याआधी एक वर्ष दाखल झाल्या होत्या. पण आमच्या सगळ्यांचा वर्ग एकच होता. कोणी का असेनात पण आता मला मैत्रिणी मिळाल्या होत्या. अफगाणी मैत्रिणींशी मी फारसीत बोलत असे तर इंडियन मैत्रिणींशी उर्दूत. उर्दू मी पाकिस्तानात शिकले होते. जेवणाच्या सुट्टीत आम्ही मैत्रिणी कॅफेटेरियात एकत्र जेवत असू. साहजिकच माझा एकटेपणा कुठच्या कुठे पळून गेला!

इंग्लिश आणि आर्टच्या क्लासची मी अगदी उत्सुकतेनं वाट बघत असे. आर्ट क्लासमध्ये फार लक्षपूर्वक ऐकावं किंवा फारसं बोलावं लागत नसे त्यामुळे आमची स्वारी एकदम खुश असे. चित्र काढताना आणि रंगवताना मला अगदी सगळ्या काचातून मुक्त झाल्यासारखं वाटे. ख्रिसमसच्या सुट्टीनंतर मी पियानो शिकायचं ठरवलं. मी पियानो पूर्वी कधीच पाहिला नव्हता. पियानो मी थोडा फार वाजवायला शिकले पण आता पूर्णपणे विसरून गेलेय. त्या सत्राच्या शेवटी होणाऱ्या एका पाठांतर स्पर्धेत मी भाग घेतला होता. शिक्षकांनी गाण्यांची एक यादी बनवली होती. त्यातलं एक आपण निवडायचं. 'मनी कान्ट बाय यू लव्ह' हे गाणं मी निवडलं. रोज त्याची प्रॅक्टिस करून स्पर्धेच्या दिवशी मी ते म्हटलं. मुलांचं कौतुक करायला पालक आले होते. अम्मीसुद्धा आली होती आणि ॲलिस माझी दुसरी अम्मीसुद्धा होती. इंडियन मैत्रिणीचे ममी पपा पण होते. प्रत्यक्षात म्हणताना मी काही चुका केल्याच पण त्यानं फारसं काही बिघडलं नाही. सगळ्यांनाच तो कार्यक्रम खूप आवडला. आम्ही जे आणि जसं म्हटलं त्याला सगळ्यांनी भरभरून दाद दिली!

माझा मुख्य शत्रू होता मॅथ्स. मॅथ्स मी फक्त दुसऱ्या इयत्तेपर्यंतच शिकले होते आणि तेसुद्धा अफगाणिस्तानात. आणि तिथे तरी काय आम्ही दिवसाचे अगदी एखाद दोन तासच शाळेत जात असू. त्यावेळी मला आकड्यांची फक्त जुजबी तोंडओळख झाली होती. मोठ्या संख्यासुद्धा तेव्हा मी शिकले नव्हते. त्यानंतर पाकिस्तानात पैशाचे व्यवहार करताना बेरीज, वजाबाकी, भागाकार करावा लागे, तो थोडाफार शिकले. पाठेही थोडेफार शिकले पण बेताचेच. मग काय इथे आल्यावर मॅथ्स किती येतंय ते पाहाण्यासाठी शिक्षकांनी काही प्रश्न सोडवायला दिले. त्यात बेरीज, वजाबाकी होती. तेवढीच मला येत होती. थोडेफार भागाकाराचे प्रश्न होते, पण समसंख्यावालेच मला येत होते. तेही दोन आकड्यांपर्यंत. पण तीन चार आकडी संख्या आल्यावर मी गडबडून गेले. हातच्याच्या वजाबाक्याही मला जमत नव्हत्या. त्यामुळे गणितासाठी प्राथमिक वर्गात माझी रवानगी झाली. पण माझी प्रगती बरी होती. थोडं फार गणित मी पटकन आत्मसात केलं, त्यामुळे प्राथमिक बीजगणिताच्या तासांना बसण्याची त्या वर्षाच्या शेवटी मला परवानगी मिळाली.

पण इथेच सगळी गल्लत झाली. मला पुढचं नवीन चटकन साधेना. कारण शिक्षकाचं इंग्लिश मला कळत नसे. मग डोक्यात काहीच शिरत नसे. फळ्यावर त्यांनी काय लिहिलंय ते समजून घेतलं की मगच त्यांना काय म्हणायचंय ते कळत असे. मॅथ्स, इंग्लिशमुळे डोक्यावरून जातंय असं लक्षात आल्यावर आपण खालच्या वर्गात बसावं असं वाटू लागलं. पण माझ्या समुपदेशकाचं सांगणं असे की, 'नाही, जे करत्येयस ते सोडू नकोस. ते तुला काही दिवसांनी जमेल.'

हे शैक्षणिक वर्ष संपल्यावर मी उन्हाळी वर्गात नाव दाखल करायचं ठरवलं.

मधे काही वेळ वाया घालवणं मला परवडणारं नव्हतं. सकाळी आठ ते बारा इंग्लिशचे क्लासेस त्यानंतर साडेबारा ते चार बीजगणित. मी बीजगणिताच्या पहिल्या वर्षातच एकदम प्रवेश घेतला पण ते चुकलंच. 'प्री अल्जीब्रा' उन्हाळी वर्गात मी शिकायला हवा होता. त्यांनी जे सुचवलं ते मी स्वीकारलं आणि ती उडी नेमकी फार मोठी होती.

या क्लासमध्ये माझी गणिताशी झटापट चालू होती. त्या शैक्षणिक वर्षात मॅथ्समध्ये जी मुलं नापास झाली होती (Algebra I मध्ये) त्यांच्यासाठी हा वर्ग होता. म्हणजे वरच्या वर्गात जाण्यासाठी ज्यांना क्रेडिट्सची गरज होती अशी मुलं ह्या वर्गात दाखल झाली होती. परिणाम असा झाला की शिक्षकांचा समज झाला की आम्ही सगळेच दुसऱ्यांदा हे शिकतोय. मग काय विचारता? त्यांनी भराभर सगळं संपवायला सुरुवात केली. आपल्याला ते सगळं किती अवघड जातंय याचा शोध लागल्यावर मला माघार घ्यावीशी वाटू लागली; पण इथे ॲलिस माझ्या मदतीला धावून आली. तिनं प्रोत्साहन दिलं म्हणून केवळ मी क्लासेसना जात राहिले.

'हे बघ, हे फुकटच आहे आणि यातही तू नक्कीच काहीतरी नवीन शिकणार आहेस आणि नापास झालं तरी काही बिघडत नाही हे लक्षात ठेव.'

केवळ ॲलिसच्या आग्रहाखातर मी त्या क्लासेसना जात राहिले. पण नापास होणं माझ्या मनाला पटेना. माझा तसा स्वभाव नाही. मी कष्ट खूप घेतले; पण वर्गाबरोबर राहाणं मला जमेना. मी अगदी रडवेली झाले.

ॲलिसनं माझी अवस्था पाहिली आणि म्हटलं, 'माझ्याबरोबर घरी चल. आपण मस्त चहा पिऊ आणि मग त्यावर बोलू.'

घरी गेल्यावर ती म्हणाली, 'खरं सांगू का तुला थोडा बदल हवाय. आपण अल्जीब्राबद्दल नंतर बोलू.'

तिच्याकडे एक सुरेखसा पांढरा नववधूचा पोषाख होता. त्यावर तलम जाळीदार बुरखा होता, फुलांनी सजवलेला. तो पोषाख माझ्या अंगावर चढवून तिनं माझे फोटो काढले. मला फोटो काढलेले आवडतात हे ॲलिसला ठाऊक होतं. ते घालून खोटं लग्नाचं नाटक करताना मी हरखून गेले. काही काळ मला त्या मॅथ्सचा विसर पडला.

पण त्यानं माझ्या अल्जिब्रात काही सुधारणा होणार नव्हती. आणि मला वाटत होतं, त्याप्रमाणे मी त्यात नापास झाले; पण तरीही ॲलिस म्हणाली ते खरंच होतं. मला त्यात काहीतरी शिकायला मिळालं होतं. उन्हाळी सुट्टी संपून शाळा पुन्हा सुरू झाली. मी बेसिक मॅथ्सचे क्लासेस पुन्हा घ्यायचे ठरवले. मॅथ्सचा पाया पक्का होणं आवश्यकच होतं. पहिली सहा सात वर्षं गुणाकार भागाकार लहान मोठ्या संख्यांचे

जे आपण शिकतो ते सगळे मी शिकले. त्यात मला 'ए' ग्रेड मिळाली. मग पुन्हा मी प्री अल्जीब्रा वर्गात प्रवेश घेतला. हा पाया पक्का झाल्यावर आता मला ते जमू लागलं. मला बी ग्रेड मिळाली. वर्गाबरोबर राहाणं आता शक्य होतं. हुश्श!

दुसऱ्या वर्षात ESL क्लासेस दोन तास सलग असत. दोन तास फक्त इंग्लिश! डोक्यातले सगळे विचार बाजूला ठेवून शिक्षक काय सांगताहेत इकडे जिवाचा कान करून लक्ष द्यावं लागे. एकही शब्द सुटून चालत नसे. ह्या देशात राहायचं तर दुसरं काहीही शिकण्यापूर्वी इंग्लिश भाषेवर प्रभुत्व मिळवणं फार जरुरीचं होतं. एखाद्या व्यक्तीच्या कथनातील धागा जर तुम्हाला नेमका पकडायचा असेल तर तो धागा काही क्षणांसाठी सुद्धा निसटू देणं उपयोगाचं नसतं; पण जेव्हा तुम्ही सलग दोन तास शिकत असता तेव्हा तो निसटणं अगदी स्वाभाविक असतं. धनुष्यातून जसा एका क्षणात बाण सुटतो ना तसं तुमचं चित्त विचलित होऊन त्या विषयातून एकदम बाहेर येऊन दुसऱ्या विश्वात तुम्ही शिरता अगदी एखाद्या क्षणात! हे असं माझं त्या ESLच्या वर्गात अनेकदा होत असे. आत्ता मी शिक्षक काय सांगताहेत ते अगदी लक्ष देऊन ऐकत्येय तर दुसऱ्याच क्षणी मी माझ्या भूतकाळात हरवलेली असे, माझ्या शत्रूंशी मुकाबला करत दुःखाच्या गर्तेत गटांगळ्या खात. महत्प्रयासानं मला माझं डोकं ताळ्यावर आणावं लागे, स्वत:ला सांगावं लागे, 'फराह, तू आता अमेरिकेत आहेस, शिक्षक काय सांगताहेत तिकडे लक्ष दे.'

असं सगळं तन मन एकाग्र करून माझं डोकं भणभणायला लागायचं. घरी परतताना बसमध्ये इतर विद्यार्थ्यांच्या गोंगाटामुळे, आवाजामुळे ते आणखीनच दुखू लागे. एक दिवस मी बसमध्ये बसल्या बसल्या मन शांत करायला डोळे मिटून घेतले आणि मला डुलकी लागली. अचानक मला जाग येऊन मी डोळे उघडले आणि बघते तर काय एका अगदी अपरिचित ठिकाणी बस थांबलेली दिसली. बस रिकामी होती आणि ड्रायव्हर 'उतरा खाली' असं जोराजोरात ओरडत होता.

'मी चुकून पुढे आले. हा माझा स्टॉप नाही. कृपा करून मला परत शाळेत सोडा किंवा माझ्या स्टॉपवर सोडा किंवा माझ्या माहितीच्या एखाद्या ठिकाणी सोडा.' मी त्याला विनवलं.

'नाही. माझी ड्युटीची वेळ संपली आणि हा शेवटचा स्टॉप आहे. चला उतरा आणि तुमचं घर कुठे असेल तिकडे जा. कसं जायचं ते तुमचं तुम्हीच बघा.' त्यानं मला धुडकावून लावलं.

मी खाली उतरून उलट दिशेला चालू लागले. मी आपली चालतच होते. किती पुढे आले होते, कोणास ठाऊक? चालून चालून दमले. बिच्चारी अम्मी काळजी करून करून दमली. घरभर येरझारा घालत आणि घड्याळाकडे बघत चिंता करत 'कुठे गेली बाई ही पोरगी? पळवून तर नेलं नसेल ना तिला कोणी?'

मला जर कधी उशीर झाला तर मला नक्कीच कोणीतरी पकडून नेलं असणार हा निष्कर्ष काढून अम्मी मोकळी व्हायची.

माझं इंग्लिश अजूनही यथातथाच होतं. आजूबाजूची लोकंही चमत्कारिक नजरेनं बघत होती. त्यामुळे मी कोणालाच दिशाबिशा विचारायच्या फंदात पडले नाही. रस्त्याच्या ओळखीचा भाग येईपर्यंत चालत राहिले. जरा ओळखीचा रस्ता दिसल्यावर माझ्या लक्षात आलं की, जो गजबजलेला भाग होता तो सोडून मी अगदी विरुद्ध टोकाला आलेय. बरं तिथेही कोठे सिग्नल्स दिसेनात. त्यामुळे क्रॉसही करता येईना. शेवटी मी कशीबशी घरी परतले. त्यावेळी माझं सगळं शरीर थरथर कापत होतं. म्हणजे एखादा दिवस सुरळीत जायचा आणि एखाद्या दिवशी असा काहीतरी घोटाळा व्हायचा! एकूण काय मी बऱ्याचदा शाळेतून घरी येत असे तेव्हा भयंकर दमलेलीच असे.

मी शाळेच्या पहिल्या वर्षाच्या सुरुवातीला ESL I मध्ये होते. नंतर त्याच वर्षाच्या शेवटी उन्हाळी सुट्टीत मी ESL II पूर्ण केलं. मग त्या पाठोपाठच्या वर्षी मी ESL III पूर्ण केलं. सध्या मी ESL IV मध्ये आहे. मग यापुढे त्याला नुसतं ESL म्हणतात. मग इंग्लिशच्या जोडीनं तुम्ही बाकीचे सगळे विषय शिकता इतर मुलांच्या बरोबर; पण आश्चर्याची गोष्ट अशी की मला ते फारसं कटकटीचं वाटलं नाही. ESL क्लासेसमध्ये होमवर्क जास्त करावंलागतं; पण आता सवयीनं मी बरंचसं होमवर्क शाळेतच पूर्ण करते.

पुढच्या वर्षी माझे ESL क्लासेस संपतील. मग इंग्लिश क्लासेस पण इतर सगळ्या मुलांच्या बरोबरीनंच असतील. चला म्हणजे मागून येऊन मी त्यांना गाठू शकले तर! आणि माझं इंग्लिशही आता चांगलंच सुधारलंय. अजूनही मला लिहिताना, वाचताना थोडी अडचण येते. म्हणजे नुसतं इंग्लिश लिहायला वाचायलाच अडचण येते असं नाही तर ते वेळात पुरं करणं मला जमत नाही. अभ्यासापासून माझी फारकत झाली होती तेव्हा मी फक्त दुसऱ्या इयत्तेत होते. आणि तेव्हा अफगाणिस्तानात माझी फक्त मुळक्षरं शिकून झाली होती. म्हणजे फारसी भाषेतली गोष्टीची पुस्तकं किंवा वर्तमानपत्रं सुद्धा मी वाचू शकत नव्हते. मग अमेरिकेत आले. मग एक नवीनच भाषा शिकावी लागली. ती म्हणजे इंग्लिश. आधीच ती भाषा नवीन आणि त्यात पुन्हा लिहिणं आणि वाचणं. म्हणजे ही सगळी नवीनच लढाई होती.

'स्पेलिंग' ही एक आणखी अवघड गोष्ट! लहानपणापासून जर तुमच्या कानावर इंग्लिश पडलं नसेल आणि तुम्ही लहानपणीच इंग्लिश बोलायला शिकला नसाल तर मला नाही वाटत की स्पेलिंग शिकणं सोपं जात असेल. तीन वर्षं मी आता अमेरिकेत शाळेत शिकतेय पण ह्या तीन वर्षांत कोठेही स्पेलिंगसाठी काही

वेगळं कोचिंग असल्याचं मला आठवत नाही म्हणजे 'स्पेलिंग' साठी काही विशेष वेगळे कष्ट घेतले जात नाहीत. खरं म्हणजे अमेरिकन मुलांनासुद्धा 'स्पेलिंग' अचूकपणे लिहिता येत नाही. त्यांनाही त्यात अडचणी येतातच. इथेसुद्धा फक्त प्राथमिक इयत्तेतच स्पेलिंग शिकवलं जातं. पण हायस्कूलमध्ये सुद्धा शिकवलं तर काय हरकत आहे? म्हणजे ज्यांना गरज आहे त्यांना आणि पुष्कळांना गरज असतेही.

मला जसं जमेल तसं मी पुस्तकं वाचायचा प्रयत्न करते. माझी भाषा सुधारण्यासाठी. नुकतंच मी 'ऑफ माइस अँड गेन' हे जॉन स्टेनबेकचं पुस्तक वाचलं. आणि मागच्या सत्राच्या शेवटच्या परीक्षेत त्याच्यावर एक निबंधसुद्धा लिहिला. ते पुस्तक मला आवडलं पण खूप नाही म्हणजे त्याच्यावरच्या सिनेमानं माझ्या मनात घर केलं तितका काही परिणाम पुस्तक वाचून झाला नाही. बापरे! सिनेमात जेव्हा त्या माणसाचा भाऊ त्या छोट्या मुलीला ठार मारतो तेव्हा मीही टाहो फोडला. त्या सिनेमानं मला हादरवून टाकलं. मला इंग्लिश सुधारलंच पाहिजे म्हणजे पुस्तक वाचनसुद्धा तसंच सिनेमा इतकं परिणामकारक होईल.

मला अतिशय आवडलेलं आणखी एक पुस्तक म्हणजे 'अक्रॉस फाईव्ह एप्रिल्स'. एका यादवी युद्धावरची ही कादंबरी आहे. आणखी एक पुस्तक पण त्याचं नाव मला नीट आठवत नाही. एका अफ्रिकन मुलीची गोष्ट आहे ही. तिला अमेरिकेत गुलाम म्हणूनच आणलं गेलं. आपण लिहावं, वाचावं अशी तिची फार फार मनापासून इच्छा असते. तोच मुख्य संघर्ष आहे गोष्टीत. त्याच मळ्यात काम करणारे खूप वयस्क गृहस्थ असतात. ते तिला कसं साक्षर करतात याचीच गोष्ट आहे ही सगळी. त्या मुलीचं नाव मी नेमकं विसरल्येय. आठवणीच्या बाबतीत मी जरा कच्चीच आहे. ते एका सत्यघटनेवर आधारलेलं चरित्र आहे. अशी खरोखरीच एक मुलगी होती. तिच्या आणि माझ्या गोष्टीत साम्य आहे. तिचं जीवन मला प्रेरणदायी वाटतं.

मी जेव्हा अमेरिकेत येण्याचा विचार करत होते तेव्हा पाकिस्तानी लोक मला अर्थातच येण्यापासून परावृत्त करत होते. 'तिथे जाशील आणि मग गुलामगिरीतच तुझं सगळं आयुष्य बरबाद होईल' हाच मुख्य वादाचा मुद्दा असायचा, या अशा गोष्टी तुम्हाला नाउमेद करतात. अशा कथा लोक का रचून सांगतात. याचा मला खरंच उलगडा होत नाही. ह्या कल्पना त्यांच्या डोक्यात कोठून येतात? इथे अमेरिकेत आल्यावर मला यादवी युद्ध म्हणजे काय ते कळलं. हिस्टरीच्या वर्गात आम्ही ते शिकलो. हा देश नावारूपाला कसा आला, येथे वसाहती कशा झाल्या हे आम्ही ह्या वर्षी शिकलो. युरोपियन वसाहतवाल्यांनी इंडियन्सशी कशी लढाई दिली ते ही मी वाचलं. पाकिस्तानात ऐकलेल्या गोष्टीत किती तथ्य आहे ते मला

इथं येऊन तपासून पाहता आलं. अमेरिकनांनी खरोखर एके काळी वेगवेगळ्या खंडातील लोकांना विकत घेऊन गुलाम म्हणूनच अमेरिकेत आणलं. इथे नव्यानं आलेल्या युरोपियन्सनी इथल्या स्थानिक रहिवाशांबरोबर युद्धं केली आणि अशाच काही भयानक घटना घडल्या. अमेरिकन इतिहासातल्या अशा गोष्टी पाकिस्तानी लोकांच्याही कानावर आल्याच असतील की पण ह्या गोष्टी पूर्वी घडून गेलेल्या आहेत हे काही त्यांनी लक्षात घेतलं नसावं; पण अमेरिकेत आता गुलामगिरी विरुद्ध कायदा अस्तित्वात आलाय हे बहुधा पाकिस्तानातील काही लोकांना अजून माहीत नसावं.

अमेरिकेचा इतिहास ही आश्चर्यजनक आहे. इथे आलेल्या निर्वासितांनी या देशाला घडवलं. त्यांनी देशाला इतकं पुढे नेलंय, इतकं प्रगत केलंय की हा देश अख्ख्या जगात पहिल्या क्रमांकावर जाऊन पोहोचलाय. अफगाणिस्तानाच्या तुलनेत अमेरिका तरुण आहे. आमच्या इतकी यांची संस्कृती आणि परंपरा जुनी नाही. ही सगळी माहिती कळल्यावर आश्चर्यानं तोंडात बोट घालायचीच माझ्यावर वेळ आली. एकाच धर्माची आणि एकच संस्कृती जपत हजारो वर्ष लोक इथे अफगाणिस्तानात राहाताहेत; पण तेच जगाच्या किती मागे पडलेत! या उलट इतक्या भिन्न भिन्न संस्कृतींचे, धर्माचे लोक पृथ्वीच्या वेगवेगळ्या खंडातून येऊन इथे गुण्यागोविंदानं एकत्र राहाताहेत आणि त्यातूनच आता एक प्रगत समाज उदयाला आलाय हा विचार मला थक्क करून टाकतो. 'हे असं कसं?' अमेरिकेला हे सगळं कसं साध्य झालं? हा प्रश्न मला पुन्हा पुन्हा पडतो.

काही एक महत्त्वाकांक्षा घेऊन जगाच्या कानाकोपऱ्यातून लोक इथे आले आणि नव्यानं सगळं उभं करायचं या विचारानं कामाला लागले. त्यांनी जणू काही स्वत:ला कामाला जुंपून घेतलं आणि ही कदाचित अतिशयोक्ती असणार नाही! कशाच्याही विरुद्ध ते आवाज उठवू शकत होते. त्यांना मत स्वातंत्र्य होतं. योग्य अयोग्य समजुती ते तपासून पाहू शकत होते. योग्य गोष्टी ओरडून सांगण्याचं धाडस त्यांच्याकडे होतं. त्यामुळे प्रगतीच्या मार्गावर अमेरिका योग्य रितीनं वाटचाल करू शकली. लोक इथे निर्धास्तपणे राहू शकतात. या उलट अफगाणिस्तानासारख्या ठिकाणी लोक भीतीच्या छायेत वावरत असतात. तोंड उघडायचं धाडस त्यांच्यात नसतं. व्यक्तीस्वातंत्र्याच्या भक्कम पायावरच अमेरिका उभी राहिली आहे.

पाकिस्तान अफगाणिस्तान यासारख्या देशात सत्ताधीशच लोकांना मागे खेचत असतात असं नाही. माणसं आपल्या शेजाऱ्यालासुद्धा घाबरून असतात. 'लोक काय म्हणतील?' म्हणजे हे आसपासचे लोकच एकमेकांवर वचक ठेवून असतात. नवीन गोष्टी करण्याचं इथे अमेरिकेत स्वातंत्र्य असतं. एखादी नवीन गोष्ट तुम्ही शोधून काढलीत तर लोक त्याबद्दल तुमचं कौतुक करतील. त्याबद्दल उत्सुकता

दाखवतील. पण तिकडे तुम्ही शोधलेल्या नवीन गोष्टीविषयी कोणीही उत्सुकता दाखवणार तर नाहीच वर 'ही नवीन गोष्ट आम्हाला नकोय. पहिलं होतं तेच बरं होतं की 'असंही म्हणायला कमी करणार नाहीत. उलट इथे तुम्ही तुमचं मत जाहीर करू शकता. एखाद्या गोष्टीबद्दल तुमचं प्रतिकूल मत व्यक्त करू शकता, त्यावर चर्चाही करू शकता. आपल्याला काय वाटतं ते इतरांपासून दडवून ठेवण्याची गरज नसते.

देशादेशात असे हे फरक का असावेत? अमेरिकेत तुमचं मत व्यक्त करण्यासाठी तुम्हाला कायद्यानं अधिकार दिलाय हे फार महत्वाचं आहे. 'बिल ऑफ राइट्स' कायद्यानं खूप बदल घडवून आणलाय. त्या हक्कांमुळे अमेरिकनांना धर्माचं स्वातंत्र्य, बोलण्याचं स्वातंत्र्य, एकमेकांना भेटण्याचं स्वातंत्र्य एकत्र येण्याचं, भविष्याचे बेत आखण्याचं स्वातंत्र्य मिळालंय.

अमेरिकेचा इतिहास आणि जगाचा इतिहास ह्या दोन्ही गोष्टी माझ्या विशेष आवडीच्या आहेत. शाळेत जाणं ही गोष्ट जरी कटकटीची वाटत असली तरी माझी प्रगती समाधानकारक असल्यामुळे मला हे सगळं करायला आवडतं. शाळेत दरवर्षी मुलांच्या प्रगतीचा आढावा घेतला जातो. त्याची कागदोपत्री नोंदही केली जाते. फक्त शैक्षणिक प्रगती पाहून मूल्यमापन केलं जात नाही तर तुम्ही किती नियमितपणे सगळ्या उपक्रमांना हजर असता? सगळं काम तुम्ही किती आत्मविश्वासानं करता? तुमची सकारात्मकता किती आहे? तुमची वर्तणूक कशी आहे? देशाचे नागरिक म्हणून तुम्ही कसे वागता? याचीही नोंद केली जाते. प्रत्येक सत्राच्या शेवटी या सगळ्याचे मार्कस एकत्र केले जातात. त्यात ज्याचे मार्कस जास्त होतील, त्याचा विशेषत्वानं उल्लेख केला जातो.

दुसऱ्या वर्षाच्या शेवटी त्या बक्षिसाला मी पात्र ठरले. इंग्लिश क्लासमध्ये शिक्षकांनी मला त्याविषयी सांगितलं. मग एका विशिष्ट दिवशी प्राचार्य, शिक्षक, मुलं आणि आम्हा सगळ्यांचे पालक ह्या समारंभासाठी एकत्र जमले. अम्मी आली होती आणि ॲलिस आणि जॉन सुद्धा!

सकाळच्या मस्त नाश्त्यानं समारंभाची सुरुवात झाली. मग प्राचार्यांनी माझं नाव पुकारलं. मला स्टेजवर बोलावलं. माझ्याविषयी शिक्षक चार शब्द बोलत असताना मी तेथेच उभी होते. '२००४ च्या वर्षातील दुसऱ्या सत्राची सगळ्यात गुणवंत विद्यार्थीनी' असं लिहिलेलं एक मानचिन्ह मला देण्यात आलं. सोबत एका डिपार्टमेंटल स्टोअरचं पंचवीस डॉलसचं गिफ्ट कूपन. शाळेच्या सगळ्या शिक्षक आणि इतर कर्मचाऱ्यांबरोबर फोटो काढण्यात आला. शाळेतल्या हॉलमध्ये तो फोटो बघून माझी मान ताठ होई. त्यानं मला स्वत:ची ओळख मिळवून दिली.

आता ज्युनिअरच्या वर्षात सगळे क्लासेस Non ESL चे असतात. त्यामुळे वर्गात अमेरिकन सहाध्यायीच जास्त असतात. मी आता त्यांच्यातच जास्त वेळ

घालवते. मी आता मुख्य प्रवाहात आलीये. पण तरीही मी त्यांच्यात पूर्णपणे मिसळत नाही. माझी शाळेत त्यांच्याशी चांगली मैत्री झालेय; पण तरीही एकदा शाळा सुटली की ते त्यांच्या मार्गानं जातात आणि मी माझ्या.

आम्हा ESL स्टुडंसना त्या इतर मुलांपेक्षा पुष्कळ जास्त काम करावं लागतं. आमच्यातले काहीजण नोकरी करतात. आम्ही काहीजण पैसे मिळवण्यासाठी नोकरी करत नसलो तरी अभ्यासात त्यांच्या बरोबरीनं येण्यासाठी आम्हाला अभ्यास खूपच करावा लागतो. शाळेच्या वेळाव्यतिरिक्त इतर मुलांबरोबर सिनेमा पहायला अथवा इतर उपक्रमात भाग घ्यायला किंवा इथल्या लोकांना ज्या प्रकारचं संगीत आवडतं त्या सीडीज् ऐकायला आम्हालाही आवडेल. समवयस्क मुलांच्यात मिसळणं, फिरायला जाणं, गप्पा मारणं कोणाला आवडणार नाही? पण आम्हाला तितका मोकळा वेळच मिळत नाही.

आम्हाला करावा लागणारा संघर्ष एवढ्यापुरतंच हे मर्यादित नाही. अमेरिकन मुलंही तशी इतरांशी फटकूनच वागतात. ती मुलं इतर देशातनं आलेल्या मुलांच्यात मिसळत नाहीत किंवा दोस्ती करत नाहीत. समाजात चार लोकांच्यात वावरताना म्हणजे मला नीट सांगता येणार नाही. पण ती मुलं आपल्या आपल्यातच दंग असतात. मला समवयस्क अमेरिकन मित्र-मैत्रिणी नाहीतच!

ही मुलं इथंच जन्मलेली, वाढलेली असतात. त्यामुळे लहानणापासूनच त्यांना मित्रमंडळी असतात, हे एक कारण असू शकेल. त्यामुळे त्यांना आणखी इतरांच्या मैत्रीची गरज नसते. पर्यायानं अपरिचितांकडे ती मुलं दुर्लक्ष करतात. तुम्ही त्यांना 'हाय्' म्हटलंत तर ते प्रत्युत्तरादाखल 'हाय्' म्हणतील पण तेवढ्यानं संवाद पुढे सरकत नाही.

माझ्या वर्गातील अमेरिकन सहध्यायांना आमची दहशत वाटते की, आमच्याशी बोलणं त्यांना अवघड वाटतं कोण जाणे? पण ते पुढाकार घेत नाहीत एवढं खरं. आम्ही निर्वासित मुलंही त्यांना घाबरतो हे ही खरंच. आमच्या परिस्थितीची आम्हाला लाज वाटते. किती झालं तरी आम्ही परावलंबी, भिकेला लागलेले, दुर्बल, हद्दपार झालेले, घरदार, देश गमावलेले. इतरांशी मैत्री करताना आम्ही कच खातो. लाजेनं मान खाली जाते. बहुसंख्य निर्वासितांची मानसिकता अशीच असते. आपल्याला इंग्लिशही नीट येत नाही, याचीही कुठेतरी लाज वाटत असते. संभाषण कसं सुरू करावं तेही नीट कळत नाही. पहिलं पाऊल आपण टाकायचं धाडस होत नाही कारण नाकारले गेलो तर, अशी मनात कुठेतरी भीती असते. मग मनात येतं की ह्या मुलांजवळ सगळं काही आहे. ती कशाला अशा निर्वासित पोरांबरोबर आपला वेळ वाया घालवतील?

तसं म्हणाल तर अमेरिकन मुलांनाही आमच्यापर्यंत येणं अवघड वाटत असेल

आणि नाकारलं जाण्याचीही शक्यता वाटत असेल; पण इथे मला त्यांना हेच सांगावंसं वाटतंय की, तुमच्याशी दोस्ती करणं आम्हाला फार अवघड वाटतं ते मुख्यत: आमच्या मोडक्यातोडक्या इंग्लिशमुळे, आम्हाला घाबरू नका उलट हे ध्यानात ठेवा की आम्हालाच तुमची भीती वाटते. आम्हाला मैत्री करावीशी वाटते पण त्यासाठी पहिलं पाऊन तुम्हालाच टाकावं लागेल.

आणि आमच्या दृष्टीनं दुसरीही एक महत्त्वाची गोष्टही आमचं इंग्लिश सुधारण्यासाठी ते रोजच्या व्यवहारात आम्ही वापरलं पाहिजे. नुसता इंग्लिशचा कोर्स करून भागणार नाही. तुमच्याशी दोस्ती केली, तुमच्यातच वावरलो तर चांगलं आणि सहजपणे बोलू शकू. शाळा सुटली की आपण आपापल्या घरी जातो. अर्थातच नाही तर कुठे जाणार? पण घरी आपण आपल्या मातृभाषेतच बोलतो. पुस्तकांचा अभ्यास करतो. पण मित्र असणं आणि वाचणं यात फरक आहे ना! अमेरिकन संस्कृतीशी ओळख करून घ्यायची झाली तर त्या संस्कृतीनं आमच्यासाठी दारं उघडायला हवीत ना! पुढाकार घेऊन आपला मार्ग सुकर करणं आमच्यासाठी सोपं नाही. तुम्ही मैत्रीचा हात पुढे केलात तर ते जास्त सुकर होईल. आमचा स्वीकार करा ते तुम्हाला शक्य आहे. अमेरिकनांशी दोस्तीच आमची मातृभूमीची ओढ काहीशी शमवेल. ह्या जगाचा आपण एक घटक आहोत ही जाणीव दुरावा काही प्रमाणात कमी करेल. शाळेत जाणं आनंददायी होईल. घराची ओढ कमी करण्यासाठीचं हे एक पाऊल असेल.

मला एवढंच सांगावंसं वाटतंय की, 'आम्ही बुजतोय, संकोचतोय, तुम्ही पुढे या.'

ड्रायव्हिंगचे धडे

इथे आल्यानंतर साधारण दीड एक वर्षानं ॲलिसनं मला शिकागोच्या डाऊन टाऊनमध्ये कृत्रिम अवयव केंद्रात नवीन पाय बनवून घेण्यासाठी नेलं. आम्ही आत जात असताना एक स्त्री क्लिनिकमधून बाहेर आली. तिचाही पाय कृत्रिम होता. आपण असा कृत्रिम अवयव वापरत असलो तर दुसऱ्या एखाद्या व्यक्तीला असा कृत्रिम अवयव असेल तर ते आपल्या चटकन लक्षात येतं. ती इमारतीतून बाहेर येताक्षणीच ते माझ्या लक्षात आलं होतं. पार्किंग एरियातल्या तिच्या गाडीकडे जाताना मी तिला पाहिलं. उतारू बसतात त्याच बाजूला ती जाणार असं मी गृहीत धरलं होतं. तिचा ड्रायव्हर असेल कुठे तरी असं मला वाटत होतं. पण तिनं चक्क ड्रायव्हरच्या बाजूचं दार उघडलं. 'अरेच्च्या! तीच गाडी चालवणार आहे की काय?' मी आश्चर्याने उद्गारले. ते पहाण्यासाठी मी जराशी थांबले आणि माझा तर्क खरा निघाला. ती आत बसली, तिनं दार बंद केलं, गाडी चालू केली आणि बघता बघता ती निघून गेली की!

मी कोपरानं ॲलिसला ढोसून म्हणाले, 'तू ती स्त्री पाहिलीस का? अग तिचा पाय खोटा होता आणि तरीही ती गाडी चालवत होती!'

ॲलिस म्हणाली, 'अगं, जर ती गाडी चालवू शकत असेल ना तर तुलाही ते काही अशक्य नाही फराह!'

एक दिवस आपणही गाडी चालवू शकू या विचारानं मी अंतर्बाह्य थरारले. एखादं दार किलकिलं व्हावं आणि त्यातून जन्मभराच्या शक्यतेचं ओझरतं दर्शन व्हावं असंच काहीसं मला झालं.

मग काय? मी लगेच पुढच्याच सत्रात शाळेत ड्रायव्हिंगचे धडे घेण्याचे ठरवून टाकलं. त्याला ड्रायव्हर्स एज्युकेशन असं म्हणतात. त्या क्लासमध्ये मी रस्त्याचे वाहतुकीचे नियम, सिग्नल थांबण्यासाठीचे, वळण्यासाठीचे तसेच चालविणाऱ्याचे हक्क कोणते? इतरांचे हक्क कोणते? हे सगळं शिकले. समजा, गाडी चालवताना अपघात झाला तर काय करावं? तसंच निघून न जाता इतर ड्रायव्हर्सबरोबर विचारविनिमय करावा आणि पोलीस येण्याची वाट पहावी. चाक पंक्चर झालं तर

काय करावं? या सगळ्याचाच अभ्यास मला त्यात करता आला.

एकच गोष्ट त्यात आम्हाला शिकवली गेली नाही ती म्हणजे, 'प्रत्यक्ष ड्रायव्हिंग,' अपंगासाठी काही विशिष्ट सोयी असलेल्या गाड्या त्यांच्याकडे नसल्यामुळे केवळ ते मला शिकता आलं नाही.

मी नाराज झाले. लगेच ॲलिसला पकडून मी तिला गळ घातली, 'प्लीज, प्लीज बघ ना काय करता येईल ते?' मला चालवायला, शिकायचं आहे. मी त्यासाठी काय वाट्टेल ते करायला तयार आहे. पण काहीतरी मार्ग काढा.'

मी ॲलिसला कामाला लावलं. बिच्चारी! तिनं खूप तपास केला. व्हीटन या उपनगरात 'मरियनजॉय रिहॅब हॉस्पिटल' मध्ये अपंगांसाठी ड्रायव्हिंग शिकण्याची खास सोय केलेली होती. त्यासाठी ते फी आकारत असत आणि ती फी मला परवडण्यासारखी नव्हती. ॲलिसनं मग शाळेच्या व्यवस्थापनाशी संपर्क साधला.

'तुमच्या मुलांना – विद्यार्थ्यांना ड्रायव्हर्स एज्युकेशन तुम्ही देता पण हिच्यासाठी लागणारी खास सोय तुमच्या इथे नाही. मग त्या हॉस्पिटलची ड्रायव्हिंग शिकण्याची फी तुम्ही हिच्यासाठी भरावीत. कारण त्यांच्याकडे ती विशिष्ट सोय उपलब्ध आहे.' ॲलिसचा मुद्दा बरोबर होता.

व्यवस्थापनानं ते मान्य केलं. आता आश्चर्यचकित होण्याची माझी पाळी होती. ड्रायव्हर्स एज्युकेशन शाळेत सुरू केल्याच्या लगेच पुढच्याच आठवड्यात मी 'मरियन जॉय' मध्ये ॲलिसबरोबर गेले. एक मजलीच इमारत होती ती. एक पाडून दुसरी बांधण्याचं काम चालू होतं, त्यामुळे आजूबाजूला चाललेल्या बांधकामातून वाट काढत आम्ही एकदाच्या आत पोहोचलो. रिसेप्शनिस्टला 'हिची अपॉइंटमंट आहे' असं ॲलिसनं सांगितलं.

एक तरुण स्त्री – तीच प्रशिक्षक होती – आतून आली. तिनं लगेच माझ्या वेगवेगळ्या चाचण्या घेण्यास सुरुवात केली. उदा. माझ्या दृष्टीत दोष नाही ना? एका कागदावर एक आकार काढलेला होता तो मला दाखवून तो कागद तिनं उलटला. मागच्या बाजूला पाच आणखी आकार त्यात होते. पहिला तिनं मला दाखवलेला आकार त्यात होता फक्त वेगळ्या कोनातून काढलेला होता. तो तिनं मला त्यात शोधायला सांगितला.

त्या चाचणीत मी पास झाले आणि इतरही दुसऱ्या चाचण्यात. मग एका 'हॅन्ड कंट्रोल्स' असलेल्या गाडीपाशी तिनं मला नेलं. गिअर्स टाकायला एक लिव्हर होती. दुसरी लिव्हर ब्रेक आणि ॲक्सिलेटरसाठी होती. ती एका बाजूला फिरवली की गाडी पुढे जात असे आणि बरोबर विरुद्ध दिशेला फिरवली की गाडी थांबत असे. आम्ही गाडीत बसलो आणि ड्रायव्हिंगला सुरुवात केली. त्या शिक्षिकेच्या सूचनेबरहुकूम मी चालवायचा प्रयत्न केला पण मला काही केल्या जमेना. कोणत्या बाजूला फिरवलं

की ॲक्सिलरेट होईल? मग ब्रेक कोणत्या बाजूला? आणि गिअर्स ते सगळं मला उमजेना. गाडी वेडी-वाकडी चालत होती. मी गवतात शिरले. झाडीत गेले. नशिबानं त्या प्रशिक्षिकेच्या हातात वेगळे कंट्रोल्स होते. त्यांनी गाडी काबूत ठेवली त्यामुळे इमारतींवर, लोकांवर माझी गाडी जाऊन धडकली नाही. मग त्यांच्या खास रस्त्यांवर मी कधी इकडे तर कधी तिकडे, कधी अतिशय जोरात तर कधी अगदी हळू आणि वाटेल त्या दिशेनं गाडी चालवत राहिले.

मी घरी परतले. मी इतकं दडपण घेऊन चालवत होते की पुढचे तीन दिवस माझे खांदे भरून आले होते. मी अर्थातच निराश झाले. आणि मनानं लगेच ठरवून टाकलं की, 'छे बुवा! ड्रायव्हिंग फारच कठीण आहे. मला जमणं अवघडच आहे.'

असेच काही दिवस गेले. मग मी जरा निरीक्षण करायचं ठरवलं. ॲलिस ड्रायव्हिंग करत असे तेव्हा मी काळजीपूर्वक बघत असे. मग एक दिवस मी ॲलिसला हळूच म्हणाले, 'हे बघ, मला माझा उजवा पाय गुडघ्यात वाकवता येत नाही हे खरंच पण पावलापाशी वाकवता येतो – घोट्यात आणि हा दुसरा कृत्रिम पाय त्यानं मी ढकलूही शकते आणि तो गुडघ्यात वाकवूही शकते. मग सर्वसामान्यांच्यासाठी असलेली गाडीच मी का नाही चालवू शकणार? प्रयत्न करून पाहायला काय हरकत आहे?' अर्थात ही कल्पना माझ्याच डोक्यातून निघाली होती.

आम्ही पुन्हा एकदा 'मॅरियन जॉय' मध्ये गेलो. ॲलिसनं माझं म्हणणं त्या लोकांना समजावून सांगितलं. साधी सर्वसामान्य गाडी चालवण्यातल्या अडचणी त्या प्रशिक्षिकेनं मला समजावल्या.

'थोडा धीर धर. हॅन्ड कंट्रोल्सवर ताबा मिळवणं अवघड नाही. ते जमेल हळूहळू. त्याच्यासाठी थोडा वेळ मात्र द्यायला हवा.' तिनं सांगितलं.

पण तरीही मी म्हणत राहिले, 'मला वाटतं मला आणली साधी गाडी चालवता येईल. मी प्रयत्न करून पाहू का?' मी माझ्या भूमिकेवर ठाम होते. ते ऐकून तिनं मला एका खास खोलीत नेलं. माझ्या प्रतिक्षिप्त क्रिया आणि पायाची ताकद यांची चाचणी घेतली. मी पेडल पायानं दाबलं की प्रत्येक वेळी दिवा लागेल अशी त्याच्यात एक चाचणी होती. ड्रायव्हरनं जे जे काय करणं अपेक्षित होतं ते सगळं मी माझ्या पायानं करू शकले. त्यामुळे सगळ्या चाचण्या मी उत्तीर्ण झाले.

'ठीक आहे. आता आपण प्रत्यक्ष गाडी चालवून बघू.' असं ती प्रशिक्षिका म्हणाली. तरीही तिच्या बोलण्यावरून ती साशंक असल्याचं मला जाणवत होतं. तिला नेहमीची कार मी चालवल्याची कल्पना फारशी पसंत पडलेली दिसत नव्हती.

आम्ही गाडीत बसलो आणि आता एक नवीनच समस्या समोर उभी राहिली. माझी उंची फारच कमी आहे. त्यामुळे गॅस पेडलपर्यंत माझा पाय पोहोचेना. मी खुर्ची – ड्रायव्हरची सीट कितीही पुढे केली तरी!

त्या प्रशिक्षिकेन लगेच सांगितलं की, 'एक असं ठिकाण आहे जिथे अपंगांच्यासाठी गाड्यातून अशा काही खास सोयी करून दिल्या जातात. उदा. हँड कंट्रोल्स, लिफ्टस किंवा अशाच इतर गोष्टी. तू तिथं जाऊन एकदा पाहून ये. कदाचित त्याचा काही आपल्याला उपयोग होईल.'

ते ठिकाण खरं म्हणजे फारच लांब होतं; पण ॲलिसचा उत्साह दांडगा होता. 'काही हरकत नाही.' तिनं लगेच सांगितलं. दुसऱ्याच दिवशी आम्ही तिथे गेलो. त्या वर्कशॉपमधला कामगार अगदी प्रेमळ आणि मदत करणारा निघाला.

तो म्हणाला, 'खरं तर आम्ही असा एक प्लॅटफॉर्म करतो त्यामुळे गॅस पेडलपर्यंत पाय पोहोचतो.'

त्यानं असे दोन प्लॅटफॉर्म तयार केले आणि त्यातलाच एक आम्हाला वापरून पहायला सांगितलं. त्याचा उपयोग झाला नाही. मग 'दुसरं मॉडेल आपण तिथं वापरून बघू.' असं त्यानं सांगितलं.

ते घेऊन आम्ही मॅरियन जॉयला परत आलो. तो गॅस पेडलच्या जवळ बसवून घेतला आणि काय नवल? त्याचा अपेक्षित फायदा झाला. आता मला प्रत्यक्ष ड्रायव्हिंग शिकण्याचीच खोटी होती आणि ते मग मला सोपंही गेलं. म्हणजे ड्रायव्हिंग इतकं सोपं असतं असं मला अगदी स्वप्नात सुद्धा वाटलं नव्हतं. त्या सत्रात मी आठवड्यातून एकदा एक तासभर ड्रायव्हिंग शिकायला जाऊ लागले. त्या 'मॅरियन जॉय'च्या खास बनवलेल्या रस्त्यावरून नेहमीच्या रस्त्यावर मग जरा गर्दीच्या ठिकाणी अशी भराभर प्रगती केली मी, अगदी सहजपणानं! म्हणजे ते ड्रायव्हर्स एज्युकेशनचे झालेले क्लासेस तेच ड्रायव्हिंगपेक्षा किचकट होते. त्या क्लासेसमध्ये ते आम्हाला शक्य तितका घाबरवायचाच प्रयत्न करत असत. कार अपघतात जखमी झालेल्या किंवा मरण पावलेल्या माणसांच्या फिल्म्स दाखवत. दर आठवड्याला अशा भयानक अपघातांच्या व्हिडिओ दाखवत. मग तो अपघात कशामुळे झाला याचं स्पष्टीकरण देत बसत. हे सगळं कशासाठी तर भन्नाट वेगानं गाडी चालवली किंवा दारू पिऊन गाडी चालवली तर काय होतं याचे परिणाम आम्हाला कळावेत यासाठी. मग अशा अपघातात सापडलेल्या किंवा दारू पिऊन चालवणाऱ्या माणसांना त्यांचे अनुभव सांगायला आमच्या पुढे उभं करत. त्यांच्या हातून माणसं मृत्यूमुखी कशी पडली किंवा अपघात कसा झाला हे सगळ्या वर्गाला त्यांनी सांगणं हा म्हणजे त्यांच्या शिक्षेचाच एक प्रकार असे. क्लासमध्ये शिकणारे कोण आहेत याचा त्यांनी काहीही विचार केलेला नसे. असल्या फिल्म्स ते दाखवतच असत. शेवटी आम्ही सगळ्यांनी घाबरून तो क्लास बंद केला. आपटलेल्या गाड्या, रक्ताचं थारोळं आणि लोंबणारं मांस असल्या व्हिडिओज् सहन करणं शक्यच नव्हतं मला! म्हणजे प्रत्यक्ष ड्रायव्हिंग शिकवायच्या ऐवजी त्यांच्या त्या

व्हिडिओजनी मला काबूलच्या त्या जखमी मुलांनी भरलेल्या हॉस्पिटलमध्येच परत नेऊन सोडलं. त्या जखमी मुलांच्यातलीच मी ही एक होते. अर्थात आता इतका काळ लोटल्यावर तेव्हापेक्षा मी आता हे असे सांडलेलं रक्त, जखमी माणसं यांची चित्रं जरा तरी सहन करू शकते. पण अजूनही त्या गोष्टींच्या विचारानं माझ्या अंगावर काटाच येतो. आणि त्यावेळी ते सगळं आठवणं म्हणजे मनाला मोठीच शिक्षा वाटत असे.

नियमाप्रमाणे शिकाऊ परवाना मला मिळाल्यावर मी ड्रायव्हिंगची प्रॅक्टिस करू शकत होते. पण कोणाबरोबर तरी आणि कमीतकमी पंचवीस तास तरी त्याचा तुम्ही सराव केलेला असला पाहिजे. प्रत्यक्ष चालवण्याची परीक्षा देण्यापूर्वी प्रत्येक शनिवार रविवार आपलं काम संपल्यावर जॉन मला ड्रायव्हिंगच्या सरावासाठी घेऊन जात असे, ते पंचवीस तास पुरे करायला. जॉनची सहनशक्ती जबरदस्त आहे. माझं चालवणं तो शांतपणे सहन करत असे. ड्रायव्हिंग मी पूर्णपणे जॉनकडूनच शिकले. माझं काहीही चुकलं तरी 'अगं काळजी करू नकोस. परत प्रयत्न कर, तुला येईल नक्की' हे त्याचं उत्तर तयार असे.

आमच्या वर्गात एक मुलगी होती – तिचं नाव मी सांगत नाही – ती नेहमी मला तुच्छ लेखत असे. 'तू अपंगच आहेस. तुझी काही करायची लायकी नाही.' असं सारखं सारखं मला हिणवत असे. मी तिच्या लेखी अगदी क्षुद्रच होते आणि ती ग्रेट! एक दिवस विषय निघाला म्हणून मी ड्रायव्हिंग शिकत असल्याचा सहज उल्लेख केला तेव्हा तिनं माझी चेष्टा केली. 'तुला ड्रायव्हिंग परवाना मिळणंच शक्य नाही. मी लिहून देते. मी सुद्धा पहिल्यांदा ड्रायव्हिंगची परीक्षा दिली तेव्हा नापास झाले होते. तेव्हा तू पास होणं तर अशक्यच!' असे भरपूर टोमणे तिनं मला मारून घेतले.

तरीही एक दिवस 'मी ह्या आठवड्यात ड्रायव्हिंगची परीक्षा देऊ का?' असं मी ॲलिसला विचारलं.

ओह फराह, तुला नक्की खात्री वाटतेय ना देऊ शकशील याची?' ॲलिसनं विचारलं.

'हो माझी तयारी आहे.' मी म्हणाले.

पॅरलल पार्किंग, वर चढणं, उतारावरून चालवणं सगळं मी केलं. आणि अगदी पहिल्या फटक्यातच मी परीक्षा पास झाले! चालवायचा परवाना घेऊन मी नाचतच घरी आले 'मला परवाना मिळणार नाही' अशी जिला खात्री होती तिला जेव्हा मी तो दाखवला तेव्हा तिच्या कपाळाला आठी पडली, भुवया उंचावल्या अगदी चेहरा पडला तिचा!

माझ्याकडे गाडी नसताना मला नुसता चालवायचा परवाना मिळून काहीच उपयोग नव्हता. पण लाडकी ॲलिस होती ना मदतीला हजर! तिनं आसपासच्या सगळ्या संस्था, चर्चेस, तिचे मित्र-मैत्रिणी अशा हजारो जणांना फोन केले. 'लव्ह,

ख्रिश्चन क्लिअरिंग हाऊस' चं काम करत असल्यानं ॲलिसच्या खूप ओळखी आहेत. तिनं तिच्या मैत्रिणींना त्यांच्या ओळखीत कोणाकडे मला भेट म्हणून देता येण्यासाठी गाडी आहे का याची चौकशी करायला सांगितली. कोणीतरी 'ख्रिस गोसेट' नावाच्या गृहस्थांचं नाव सुचवलं. ॲलिसनं त्यांना फोन करून सगळी परिस्थिती समजावून सांगितली. त्यांनी मदतीची तयारी दाखवली. हे गृहस्थ पेशानं दंतवैद्य होते आणि बोलण्याच्या ओघात त्यांनी एक गमतीशीर गोष्ट सांगितली की, त्यांना म्हणे जुन्या गाड्या खरेदी करण्याचा छंद आहे आणि त्या नीट करून ते विकतात.

'आत्ता माझ्याकडे योग्य अशी गाडी नाही. पण मी अशा गाडीच्या शोधात राहीन.' अशी त्यांनी खात्री दिली. बोलता बोलता त्यांनी मला दात तपासून देण्याचीही तयारी दाखवली. डॉ. गोसेट खरंच एक भले, उमदे गृहस्थ आहेत.

ॲलिस मला त्यांच्याकडे घेऊन गेली. तपासल्यावर माझे दात फार वेडेवाकडे असल्याचं त्यांनी सांगितलं. माझ्या हिरड्या पार झिजल्यात आणि खोलवर हिरड्या स्वच्छ करण्याची गरज असल्याचंही त्यांनी सांगितलं.

'अपॉइंटमेंट घे. मी फुकट करून देईल.' त्यांनी आश्वासन दिलं आणि ते खरंही केलं.

एक दिवस डॉ. गोसेटनं जॉनला बोलावून सांगितलं की 'मला एक गाडी मिळतेय पण ती हॉलंडला, मिशिगनमध्ये आहे.'

योगायोगानं व्यवसायानिमित्तानं जॉन हॉलंडला जाणारच होता त्यानं मुद्दाम वाट वाकडी करून ती गाडी पाहिली. गाडीचे काही फोटो तो बरोबर घेऊन आला. ते त्यानं मला दाखवले. 'वॉव!' गाडी लाल रंगाची होती.

'मला ती गाडी हवीय, काहीही करून हवीच. मला हवी असलेलीच गाडी आहे ती!'

त्या क्षणी जॉनला त्यासाठी काही करणंच शक्य नव्हतं. कारण त्याची आधीच दुसरी एक ट्रीप ठरलेली होती. पण दोन दिवसांनी परत आल्यावर त्यानं डॉ. गोसेटशी संपर्क साधला आणि तिला ती डॉज निऑन हवीय असं कळवलं.

'अरेरे! तुम्ही फार उशीर केलात! ती गाडी विकली गेलीय कधीच!' डॉक्टर म्हणाले.

झालं! मी हिरमुसले. ॲलिसनं पुन्हा डॉक्टरना गाठलं. 'मामला फारच गंभीर आहे. ती अगदी निराश झालीये. दुसरी एखादी गाडी नाही मिळू शकणार का?'

डॉक्टर गोसेट म्हणाले, 'माझ्या माहितीत एक गाडी आहे. 'मर्सिडीज बेन्झ.'

'ओह,' ते ऐकून जॉन आणि ॲलिस खुश होऊन माझ्याकडे आले.

'तुझा राग बाजूला ठेव. डॉ. गोसेटनं तुझ्यासाठी दुसरी एक गाडी बघितलेय' त्यांनी माझी समजूत काढायचा प्रयत्न केला.

'कोणत्या रंगाची आहे पण ती?' मला फक्त रंगाशी कर्तव्य होतं.

त्यांना उत्तर देता आलं नाही पण 'मर्सिडीज' आहे हे त्यांनी सांगितलं.

मला 'मर्सिडीज' म्हणजे काय हेच ठाऊक नव्हतं. माझी अशी समजूत झाली की तो एक रंगच आहे. मी विचारलं, 'मर्सिडीज म्हणजे कसा?'

'ते जाऊ दे ग. आपण प्रत्यक्ष जाऊनच बघू आणि मग तू ठरव.'

त्यानंतर माझ्या दाताच्या ट्रीटमेंटनंतर डॉ. गोसेट मला त्यांच्या घरी घेऊन गेले. ती गाडी पाहून मी नाक मुरडलं. ती 'डॉग्ज निऑन' नव्हती आणि ती छोटी ही होती. लहान असल्यानं फार काही बिघडत होतं असं नाही. मला लहान गाड्याही आवडत असत. पण मला ती एकूणच आवडली नाही. बॉक्स टाईप, जुन्या पद्धतीची आणि रंगही उठावदार नव्हता. फिकट सोनेरी. झालं! माझा पुन्हा मूड गेला. मी वाकडा चेहरा केला. मोठी गाडी – ती माझ्या स्वप्नातली – नव्या स्टाईलची आणि मुख्य म्हणजे लाल रंगाची! मला लाल रंग फार फार आवडतो.

प्रत्येकानं मला समजावलं, 'अगं मुली, ही मर्सिडीज आहे. ही अगदी प्रसिद्ध कंपनी आहे. काहीही बिघाड न होता ती वर्षानुवर्षं चालेल.'

मी मनाशी म्हटलं, 'नाहीतरी ती लाल गाडी गेलीय आहे. मला मर्सिडीजचाच विचार करावा लागणार असं दिसतंय. ती ही काही अगदीच वाईट नाहीये. निदान कार तर आहे!'

नंतर माझ्याकडे 'मर्सिडीज' आहे असं जेव्हा मी लोकांना सांगत असे तेव्हा ते माझ्याकडे अगदी आश्चर्यानं बघत. मी कोणते मॉडेल चालवते ते कळल्यावर इतर अफेगाणी ही अगदी आश्चर्य करीत. कोणाचा त्यावर विश्वासच बसत नसे पटकन. हळूहळू माझ्या लक्षात आलं की, एक वेगळी खास चीज माझ्या मालकीची आहे. गाडी तशी जुनी आहे पण फार चांगली चालते. नंतर मला शोध लागला की ती डॉ. गोसेटच्या पत्नीची होती. तिनं नवीन गाडी खरेदी केली आणि मग ही मला देऊन टाकायचं ठरवलं.

आता माझ्याकडे गाडी असल्यामुळे खरेदी करायला मी एकटी जाऊ शकते. मी ॲलिसकडे जाऊ शकते. हवा चांगली असली तर मी शाळेतसुद्धा गाडी घेऊन जाते. पण पाऊस किंवा बर्फ पडत असला तर मात्र मला बस बरी वाटते. धोका पत्करावासा वाटत नाही.

गाडी हातात असल्यानं आम्ही राहातो तो भाग आता माझ्या जास्त परिचयाचा झालाय. हलाल मटण कुठे मिळतं तिथे आता मी एकटी जाऊ शकते. आता नव्यानं ओळख झालेल्या अफगाणींकडेही आम्ही जाऊ शकतो. जे काही हवं असतं ते आता पंधरा मिनिटांच्या आत घरात हजर असतं. अजून तरी मी शिकागोच्या डाऊन टाऊनमध्ये गेलेली नाही; पण आमच्या भागातल्या कोणत्याही ठिकाणी जाताना मला आता भीती वाटत नाही.

फॅशन शो

दुसऱ्या वर्षीच्या उन्हाळ्यात आम्ही नवीन गावात, नवीन अपार्टमेंटमध्ये राहायला गेलो. त्यामुळे मला शाळाही बदलावी लागली. नवी शाळा होती 'लोम्बार्ड हाय'. मला आता व्हिटनच्या उत्तर भागात जावं लागलं. नव्या शाळेच्या ESL डिपार्टमेंटमध्ये एक आंतरराष्ट्रीय क्लब आहे. दर बुधवारी शाळा सुटल्यावर वेगवेगळ्या देशातली मुलं तेथे खेळण्याच्या, गप्पा मारण्याच्या निमित्तानं एकत्र भेटतात आणि मजा करतात. 'मिस् अस्कादम' नावाच्या शिक्षिकेनं हा नवीन ग्रुप तयार केलाय. त्या सुदानहून आल्या आहेत. ४/५ वर्षांच्या असतानाच त्या अमेरिकेला आल्या. अमेरिकेत येण्यासाठी त्यांना वर्ल्ड रिलिफनंच मदत केली. त्या मध्यमवयीन असतील. कॉलेजचं शिक्षण संपवून त्या नोकरी करतात. भिन्न संस्कृतीतील मुलांना एकत्र येण्यासाठी त्यांनी हा क्लब स्थापन केलाय. आणि आजही त्या त्यात कार्यरत आहेत. शाळा सुटल्यावर मी शाळेत थांबत नसल्यामुळे ह्या क्लबात सामील होण्याचा माझा प्रथम हेतू नव्हता. शाळा सुटली की लवकरात लवकर घर गाठायचं आणि अम्मीला काय हवं नको यासाठी वेळ द्यायचा हे माझं रोजचं ठरलेलं होतं. पण मागच्या वर्षी दुसऱ्या सत्राच्या शेवटी आपली घडी सगळी सुरळीत बसलीय असं वाटून मी ह्या क्लबात सामील होण्याचं ठरवलं. नेमकं त्याचवेळी 'मिस् अस्कादम' ना वाटलं की ह्या मुलांनी वर्षाच्या शेवटी एक पार्टी करून त्यात एखादा 'शो' करावा प्रत्येकानं आपल्या देशातले खास खाद्यपदार्थ आणावेत असा बेत होता. मग त्या कार्यक्रमात काय विशेष सादर करता येईल त्याचा विचार त्यांनी आम्हाला करायला सांगितला.

मेक्सिकन विद्यार्थी कार्यक्रमाच्या प्रारंभी नृत्य करणार होते. त्यानंतर होणार होता 'फॅशन शो'. सर्व देशातील मुलं त्यात भाग घेणार होती. त्यांनी आपापले पारंपरिक पोषाखच घालायचे होते. नव्यानं काही करायचं नव्हतं.

मी नृत्यात भाग घेऊ शकणार नव्हते. माझा फार विरस झाला. मग डोक्यात आलं 'फॅशन शो' मध्ये भाग घ्यायला काय हरकत आहे? माझी भाग घ्यायची फार

इच्छा होती. दोन सुंदर अफगाणी पोषाख माझ्याजवळ होते ते घालून मी 'फॅशन शो' मध्ये मिरवणार होते. पण मनात वारंवार एकच विचार येत होता की आधीच आपला पाय कृत्रिम आहे तो निखळला आणि पडले तर?

मग ठरवलं की बुधवारी जे सरावाचं सेशन आहे ते बघायचं. कसं करायचं असतं नक्की आणि काय काय असतं ते तरी कळेल. मग ठरवता येईल भाग घ्यायचा का नाही ते.

'तुला गाडी चालवायचा परवाना मिळणार नाही' असं सांगणारी ती मुलगी – मला घालून पाडून बोलाणारी – ती ही फॅशन शोमध्ये भाग घ्यायच्या इच्छेनं त्या दिवशी प्रॅक्टिस सेशनला आली होती. मला तिथे बसलेलं पाहून ती लगेच 'मी भाग घेणार आहे' असं सांगणार याची मला खात्रीच होती. मी काय करणार आहे हे काही तिनं मला विचारलं नाही आणि मला करता येणार नाही हे ही ती तेव्हा प्रत्यक्ष माझ्या तोंडावर बोलली नाही. पण तिनं लगेच तिच्या मैत्रिणींना जवळ बोलावून 'काय कपडे घालू या' अशी चर्चा मला त्यांच्यातून वगळून करायला सुरुवात केली. मी जवळ गेल्यावर माझ्याकडे तिनं पाठच फिरवली आणि इतर मुलींशी बोलायला सुरुवात केली. मी त्यात भाग घेऊ नये अशी अगदी उघड उघड खबरदारी तिनं घेतली.

त्याचक्षणी मला जाणवलं की 'फॅशन शो' मध्ये मी भाग घेऊ नये अशी तिची इच्छा आहे. खरं कारण असं होतं की मी त्यात भाग घेणं हा तिला तिचा अपमान वाटत होता. तिनं एकदम 'मिस् अस्कादम' कडे वळून म्हटलं, 'फॅशन शो मध्ये मॉडेल्सनं हे असं चालायचं असतं ना विशिष्ट पद्धतीनं त्या रॅम्पवरून?'

इतकं बोलून मॉडेल्स कशा चालतात – ढांगा टाकत, एक पाऊल टाकून त्याच्याच पुढे लगेच एका रांगेत दुसरं टाकून म्हणजे चालताना त्यांचा पार्श्वभाग दोन्ही बाजूला कसा हलतो ते दाखवत 'असंच चालायचं असतं ना?' असं तिनं विचारलं.

'असं जर एखादीला चालता येत नसेल ना तर तिनं फॅशन शो मध्ये भाग घेण्यात काही हशील नाही ना?' असं म्हणत ती पुढे मागे आणि बाजूला झुलत चालत राहिली.

मला इतका भयंकर संताप आला तिचा. 'फराहला हे करता येणार नाही. तिच्या पायात दोष आहे ना! फॅशन शो मध्ये तिला भाग घेता येणार नाही.' असंच तिला म्हणायचं होतं. तिनं प्रत्यक्षात माझं नाव घेतलं नाही पण ती फक्त माझ्याबद्दलच बोलतेय हे इतरांनाही कळून चुकलं होतं.

त्यामुळे मला खूप वाईट वाटलं. कोणीतरी मला लाथाडतंय असंच मला वाटलं. घशात काहीतरी अडकलंय, आपल्याला आवंढासुद्धा गिळता येत नाहीये, आपण गुदमरतोय अशीच काहीशी माझी अवस्था झाली. त्या खोलीत बसणंही मला

अशक्य झालं. तिरीतिरीतच मी तेथून उठले. माझे डोळे डबडबले होते. घरी येताना वाटेत मी मुक्तपणे रडत होते. घरात शिरताक्षणीच अंथरुणावर पडून मी तशीच रडत राहिले. मी माझं होमवर्कही करू शकले नाही इतकंच काय पण मी स्वयंपाकही केला नाही. घर झाडलं नाही. काही काही केलं नाही. अंथरुणावर पडून मी फक्त रडत होते. त्याक्षणी माझ्यात काहीतरी न्यून असल्याचं मला फार दु:ख होत होतं. स्वत:चीच कीव करावीशी वाटत होती. माझ्यातलं न्यून जगासमोर उघडं झालं होतं. आणि आता सगळं जग इथून पुढे माझ्याकडे केव्हाही त्याच नजरेनं बघणार होतं. माझ्यावर तिनं मात केली होती. माझ्या वर्मावरच बोट ठेवलं होतं.

आणि त्यानंतर काय झालं?

ॲलिसच्या फोन आला, 'हाय. कशी आहेस स्वीटी? मजेत आहेस ना?'

मी जोरात भोकाड पसरलं.

'अगं, काय झालं? रडतेयस का?'

'काही नाही उगीचच, अगदी उगाचच.'

पण तिनं मला सोडलं नाही. 'नाही, नाही, नक्कीच काहीतरी झालंय. सांगून टाक मला.'

'हं सांगते, ऐक' असं म्हणून मी मनातलं सगळं ओकून टाकलं.

'हे बघ आता एक काम कर. कोण काय म्हणतंय तिकडे लक्ष देऊ नकोस. तुला जे काय करायचंय ते कसं करता येईल ते बघ. सरळ तुझ्या शिक्षकांना जाऊन सांग की तुला फॅशन शोमध्ये भाग घ्यायचाय म्हणून.'

मी काही ऐकायलाच तयार नव्हते. मी आपलं रडणं चालूच ठेवलं. 'तुला नाही कळणार मला काय वाटतंय ते. नुसतं लोकांना काय वाटतंय हा प्रश्न नाहीये. त्या मुलीचं म्हणणं खरंय आणि तेच तर मला डाचतंय. मी फॅशन शोमध्ये भाग घेऊ शकत नाही ही सत्य परिस्थिती आहे. माझ्यासारखी लंगडी मुलगी कशी त्यात भाग घेऊ शकेल? मला त्या मॉडेल्स सारखं थोडंच चालता येणार आहे?'

त्या मुलीच्या दुष्टपणानं मी दुखावले होते. वास्तव निदर्शनाला आणून देऊन तिनं मला घायाळ केलं होतं.

'तू कशाला मला प्रोत्साहन देतेस त्याचा काहीच उपयोग नाही आहे. मी कधीही भाग घेण्याचा प्रयत्न करणार नाही.' मी ॲलिसवरच चिडले.

ॲलिसवर मी उगीचच कधी कधी चिडत असे त्यातलाच हा एक प्रसंग होता.

'हा प्रश्न एवढ्यानंच संपत नाही. अगं, सगळी लोकं तुझ्याकडे काही ह्या नजरेनं बघत नाहीत. माणसातले नेहमी गुण पाहायचे असतात. तू अगदी न घाबरता त्या फॅशन शो मध्ये भाग घे. ऐक माझं.'

मी विचारात पडले. मग ठरवलं की त्या मुलीचं हे आव्हान आता स्वीकारायचंच.

तिनं माझ्यावर अगदी क्षुद्रपणानं काहीही वक्तव्य केलं असलं आणि मला त्यातून वगळलं असलं तरी तिच्या नाकावर टिच्चून यात भाग घ्यायचाच. समजा रॅम्पवर चालताना पडण्याची भीती असली तरी आता हे करायचंच कारण माझ्यात काहीतरी दोष आहे म्हणून मी गप्प बसले तर तिला असली काहीतरी बडबड करायला आणखी उत्तेजन दिल्यासारखंच होईल. आणि ती कधीच गप्प बसणार नाही. त्याचा गैरफायदाच घेईल. जोपर्यंत आपण व्हीटन नॉर्थ शाळेत आहोत तोपर्यंत ती माझा बळीचा बकराच करील मग! बाकीचे सुद्धा कदाचित तिचाच कित्ता गिरवतील. काही झालं तरी आता यात आपण खंबीर राहिलंच पाहिजे. हा काही फक्त फॅशन शो पुरताच प्रश्न नाहीये. हे म्हणजे माझ्या माणूसपणालाच आव्हान दिल्यासारखं आहे. मी आता हे करूनच दाखवीन.

दुसऱ्याच दिवशी मी शिक्षकांना मलाही फॅशन शोमध्ये भाग घ्यायचाच असं सांगितलं. एक क्षणभर 'मिस अस्कादम' नं माझ्याकडे पाहिलं आणि मग त्यांच्या खुर्चीतून उठून माझ्यापाशी येऊन त्यांनी मला मिठीत घेतलं आणि 'फराह, छान. तुला भाग घ्यावासा वाटतोय याचाच मला खूप आनंद झालाय,' असं सांगितलं.

इतकं सगळं झाल्यावर मी तयारीला लागले. कपडे तर तयारच होते माझे. मी रोज ते घालून चालण्याची प्रॅक्टिस सुरू केली. नाही, नाही, त्या रॅम्पवर ऐटीत कसं चालयचं याची प्रॅक्टिस सुरू केली.

फॅशन शो च्या दिवशी नेमकी अम्मीची डॉक्टरची अपॉइंटमेंट होती पण ॲलिसच तिला तिकडे घेऊन गेली. नेमका डॉक्टरना उशीर झाला. त्या दिवशी मग अम्मी अस्वस्थ झाली. अफगाणी कपडे घालून मी मॉडेलिंग कसं करते ते पहायची अम्मीला फारच उत्सुकता होती. आणि आता डॉक्टरमुळे ते नेमकंच चुकणार असं तिला वाटत होतं. 'डॉक्टरना घाई करायला सांग' असं ती ॲलिसला सारखी विनवत होती. पण पेशंटला फॅशन शो ला जाता यावं म्हणून काही डॉक्टर घाईघाईनं तपासणं उरकून टाकणार नव्हते. ॲलिसच्याही हातात काही नव्हतं. तिला आणि अम्मीला तिथं हात चोळत बसण्याखेरीज काहीही पर्याय नव्हता.

शो चारला सुरू होणार होता. पावणेचारपर्यंत माझ्या कुटुंबाचा पत्ताच नव्हता. मी स्टेजच्या मागे उभी राहून पडद्याच्या फटीतून सारखी डोकावत होते आणि चुळबुळत होते. माझ्या माणसांशिवाय– ॲलिस, जॉन, अम्मी शिवाय– त्या सगळ्याला काहीच अर्थ नव्हता.

इतक्यात ते मला दिसले बरोबर चारला ते आले. सुटकेचा निःश्वास टाकून मी तयार व्हायला घाईनं ड्रेसिंग रुम गाठली. प्रथम नृत्य होतं त्यामुळे तयार व्हायला मला भरपूर वेळ होता माझ्याकडे दोन ड्रेस होते – ऑरेंज आणि पर्पल. मेकअपवाल्यानं माझं प्रसाधन केलं. केस वळवून दिले. तेवढ्यानं माझं रूपच बदलून गेलं. 'अगं,

काय गोड दिसतेयस!' माझ्या शिक्षिकेनं कौतुक केलं.

नृत्याचा कार्यक्रम संपून फॅशन शो ला सुरुवात झाली. प्रत्येक मॉडेलनं बाहेर स्टेजवर जाऊन एका विशिष्ट तऱ्हेनं 'डायमंड शेप' पॅटर्नमध्ये चालायचं होतं. म्हणजे प्रथम सरळ स्टेजच्या पुढ्यात जायचं. मग एका बाजूला जायचं, मग मागे, मग दुसऱ्या बाजूला. त्या चौकोनात प्रत्येक कोपऱ्यावर थोडा वेळ स्तब्ध उभं राहायचं, प्रेक्षकांकडे तोंड करून पोज् घ्यायची.

माझी पाळी आली तेव्हा मी ऐटीत चालत आले, खांदे मागे करून मान उंचावत. मी अडखळले नाही. थरथरले नाही. मला जराही भीती वाटली नाही. त्या चौकोनात पोज् देऊन मी पुन्हा स्टेजमागे गेले. माझा पोषाख बदलला. पुन्हा बाहेर येऊन त्याच झोकात ते सगळं केलं.

ॲलिसनं नंतर मला सांगितलं की कुणालाही माझ्या पायाची जरासुद्धा शंका आली नसेल संगीताच्या तालावर मी बरोबर हालचाली केल्या. माझ्या पोषाखाचं प्रदर्शन केलं– अगदी सगळं सुहास्य मुद्रेनं ! अम्मीनं मंद स्मित केलं. ती त्यावेळी काही बोलली नाही; पण नंतर घरी गेल्यावर 'मला अगदी अभिमान वाटला तुझा' अशी तिनं कबुली दिली. अहाहा! मला कल्पनाच करता येत नाहीये! सगळ्या अपरिचित लोकांसमोर तिची मुलगी ऐटीत उभी राहिली. तिनं आपल्या सुंदर अफगाणी पोषाखाचं प्रदर्शन केलं. तिला खूप खूप अभिमान वाटला. अमेरिकेत आल्यापासून अम्मीत सुद्धा आता खूप बदल झालाय.

फॅशन शो नंतर पार्टी होती. सगळ्यांनी आपापल्या देशातले खास विशिष्ट पदार्थ आणले होते. अम्मीनं पण खूप मस्त अफगाणी पदार्थ बनवून दिला होता. हसत खेळत गप्पा मारत आम्ही सगळ्यांनी जेवणाचा आस्वाद घेतला.

शब्दश: खरं नसलं तरी त्या रात्री 'उंच टाचांचे सँडल्स आपण शेवटी घातलेच' असा मला आनंद झाला.

थोडे मागचे थोडे पुढचे

वेगवेगळ्या आघाड्यांवर माझा जीवनसंघर्ष अजून चालूच आहे. पण पहिल्यापेक्षा परिस्थिती खूपच बदललीये, म्हणजे खरं आता आयुष्य खूपच सुरळीत चालू आहे. बारीकसारीक गोष्टीत सुद्धा सुधारणा आहेत त्या छोट्या छोट्या गोष्टीसुद्धा महत्त्वाच्याच असतात आणि त्या आयुष्याशी निगडित असतात.

आता आमचं अपार्टमेंटच बघा ना! प्रथम अमेरिकेत आलो तेव्हा ग्लेन्डेल् हाईट्सला तळमजल्यावर राहात होतो. रस्त्याच्या लगत. खिडकीसमोर पार्किंग एरिया होता. त्यामुळे लोकांची भांडणं आणि रस्त्याच्या वाहतुकीची वर्दळ याचा फार त्रासच होत असे. काही वेळा रात्री गाड्यांचे आवाज इतके जवळ आल्यासारखे वाटत की आता गाडी आपल्या बेडरुममध्ये येऊन धडकणार की काय असं वाटे!

मग काही दिवसांनी आम्ही ग्लेन्डेल्पासून गाडीनं दहा मिनिटांच्या अंतरावर असलेल्या 'कॅरोल स्ट्रीम' मधे राहायला आलो. ही तीन मजली इमारत आहे आणि आम्ही दुसऱ्या मजल्यावर राहतो. म्हणजे पहिल्यापेक्षा इथे थोडं बरं आहे. अम्मीला हे फार सुरक्षित वाटतं. असल्या बारीकसारीक बाबतीतल्या सुरक्षिततेला तिच्या लेखी फारच महत्त्व आहे.

इतक्या सगळ्या घडामोडीनंतर अम्मीला थोडी विमनस्कता येणं स्वाभाविक आहे. तिची स्मरणशक्तीही क्षीण झालीये हे आम्हा दोघींना पचवणं फार जड जातंय; पण तरीही ती पहिल्यापेक्षा बरीच बरी आहे हे कबूल केलंच पाहिजे. अमेरिकेत आलो तेव्हा मला वाटे की हे लोक तिला हॉस्पिटलमधेच ठेवतील. मग मला तिचा वियोग सहन करावा लागेल. असं झालं तर मी एकटी कशी तग धरेन? हाच विचार मनाला सारखा सतावत असे.

पूर्वी ती रात्र रात्र जागीच असे. आणि दिवसा फक्त एखादी छोटी डुलकी काढत असे. कित्येक रात्री येरझारा घालत, स्वत:शीच बडबडत, रडत तिनं काढल्या असतील. तिच्याबरोबर मीही अनेक रात्री जागून काढल्यात. समजा मला झोप लागलीच तर अंधारातही तिच्या चालू असलेला बडबडीमुळे मला जाग येई. एखाद्या

दिवशी मध्यरात्री ती हळूच माझ्या खोलीत येऊन माझ्यापाशी झोपायची परवानगी मागे.

'हो, खुशाल झोप की. पण नक्की झोप हं अम्मी. म्हणजे मलाही झोप लागेल.' असा आमचा संवाद चाले. कारण मला विश्रांती हवी असे. तिच्याबरोबर असं रात्र रात्र जागणं मला झेपतच नसे.

समजा कधी माझ्या खोलीत न येता ती स्वत:च्याच खोलीत गाढ झोपलेली असली तरी झोपेतच तिची बडबड आणि रडण्यामुळे माझी झोप उडत असे.

दिवसभर ती गप्प गप्पच असे. आई मुलीतलं गूळपीठ आमच्यात नव्हतं.

'वा! मस्त! हा ड्रेस तुला छान दिसतोय. हा रंग तुला शोभून दिसतो. केस असेच मोकळे सोड, तुला छान दिसतात. असे संवाद आमच्यात कधीच होत नसत; पण मी कधी सुंदर दिसण्यासाठी म्हणून भिवयांना आकार दिला तर ते मात्र तिला मुळीच खपत नसे. त्या पुन्हा पूर्ववत करायला ती मला भाग पाडत असे.

एखाद्या स्टोअरमधून मी मला आवडलेला पँटवरचा कुडता आणला की तिला अगदी सहन होत नसे.

'काय दिवसभर अगदी काहीतरी क्षुल्लक गोष्टी खरेदी करत असतेस? याची काही गरज नाहीये.' असंच तिला वाटत असे.

पण तरीही असली शेरेबाजी ती बरेचदा टाळत असे. आतासुद्धा अनेकदा मी शाळेतून येते त्यावेळी ती एकटी तिच्या खोलीत बसलेली असते किंवा टी. व्ही. वरचा 'कुकिंग शो' पाहत असते; पण ती असं कधी म्हणत नाही की, 'कसला विचार करत्येस फराह? ठीक आहेस ना?' माझ्याशी काहीबाही बोलल्यानं माझ्या काळज्या वाढतील की काय अशी भीती तिच्या मनात सतत असते. माझ्या काही वक्तव्यानं तिच्या मनाची चलबिचल होईल की काय ही भीती मलाही सतत पोखरत असतेच की!

पण माझी अम्मी फार फार प्रेमळ आहे. माझ्याखेरीज तिच्यापाशी आता कुटुंबातलं कोणीही नाही. तिचं घरदार तिनं गमावलंय. तिच्या आयुष्याची घडी पार विस्कटून गेलीय. मी अजून तरुण आहे. मला आयुष्याशी जुळवून घेणं सोपं आहे; पण अम्मी? तिचं काय? तिनं मांडलेला संसार, तिचं सवयीचं आयुष्य, तिच्या डोक्यावरचं छप्पर सारं सारं नष्ट झालंय. जणू तिचे शब्दच कोणी हिरावून घेतल्येत. ती आता गप्प गप्पच असते.

माझ्या लहानपणीच्या आठवणी अजून ताज्या आहेत. अम्मी माझे केस विंचरून वेण्या घालून देत असे. छान छान फ्रिलवाले फ्रॉक्स आणत असे, डोळे चांगले व्हावेत म्हणून डोळ्यात सुरमा घालून देत असे. तिचं बोट धरून मी कुठे कुठे जात असे. अफगाणिस्तानात एका खानदानी कुटुंबातली कर्ती स्त्री म्हणून तिचा

वावर असे. लोकांना बोलावून त्यांचं आदरातिथ्य करणं, घर स्वच्छ नीटनेटकं ठेवणं हे सारं सारं ती मनापासून करत असे. ती सुगृहिणी होती. अख्ख्या घराची धुरा ती समर्थपणे पेलत असे. तिचं ते रूप आता मला कधीच दिसणार नाही. तिच्यातला जीवनरसच आता आटून गेलाय.

तिचं आत्ताचं रूप मला पाहवत नाही. पण मधल्या काळापेक्षा तिच्यात थोडी सुधारणा झालीये. एका मानसोपचार तज्ज्ञानं दिलेल्या औषधानं रात्री तिला झोपही लागते. पाकिस्तानात असताना तिची सहनशक्ती नष्टच झाली होती. इतकंच कशाला इथं आलो तेव्हाही तिच्यात काहीच सहन करण्याची ताकद नव्हती. पण औषधोपचारानं तिची ती ताकद वाढतेय. अजून धक्क्यातून ती पुरती सावरलेली नाही. धास्तावलेल्या अवस्थेत तिनं इतका काळ घालवलाय की आता तिला आतून कुठेतरी स्वस्थता हवीये.

अमेरिकेत आल्यानंतरचे दिवस मला आठवतात. अम्मीचा माझ्यावर विश्वास नसे. मी बाहेर गेले की भीतीनं तिचा जीव वर खाली होई. 'मी कुण्या बॉयफ्रेंडच्या तर शोधात नाही ना? ही तिची काळजी असे. इतकंच नाही तर ॲलिसबरोबर मी असतानाही ती संशयानं पाही. जॉन आणि ॲलिसबरोबर जर मी ट्रीपला गेले तर मी परतल्यावर ती प्रश्नांचा भडिमार करीत असे. 'तुम्ही कोठे गेला होतात? काय केलंत? काय पाहिलंत?' पण आता ते संशयाचं भूत हळूहळू दूर झालंय. पहिल्यापेक्षा आता ती आम्हा तिघांवर विश्वास ठेवते. आम्ही किती वेळ बाहेर जातो? कुठे जातो? या विषयी आता मात्र ती फार चिंता करत नाही.

अम्मीचं आता स्वत:चं असं एक वर्तुळही आहे. आसपासच्या अफगाण स्त्रियांशी आता तिनं परिचय करून घेतलाय. हवा चांगली असली तर एखाद्या दिवशी त्या सगळ्या पार्कमध्ये एकत्र जमतात. हिरवळी बसून चहापाणी, गप्पा-टप्पा करतात.

शनिवारी / रविवारी आमच्या घरी कोणी अफगाणी पाहुणे येतात. त्यांची विचारपूस करायला आम्हीही त्यांच्याकडे कधी कधी जातो. पार्कमध्ये जाऊन कबाब करण्याची मजाही आम्ही लुटतो. मार्चच्या शेवटी अफगाणी लोकांचं नवीन वर्ष सुरू होतं. त्यावेळी आमचा वनभोजनाचा कार्यक्रम ठरलेलाच असतो. शिकागो डाऊन टाऊनमध्ये इस्लाममधील ईदचा पवित्र सण सगळे अफगाणी एकत्र येऊन साजरा करतो. त्यावेळी जंगी मेजवानी असते.

आता एक आनंदायी गोष्ट! गेल्या काही महिन्यांपासून अम्मीनं शाळेत शिकायला सुरुवात केलीये. इंग्लिशच्या एका कोर्सला तिनं प्रवेश घेतलाय. आठवड्यातून तीन दिवस. अम्मी आता थोडी आनंदी दिसते. तिच्यात थोडं चैतन्य आलंय. एका सुकलेल्या झाडाला टवटवी आलीये. त्याला जीवनदान मिळालंय.

हो, अम्मीतल्या ह्या बदलाची मी वाट बघत होते. 'आपण अमेरिकेला आलो हे चांगलं झालं, असं ती आता मनापासून कबूल करते. ते ऐकून मला माझ्या प्रयत्नांचं चीज झाल्याचं समाधान मिळतं. अम्मी आता सुरक्षित आहे. अम्मीचा शांत समाधानी चेहरा, लयीत चाललेला श्वास हे पाहिलं की मनात येतं, 'आयुष्यात एक तरी चांगली गोष्ट माझ्या हातून घडली. मी अम्मीला वाचवू शकले.'

भविष्यात काय लिहून ठेवलंय याची मी चिंता करत नाही. अल्लाच्या मेहेरबानीनं माझं कॉलेज शिक्षणही पुरं होईल कदाचित. शिक्षणाचे पुढचे बेत मी अजून केलेले नाहीत. उच्च शिक्षणाची मला अजून फारशी माहितीही नाही. वेगवेगळ्या गोष्टी करायची माझी इच्छा आहे. कम्प्युटर शिकेन अथवा एखादा व्यवसायही करीन. मला डॉक्टर व्हायलाही आवडेल. पण त्यासाठी लागणारी बुद्धी? मी होऊ शकेन का डॉक्टर? कधी कधी कृत्रिम अवयव करण्याचं कौशल्य मिळवावंसं वाटतं. ज्यानं एखादा अवयव गमावलाय ना त्यालाच त्याचं महत्त्व जाणवू शकतं. माझ्या कृत्रिम पायानं मला नवीन आयुष्य मिळालं. असं एखाद्याला नवीन आयुष्य द्यायला मला निश्चितच आवडेल.

असं एखाद्याला नवीन आयुष्य देण्याचेसुद्धा अनेक मार्ग आहेत. मला त्याचा शोध घ्यावा लागेल. अपंगत्वामुळे आपण आपलं माणूसपणही कधी कधी विसरून जातो. मला वाटतं अशा व्यक्तींना मी मदत करावी. आपलं हे असं आयुष्यही आपण सार्थकी लावू शकतो. असा त्यांच्यात विश्वास निर्माण करण्याचं काम कोणीतरी करायला हवं. ते मी करीन.

अफगाणिस्तान मला पुन्हा एकदा पाहावासा वाटतो. कॉलेज शिक्षण संपवून माझ्या पायावर उभी राहिल्यावर मला तिथे जाऊन मदतकार्य करण्याची इच्छा आहे. डॉक्टर्स आणि इतर वैद्यकीय मदतीची तिथे फार आवश्यकता आहे. खूप व्यक्तींना कृत्रिम अवयवांची गरज आहे. असं काहीतरी काम मी तिथे जाऊन करीन.

आणि हे नाहीच जमलं तरी अफगाणी पालकांशी निदान संवाद साधण्याचं काम मी करू शकेन. त्यांनी मुलांना शाळेत पाठवणं यासाठी मी त्यांना राजी करीन. इतकंच नव्हे तर मुलांना शाळेची गोडी लागावी यासाठी त्यांनी प्रयत्न करायला हवेत हे मी त्यांना पटवून देईन. मुलांनी केलेल्या प्रत्येक चांगल्या गोष्टीसाठी त्यांचं कौतुक करा, त्यांना पुरेसा वेळ द्या, त्यांना शाबासकी द्या. दुसऱ्या इयत्तेपासून आठव्या इयत्तेपर्यंतच्या काळात जर तुमचं अभ्यासाकडे दुर्लक्ष झालं असेल तर नवव्या इयत्तेत ते सगळं भरून काढणं किती अवघड जातं, हे मी स्वत: अनुभवलंय. कोणत्याही अफगाण मुलांच्या वाट्याला हे येऊ नये. मुलांना कुठेतरी वाण्याच्या दुकानात कामाला पाठवायचं नाहीतर एखाद्या मेकॅनिककडे काम करायला लावायचं अथवा गालिच्याच्या कारखान्यात काम करायला लावायचं – असं करून मुलं पैसा

कमावतील पण मग शाळेत जाऊन रीतसर शिक्षण न घेतल्याचा त्यांना आयुष्यात पुढे जेव्हा पश्चात्ताप होईल तेव्हा त्याचं खापर ती तुमच्या डोक्यावर फोडतील! हे मला अफगाणिस्तानातल्या पालकांना पोटतिडकीनं सांगावंसं वाटतंय.

अमेरिकेत आले तेव्हा मला माझा भूतकाळ विसरून जावासा वाटे. खूप काहीतरी उच्च शिक्षण घ्यावंसं वाटे. जुन्या आठवणी पुसून टाकाव्यात अशी तीव्र इच्छा होई. अंतर्बाह्य अमेरिकन होऊन जावं असं मनात येई. या संस्कृतीशी लवकरात लवकर कसं एकरुप होता येईल असाच माझा प्रयत्न असे.

पण काळ हाच ह्या सगळ्यावरचा इलाज असतो! हळूहळू माझी विचारशक्ती काम करू लागली. आमच्या जुन्या प्रथा परंपरा जपण्यातला आनंद मला कळू लागला. 'स्व' धर्म आणि त्यावर श्रद्धा बाळगणं यात गैर काहीच नाही, याची जाणीव झाली. मी कोण आहे आणि माझी मुळं कुठे रुजलीयेत हे विसरून जाण्यानं माझं काहीच भलं होणार नाही आहे.

आता भूतकाळ पुसून मनाची पाटी कोरी करावीशी वाटत नाही मला. काहीच विसरून जाण्याची गरज वाटत नाही. मी जशी होते आणि जशी आहे तशीच मला हवी आहे. या 'मी' ला नवनवीन गोष्टी आत्मसात करायच्या आहेत. मला वाटतं आज मी अफगाणी आहे तशीच अमेरिकनही आहे आणि आज हा काही माझ्या कहाणीचा शेवट नाही!

◆

www.ingramcontent.com/pod-product-compliance
Ingram Content Group UK Ltd.
Pitfield, Milton Keynes, MK11 3LW, UK
UKHW021701190726
13853UKWH00001B/391

9 788184 986891